నెమలి కన్నులు

(ఆచార్య దార్ల ఆత్మకథ – మొదటి భాగం)

కస్తూరి విజయం
KASTURI VIJAYAM

ఆచార్య దార్ల వెంకటేశ్వరరావు

Nemali Kannulu (Autobiography of Prof.Darla, Part-1)

By

Dr. Darla Venkateswara Rao

Professor & Head, Dept of Telugu.

School of Humanities, University of Hyderabad

Hyderabad-500 046, India.

Ph: +9191826 85231

Editor:

Dr. Pagadala Chandra Sekhar,

Former Professor, Potti Sreeramulu Telugu University,

Lalitha Kala Kshetram Public Gardens,

Nampally, Hyderabad-, India

ISBN(Paperback) : 978-81-957840-8-0

ISBN(E-Book) : 978-81-960562-0-9

Print on Demand

First Edition: July 2023

Copy Right: Prof Daria Venkateshwara Rao

ALL RIGHTS RESERVED

in any form by any means may it be electronically, mechanical, optical, chemical, manual, photo copying, recording without prior written consent to the Publisher/Author.

Ph:0091-9515054998

Email: Kasturivijayam@gmail.com

Book Available

Amazon, Flipkart. Google Play, eBooks. Rakuten and KOBO

కృతజ్ఞతలు

ఆత్మకథను రాయాలని ప్రోత్సహించి, దాన్ని ప్రతీ వారం ఎంతో ఆకర్షణీయంగా ప్రచురించిన *'భూమిపుత్ర'* దినపత్రిక సంపాదకులు శ్రీసాకే శ్రీహరిమూర్తిగార్కి ముందుగా నా హృదయపూర్వక ధన్యవాదాలు. ఆయన తన పత్రికలో వారం వారం ఈ ఆత్మకథను ప్రచురించడంతో పాటు ఒక ముందుమాటను రాయమనగానే రాసినందుకు కూడా నా ప్రత్యేక కృతజ్ఞతలు.

ఈ నా ఆత్మకథను చదువుతూ ఎప్పటికప్పుడు వారి అభిప్రాయాలను తెలియజేస్తూనే, దాన్ని వెంటనే పుస్తకరూపంలో తీసుకొని రావడానికి ముందుకు వచ్చిన కస్తూరి విజయం ప్రచురణల సంస్థ యాజమాన్యం వారికి, ముఖ్యంగా సుధీర్ రెడ్డి పామిరెడ్డిగారికి, సాంకేతిక సహకారం అందించిన వారికీ నా కృతజ్ఞతలు.

ఈ పుస్తకం ప్రచురించే ముందు భాషాపరమైన అనేకాంశాలను సరిదిద్ది, పలుకుబడులను నా ఇష్టానికే వదిలేసి భాషకు సంబంధించి సంపాదకులుగా వ్యవహరించిన గురుతుల్యులు ఆచార్య పగడాల చంద్రశేఖర్ గార్కి శిరసువంచి నమస్కరిస్తూ, వారికి నా హృదయపూర్వక ధన్యవాదాలు తెలియజేసుకొంటున్నాను.

ఈ రచనను చదివి ఆత్మకథలు రాయవలసిన అవసరం ఏమిటో తెలియజేస్తూనే అనుభవాన్ని కలిపి అనుభవాన్ని పెనవేసి, ఆత్మీయమైన ఒక ముందుమాట రాసిన ఆచార్య విస్తాలి శంకరరావుగార్కి నా హృదయపూర్వక ధన్యవాదాలు.

ఈ ఆత్మకథ *'భూమిపుత్ర'* దినపత్రికలో ప్రచురణ కాగానే ఒక సుదీర్ఘమైన, విశ్లేషణాత్మకమైన వ్యాఖ్యను రాస్తూ నా ఆత్మకథకు మరింత గౌరవాన్ని పెంచిన ప్రముఖ రచయిత, కవి దుగ్గినపల్లి ఎజ్రా శాస్త్రి గారు. ఆయన ప్రతి వారం ఆ వారం వచ్చిన భాగంపై చక్కని వ్యాఖ్య రాసేవారు. దాన్ని అలాగే ఉంచేసి, ఈ ముందుమాటను మరలా ప్రత్యేకించి రాసినందుకు వారికి నా హృదయపూర్వక కృతజ్ఞతలు.

ఈ ఆత్మకథ వెలువడుతున్నప్పుడే ఎంతోమంది తమ అభిప్రాయాలను రాస్తూ నన్నెంతగానో ఉత్సాహపరిచారు. తమ బాల్యం ఈ రచనల్లో కనిపిస్తుందని వ్యాఖ్యానించేవారు. ఆచార్యపిల్లలమర్రిరాములుగారు, ఆచార్య ఎం.గోనా నాయక్, డా. బి. భుజంగరెడ్డి, ఆచార్య జి.వి.రత్నాకర్, ఆచార్య ఎస్. ఈశ్వర్ రెడ్డి, డా.రమేశ్ నారాయణ, డా.సిద్ధార్థ, డా.ఉమేశ్, డా.ఆదినారాయణ...డా.రామ్ ప్రసాద్ నలసాని... ఇలా ఎంతోమంది తమ అభిప్రాయాలతో ఉత్సాహపరిచేవారు. వారికి నా నమస్సులు. ముఖ్యంగా మా యూనివర్సిటి విద్యార్థులు రెగ్యులర్ గా చదువుతూ తమ జీవితం ఈ ఆత్మకథలో కనిపిస్తుందని చెప్పేమాటలు నన్ను మరింత నిజాయితీగా రాయాలనిపించేలా చేశాయి.

ఈ ఆత్మకథను తమ పాఠశాలలో విద్యార్థుల చేత చదివించి, వారి అభిప్రాయాలను నాకు రికార్డు చేసి వినిపించిన కవి, తెలుగు పండితుడు విశ్వనాథ్ కీ నా ధన్యవాదాలు.

వివిధ కళాశాలల్లో ప్రతివారం నా ఆత్మకథ భాగాన్ని వారి రీడింగ్ ఎసైన్మెంటులో భాగంగా విద్యార్థుల చేత చదివించి, దానిపై చర్చించేలా చేసిన అధ్యాపకులు ఎంతో మంది ఉన్నారని అప్పుడప్పుడు వివిధ వెబినార్స్, సెమినార్స్ లో నా పరిచయం చేసేటప్పుడు విని నేను పొందిన ఆనందాన్ని మాటల్లో చెప్పలేను. అలా చేసిన తెలంగాణ, ఆంధ్రప్రదేశ్ రాష్ట్రాల్లోని తెలుగు అధ్యాపకులకు అందరికీ ధన్యవాదాలు తెలియజేస్తున్నాను.

నా ఆత్మకథను చదివి పరిచయ వాక్యాలతో సోషల్ మీడియాలోనూ, వ్యక్తిగతంగానూ, తన అభిప్రాయాలను పంచుకుంటూ, ప్రత్యేకించి మరలా నా పుస్తకాన్ని అంతటినీ శ్రద్ధగా చదివి కొన్ని ప్రూఫ్ లు చూడ్డంతో పాటు, కొన్ని సూచనలు చేశారు. దీనితో పాటు అడగ్గానే ఒక పీఠికను రాసి నన్ను ఆశీర్వదించినందుకు గాను సహృదయ సాహితీవేత్త, కవి శ్రీగురిజాల రామశేషయ్య గార్కి నా ప్రత్యేకమైన కృతజ్ఞతలు తెలియజేసుకుంటున్నాను.

నా పట్ల ప్రత్యేకమైన ప్రేమతో నా ఆత్మకథకు నా అభిరుచికి అనుగుణమైన ముఖచిత్రాన్ని డిజైన్ చేసిన సుమన్ రావు గార్కి నా ప్రత్యేక కృతజ్ఞతలు, అందుకు సహకరించిన నిష్కళంకమైన స్నేహశీలి, కవి, రచయిత మా మిత్రుడు డా. మల్లెగోడ గంగాప్రసాద్ గార్కి ధన్యవాదాలు,

ఈ ఆత్మకథను చదువుతూ అనేక పద్యాలు వర్ణించిన వారిలో కవికోకిల డా.జె.చలపతిరావుగారు, సాహితీమిత్రులు, కవి, గోవిందు గోవర్ధన్, మా విద్యార్థులు ఎంతోమంది ఉన్నారు. వారి పద్యాలను కొన్నింటిని ఈ పుస్తకంలో ప్రచురించుకుంటాననగానే ప్రేమతో అంగీకరించినందుకు వారికి నా ప్రత్యేకమైన ధన్యవాదాలు.

మన జీవితాలంటే మన తల్లిదండ్రుల జీవితాలేనని వీటిని చదువుతూ నేను మరిచిపోయిన అనేక సంఘటలను కూడా గుర్తుచేస్తూ ఆనందపడే తమ్ముడు డా.దార్ల రవికుమార్, చెల్లి దార్ల విజయకుమారిలకు, నా బాల్యాన్ని మళ్ళీ నా ముందు నిలుపుతున్న మా పుత్రుడు చిరంజీవి దార్ల శ్రీనివాసరావుకి శుభాశీస్సులు. నాకింత సమయం ఇస్తున్న నా శ్రీమతి డా.ఎం.మంజుశ్రీకి ఏమి చెప్పినా సరిపోదు.

ఈ ఆత్మకథ ఫేస్ బుక్, వాట్సాప్, ట్విట్టర్ లలో ప్రత్యేకంగా కూడా వెలువడింది. దాన్ని చదువుతూ ఫోన్ చేసి వారి అనుభవాలను నాతో పంచుకొని అభినందించిన పాఠక మిత్రులకు అందరికీ కృతజ్ఞతలు.

ఈ పుస్తకం వివిధ ఫార్మేట్స్ లలో అందంగా ప్రచురించిన కస్తూరివిజయం ప్రచురణల సంస్థ సాంకేతిక బృందానికి నా ప్రత్యేకమైన కృతజ్ఞతలు.

విషయసూచిక

నెమలి కన్నులు-అలంకారిక రచనకు వన్నెలు i
ఆచార్య దార్ల 'అనుభూతుల దొంతరలు-నెమలికన్నులు' vii
దళిత జీవన వాస్తవికతకు దర్పణం-'దార్ల ఆత్మకథ' xi
స్వచ్ఛమైన అమాయకత్వం... ఆత్మగౌరవం రెండు చక్రాలై నడిచిన ఆత్మకథ! xxi
ఆచార్య దార్ల వెంకటేశ్వరరావు- కోనసీమ జీవిత సభా ప్రేక్షకుడు.......... xxvi
నవ్యనవదీప్తి దార్లవారికవిత xxviii
దార్ల వంశాబ్ధి చంద్రుడు.................... xxx
ప్రస్తావన xxxiii
మా ఊరి పేరు అగ్రహారం!.................... 1
కోనసీమ ప్రేమ కౌగిలిలో మా వూరు.................... 5
నీకు తృప్తిగా తినిపించాలనుంది నాన్నా.................... 10
ఆ ముక్కకి ఆ రుచి ఎలా వచ్చేదో...!.................... 14
మా పేర్లు మా ఇష్టప్రకారం ఉండవు!.................... 20
అరుంధతీదేవి మన ఆడపడుచే!-మహాభారతం రాసింది మీ తాతగారే!!..... 24
నువ్వక్కడి నుండి వెనక్కి వెళ్ళు!!.................... 28
నాగుండెల్లో బాకులు గుచ్చిన 'జెండా పండుగ'.................... 33
ఆ రహస్యమేమిటో తెలిసిపోయింది.................... 37
జీళ్ళ వర్షం...! 39
మూగవేదనల పేగు బంధం.................... 43
నేనూ- మా నారింజచెట్టూ 47
జుట్టు కటింగ్ – చెంబు ఇస్త్రీ 57
నేనూ ఓ సైకిల్ కి ఓనర్నయ్యాను!.................... 60
ఆ విషయంలో రజకులే నాకు ఆదర్శం.................... 66
అమ్మదామంటే అడవి...కొందామంటే కొరివి! 72
మా ఇంటి కల్పవృక్షం.................... 76
పాలేరుతనం.................... 81
తుఫాన్.................... 89
హాస్టలూ – అంబేద్కర్ జయంతీ! 95
తీర్థం చూడ్డానికి డబ్బులెందుకు? 108
అమ్మ దైవభక్తీ- నాన్న కారుణ్యమూ....................112
కాలు మీద బాల్యం 'గుర్తు'....................120

ఐస్ క్రీమ్ కోసం టాన్సిల్స్ ఆపరేషన్	122
మా పెద్దన్నయ్య ఓ హిట్లర్!	124
బోర్లు వేసే కూలీగా...!	126
నాటకాలు – బుర్రకథలు	129
కొబ్బరి లవుజు ఉండల ప్రహసనం	132
'ఎందుకొచ్చిన బ్రతుకురా' అనిపించేది	134
కిరాణా కొట్లులో బెల్లం ముక్క	137
అమ్మా నాన్న వండే అరిసెలు, పోకుండలు	138
మా పేటలో తొలి ఇటుక ఇల్లు మాదే.	140
మా కుల ధ్రువీకరణ పత్రం జారీలో స్పెషల్ ఏమిటో...	144
'దినపత్రిక చదవాలంటే మూటలు మోయాలి'	147
యుద్ధం మొదలైంది...!	155
"ఆత్మకథ రాస్తున్నానంటే నవ్విన వాళ్ళుఉన్నారు"	158
ఆచార్య దార్ల వెంకటేశ్వరరావు పరిచయం	165

నెమలి కన్నులు-అలంకారిక రచనకు వన్నెలు

వర్తమాన తెలుగు రచయితల్లో ఆచార్య 'దార్ల' వెంకటేశ్వర రావు తనదైన సాహితీ వ్యక్తిత్వాన్ని ప్రదర్శిస్తున్నారు. వారు అనేక సాహితీ ప్రక్రియలను స్పృశిస్తూ, తనదైన ముద్రను నిలుపుకుంటున్నారు.

దార్ల వ్యక్తిగతంగా స్నేహశీలి, ఆత్మీయులు, పరోపకారి, శక్తివంచన లేకుండా అందరికీ సహాయపడతారు. నాకు వారితో సాహితీ సంబంధమేకాక, వ్యక్తిగత స్నేహబంధాలు కూడా విస్తృతంగా, బలీయంగా ఉన్నాయి. వీటికి ఇది సందర్భం కాదు.

దార్ల గతంలో తన ఆత్మకథను చదివి భాషాపరమైన సూచనలు ఇవ్వమని నన్ను కోరారు. వారికి నా పట్లగల నమ్మకానికి కృతజ్ఞతలు. నాకు తోచిన, సమంజసమనిపించిన సలహాలను తెలిపాను. 'అందులో కొన్నిటిని తీసుకున్నాను.' అని వారు అన్నారు. ముగించాను. అంత మాత్రాన సంపాదకుడనడం సమంజసమా!?

కావ్యం ఉపదేశం, ఆనందం ఇవ్వాలని లాక్షణికుల అభిప్రాయం. ఈ రెండు అంశాలు దార్ల నెమలి కన్నులులో ఉన్నాయి. ***"నెమలి కన్నులు"***లో 37 విభాగాలు లేదా అధ్యాయాలున్నాయి. ఇవి తన జీవన కాలంలోని సమాజానికి అద్దం పడుతుంది.

1. నెమలి కన్నులు ఉపదేశం:

దార్ల తన ఆత్మకథ ద్వారా ఉపదేశాత్మక సందేశాలను వినిపిస్తున్నారు. స్థాలీపులాత్మకంగా చూద్దాం.

1.1. సమాజంపై తిరుగుబాటు:

దార్ల ఆత్మకథలో ప్రతిబింబిస్తున్నాయి. దార్ల ఆత్మకథ సమకాలీన సమాజానికి అద్దం పడుతోంది. దళితుల దీనగాథను, ప్రత్యేకించి తన కుటుంబంలో తండ్రి, తాను, కుటుంబీకులు, తన వర్గంవారు, గ్రామీణులు ఎదుర్కొన్న కష్టాలను పూసకుచ్చినట్లు, కళ్లకు కట్టినట్లు దృశ్యకావ్యంగా మలిచారు. సమాజంలోని అన్యాయాలు, అక్రమాలపై ప్రశ్నల వర్షం కురిపించారు, తన ధిక్కార స్వరం వినిపించారు. దళితుల హక్కుల పరిరక్షణకు

పోరాటం చేయాలని మేలుకొలుతున్నారు. సమాజంలోని ఆచారాలపై తిరుగుబాటుచేసి, సమాజాన్ని మేల్కొలపడానికి సమాజాన్ని అప్రమత్తం చేశారు దార్ల.
"తీర్థం చూడ్డానికి డబ్బులెందుకు?" అని ప్రశ్నించారు.

1.2. సమసమాజ స్థాపన భావన:

సమాజం స్వార్థపూరితం, తాను మాత్రమే బాగుండాలనే చింతన ఎక్కువ మందిలో కనిపిస్తుంది. అంతేకాక ఆత్మ ప్రశంస, పరనింద సాగుతోంది. అయితే దేవుణ్ణి కోరుకున్నప్పుడు కూడా అందరు బాగుండాలని ఆశిస్తున్నారు.
"దేవుణ్ణి మనం కోరుకునేటప్పుడు మనకోసమే మనం దేవుణ్ణి అడక్కూడదు. / / మన చుట్టుప్రక్కల వాళ్ళంతా బాగుండాలి, / /
అందరితో మనం బాగా ఉండేమనస్తత్వాన్ని మనకివ్వాలి." అని సమభావాన్ని *ప్రబోధించారు.*
ఈ విధంగా నెమలి కన్నులు ఉపదేశాత్మకంగా సాగుతుంది.

1.3. తన జాతి ఔన్నత్యాన్ని ప్రశంసించడం:

ప్రతి మనిషి పుట్టుక, తల్లిదండ్రులు కాకతాళీయే. అయితే పూర్వజన్మ సుకృతమని భావిస్తారు కొందరు.ఏది ఏమైనా తన పుట్టుక స్థితిగతులను ప్రతిఒక్కరు గర్వపడాలి, ఔన్యత్యాన్ని ప్రశంసించాలి. ఈ నేపథ్యంలో దార్ల తన జాతి ఔన్నత్యాన్ని ఇలా వర్ణంచారు.

వాటికి దగ్గర్లో ఒక నక్షత్రం ఉంటుంది. దాని పేరు ఆరంజ్యోతి (అరుంధతి) అని మా అమ్మ చెప్పేది.

"*ఆ ఆరంజోతి మనింటి పిల్లే... అలా నక్షత్రంగా మారిపోయింది.*" అని మా అమ్మ అనగానే మాకు ఆశ్చర్యమనిపించేది. అని తన మూలాల ఔన్నత్యాన్ని వెల్లడించారు. (**వాయుకుడం అంటే...!**)

2. నెమలి కన్నుల – భాషాసౌందర్యం, ద్రాక్షారస సదృశం:

ఏ రచన అయినా పఠనీయంగా ఉంది, పఠనాసక్తి కలిగిస్తుంది అంటే ప్రధానంగా రెండు అంశాలను పేర్కొనవచ్చు. అవి– 1.భావజాలం, 2.భాషా ప్రయోగం. మొదటి అంశం– పాఠకులు లేదా శ్రోతలు తమకు అనుకూలమైన, ఇష్టమైన భావజాలంతో కూడిన విషయాన్ని ఆసక్తిగా చదువుతారు, వింటారు. రెండవ అంశం– ఆయా భావాలను తెలపటానికి సరైన పదజాలాన్ని ప్రయోగించాలి. ఆ పదజాలం సమకాలీనమై, దాదాపుగా

సార్వజనీనమై ఉండాలి. అప్పుడే పాఠకులు, శ్రోతలు ఆసక్తిగా చదువుతారు, వింటారు. అయితే పఠనీయత అనేది వస్తువుతోపాటు సంభాషణ, శబ్దకౌశలం, క్లుప్తత, మొదలైన అంశాలపై ఆధారపడి ఉంటుంది.

దార్ల తన ఆత్మకథను తనదైన శైలిలో రచించారు. అది అభినందనీయం, ప్రశంసనీయం. దార్ల ఆత్మకథ పఠనాసక్తి కలిగి, చదవడం ప్రారంభిస్తే ఏక బిగిన ముగుస్తుంది. ఇక భాషా విషయానికి వస్తే, రచన దాదాపుగా ఆధునిక ప్రమాణ తెలుగులో సాగింది. అంటే నేటి ప్రమాణ వార్తాపత్రికలు, దూరదర్శన్ భాషను పాటించారు. అయితే సామాజిక మాధ్యమాలు కాదు సుమా. దార్ల కలం నుండి అక్కడక్కడ వైయక్తిక భాష, మాండలిక భాష, రచనలో ఆలంకారిక శైలి కూడా చోటుచేసుకుంది. దార్ల ఆత్మకథ దాదాపుగా వచన కవితలాగా సాగింది. వారి రచనలో సాధారణ తెలుగు పాఠకునికి అర్థంకాని పదంలేదు. పదాలన్నీ వాచ్యార్థంలోనే ఉన్నాయి. అభిదా లక్షణాన్ని తెలుపుతున్నాయి. అన్ని పదాలు సులభంగా అర్థమవుతాయి.

2.1. శీర్షిక రచన:

దార్ల తన ఆత్మకథలోని అయా విభాగాలకు పేర్లు పెట్టడంలో చాలా జాగ్రత్త పడ్డారు. అందుకు నిత్యవ్యవహారంలోని పదాలనే ఎన్నుకున్నారు. కొన్ని శీర్షికలను చూద్దాం- మా ఊరి పేరు అగ్రహారం!, కోనసీమ ప్రేమ కౌగిలిలో మా వూరు, పప్పు సార్!, జుట్టు కటింగ్ – చెంబు ఇస్త్రీ, నేనూ ఓ సైకిల్ కి ఓనర్నైయ్యాను! మూగవేదనల పేగు బంధం, మొదలైనవి.

2.2. ఆలంకారిక రచన:

“దార్ల ఆత్మకథ” వచన కవితగా సాగిపోతుందనుకున్నాం. దార్ల రచన అలంకారాల పొదరిల్లు. అందులో వివిధ రకాల ఉపమానకుసుమాలు పుష్పిస్తాయి. దానికోసం తన కళ్లెదురుగా ఉన్నవాటినే ఎన్నుకుంటారు. దీనికోసం అనునిత్యం తన వ్యవహారంలోని, సమకాలిక జనవ్యవహారంలోని పదజాలాన్ని, అలంకారాలను ప్రయోగించారు. ఉపమాన, ఉత్ప్రేక్షకోసం తన పరిసరాలనే ఎంచుకున్నారు.

మా ఊరిపేరు // చెయ్యేరు అగ్రహారం అని చెప్పాను కదా! // *సాగర సంగమం కోసం వేగంగా ఉరికొస్తున్నట్లు ప్రవహించే గౌతమీ గోదావరినదిని // కుండలేశ్వరం మీదుగా చెలికత్తెలెవరో రహస్యంగా తీసుకెళ్తున్నట్లుండే ఆ మండలం* ... **(మా ఊరిపేరు).** పాఠకునికి సుబోధకంగా ఉంది, ఇది భావకవితను తలపిస్తోంది.

'నేను స్కూల్ కి నడిచి వెళ్ళినప్పుడల్లా // రోడ్లు నాతో మాట్లాడేవి. // నేను రోడ్లుతో మాట్లాడేవాణ్ణి'' **(నేను ఓ సైకిల్ కి ఓనర్నైయ్యాను).** ఇందులో రోడ్లను మానవీకరించారించారు. బాల్యంలో దార్ల, రోడ్లు మాట్లాడుకున్నారు. కవి (సృజనాత్మక రచయిత) కదా, సాధ్యమే.

ఆ గట్టునుండే ముళ్లన్నీ // నీ అడుగుల కింద మెత్తని పువ్వుల్లా మారిపోయేవి // నువ్వేమీ వాటిని గమనించేవాడివి కాదు // ఆ తెల్లని పువ్వుల బుగ్గలప్పుడప్పుడూ సిగ్గుతో ఎర్రబడేవి **(నీకు తృప్తిగా తినిపించాలనుంది).**

తండ్రి బాధను అక్షరీకరించారు. తండ్రి అడుగుల కింది ముళ్లు పువ్వుల్లా మారిపోయాయని ఊహించారు. ఏ కొడుకైనా తండ్రి పట్ల గల ప్రేమాప్యాయతలు ఇలాంటి భావనే కలుగుతుంది కదా. అంతేకాక 'ఆ తెల్లని పువ్వుల బుగ్గలప్పుడూ సిగ్గుతో ఎర్రబడేవి." అని చక్కగా భావించారు.

ఉపమాలంకారం:

నువ్వక్కడి నుండి వెనెక్కివెళ్ళు...! // ఆ మాట // నాలేత ఆకులాంటి గుండెల్నెవరో // చీల్చేస్తున్నట్లనిపించింది. **(నువ్వక్కడి నుండి వెనెక్కివెళ్ళు...!)** గుండెను లేత ఆకుతో ఉపమించారు.

మాకు ఇంటర్వెల్ బెల్ కొట్టినప్పుడు, కిలకిలమంటూ మా పిల్లలంతా పంజరంలోని చిలుకల్లా ఉరుక్కొంటూ బయటకొచ్చే వాళ్ళం. **(మూగవేదనల పేగు బంధం).** పిల్లలను పంజరంలోని చిలుకలతో ఉపమించారు.

మా పెద్దన్నయ్య ఓ హిట్లర్! పెద్దన్నను హిట్లరుతో పోలిక.

ఉల్లేఖాలంకారం:

"నిజమే.. బాల్యం ఓ చలమ లాంటిదే! // బాల్యం ఓ సముద్రం లాంటిదే! // బాల్యం ఓ ఆకాశం లాంటిది.." అని బాల్యాన్ని పరిపరి విధాలుగా ఊహించారు. ఇలా చెప్పడం ఉల్లేఖాలంకారం అంటాం.

2.3. ప్రాచీన సాహిత్య ప్రభావం:

దార్ల తెలుగు సాహిత్యాన్ని ఔపోశన పట్టారు. ప్రాచీన సాహిత్య ప్రభావానికి గురికాని రచయితలుండరంటే అతిశయోక్తి కాదు. దీనికి దార్ల అతీతుడు కాదనుకుంటాను.

"ఇంకాస్త సేపు అలాగే ఆ సూర్యోదయాన్ని చూస్తుంటే, ఆ చెట్ల మధ్యలోనుండి సన్నని వెలుగు ... అది కోత కోసిన పంట పొలాల దగ్గర కాపలా కాస్తూ, చేనుకి పెట్రోమాక్స్ లైట్

వేసి, చూస్తున్నట్లు అటూ ఇటూ నాలుగు వైపుల్లో ఏదొక వైపు ఆ కాంతి కిరణాలు కదులుతున్నట్లు అనిపించేవి." స్వభావోక్తి అలంకారం. ఇది ఆముక్తమాల్యదలోని "తల పక్షచ్ఛట గుచ్చి బాతువులు కేదారంపు కుల్యాంతర స్థలి నిద్రింపగ చూచి..." పద్యంలోని రైతుల వర్ణన గుర్తుకు తెస్తుంది.

"నేను పడుకున్నాను. ఒక అర్ధరాత్రి అమాంతంగా మా ఇంటి కప్పుకు పెద్ద రంధ్రం పడిపోయింది. జీసస్ పుట్టిన పశువుల పాకలోకి రెక్కలున్న తెల్లని వస్త్రాలు ధరించిన దేవతలు... // వాళ్ళు వచ్చే ముందు పెద్ద కాంతి కిరణాలు... // అలాగే వెదజల్లుకుంటూ వచ్చినట్లు మా ఇంటి పైకప్పు నుండి ఒక పెద్ద వెలుగు వచ్చింది." **(జీళ్ళ వర్షం...!)**

2.4.వైయక్తిక శైలి:

రచనను సొంతం ఏక శైలిలో రాయవచ్చు. అదే కొంత సులభం అనుకుంటాను. అయితే ఆయా పాత్రల అస్తిత్వానికి ఆయా పాత్రల వైయక్తిక శైలిని కూడా ప్రయోగించడమవుతుంది. దార్ల అదే పని చేశారు.

"ఫర్లేదు తిన్రా... ఎంతో లేదులే... మంచి కూరుంది... తిను ... పొద్దున్నెప్పుడో తిన్నావు కదా... తిను." అన్నారు. **(నువ్వక్కడి నుండి వెనెక్కివెళ్ళు...!)**. తండ్రి ఆప్యాయతను, మమకారాన్ని తన తండ్రి మాటల్లోనే అక్షరబద్ధం చేశారు. ప్రతి భాషీయునికి తన వైయక్తిక శైలీతోపాటు, మాండలికం కూడా చివరి శ్వాస దాకా నిలిచిఉంటుంది. అదే ప్రతిఫలించింది.

2.5 శబ్ద ప్రయోగం:

సమాజంలోని అనేక వ్యవస్థల్లో భాష కూడా ఒక వ్యవస్థ. అందువల్ల తన పరిసరాల్లోని భాషా ప్రభావానికి లోనుకావడం సర్వసాధారణం. సాధారణంగా రాజకీయం, ఆర్థికం, శాస్త్రసాంకేతికం, మొదలైన రంగాల్లో ప్రగతి సాధించిన సమాజ భాషను ఇతర భాషలు అనుసరిస్తాయి.

దార్ల ఆత్మకథ తెలుగు నవల. అయితే పనికట్టుకుని తెలుగు పదాల ప్రయోగానికి ప్రయత్నించలేదు. ఆంగ్లంనుండి పదాలను స్వీకరించారు, సుప్రసిద్ధ తెలుగు పదాలున్నప్పటికీ. రచనావేశంలో దొర్లిన పదాలుగా స్వీకరించాలి. ఈ పదాలన్నీ సగటు తెలుగు భాషీయునికి తెలిసినవే, వాడేవే. అంతేకాక తెలుగు పాఠకులు తమ ఆంగ్లపద సంపద పెంచుకోవటానికి అవకాశం ఏర్పడుతుంది.

మొదట ఆంగ్లంనుండి ఆదాన పదాలను పరిశీలిద్దాం.

తెలుగు భాష సులభంగా పదాలను ఆదానం చేసుకుంటుందని భాషావేత్తలు తెలుపుతారు. ఈ పద్ధతి అటు రచయితకు, వక్తకు సులభం. ఇంగ్లీషు నుంటి ఆదానం చేసుకున్న పదాలను చూద్దాం. వీటికి ప్రత్యామ్నాయంగా తెలుగులో పదాలు లేవు.

ఉదా: క్యారియర్, స్కర్ట్, డ్రెస్, ఫ్రాక్, మేడమ్, చర్చి, పాస్టర్లు, సైకిల్ టైరులు, ట్రాక్టర్లు, మొదలైన పదాలను స్వీకరించారు.

తెలుగులో ప్రత్యామ్నాయ పదాలు వ్యాప్తిలో ఉన్నప్పటికీ ఆంగ్లంనుండి పదాలు స్వీకరించడమైంది.

ప్రారంభంలో అన్యభాషా పదాలను ఆదానం చేసుంటారు. అయితే కొంతకాలం తరువాత ఆయా భాషల్లోని సమానార్థక పదాలతో స్థిరపరచడమవుతుంది. అవి నిలిచిపోతాయి.

ఉదా: బాప్తిజం (Baptism) కు పవిత్ర స్నానం అనే అనువాదం ఉంది. బెల్ కొట్టిన కు (గంట కొట్టిన), మాస్టారు (సార్), బ్యాగ్ (సంచి)లో పెట్టేశాను. **(నువ్వక్కడినుండి వెనక్కివెళ్లు).** క్లాస్మేట్ (సహపాఠకుడు), హెడ్మాస్టర్ (ప్రధానోపాధ్యాయుడు), పేరెంట్ (తల్లి లేదా తండ్రి), ఎలిమెంటరీ స్కూల్(ప్రాథమిక పాఠశాల), ఓనరైయ్యాను (యజమాని అయ్యాను) మొదలైన పదాలున్నప్పటికీ ఇంగ్లీషునుండి ఆదాన పదాలను స్వీకరించారు.

సామాన్య జన వ్యవహార పదాలను గ్రహించడం.

పప్పు సార్! (ప్రొఫెసర్). ఆరంజ్యోతి (అరుంధతి) అనే సామాన్య జన వ్యవహార పదాలను గ్రహించారు.

ఈ విధంగా దార్ల ఆత్మకథ నెమలి కన్నులు–ఆలంకారిక వన్నెలుగా భాసిస్తోంది. ఇది ఉపదేశాత్మకంగా, భాషా సౌందర్యంతో పాఠక రంజకంగా ఉందని తెలపటానికి సంతోషిస్తున్నాను. తరువాతి ఆత్మకథలు ఆదర్శంగా, మార్గదర్శంగా ఉండగలదని ఆశిస్తూ...............

దార్ల కలంనుంచి ఆత్మకథ తరువాతి భాగాలు వీలైనంత త్వరలో వెలువడాలని ఆశిస్తూ.....

ఆచార్య పగడాల చంద్రశేఖర్,
నివాసం 1-8-155/ 1, 142 ఏ,
ప్రెండర్ ఘాస్ట్ రోడ్,
సికిందరాబాదు–
500 003, తె.రా. చరవాణి–9490803523, Email;
sekharpagadala1951@gmail.com

★★★★

ఆచార్య దార్ల 'అనుభూతుల దొంతరలు–నెమలికన్నులు'

కవులు, రచయితలు రచనలు చేయడం సర్వసాధారణం. కాని ఆ కవులలో ఎందరు ఆత్మకథలు రాశారు అంటే ఆశ్చర్యం కలగకపోదు. కారణం ఏమై ఉంటుంది అని పరిశీలిస్తే ఆత్మకథలు రాయాలంటే ఆ రచయితకు తన జీవితం పట్ల, సమాజం పట్ల స్పష్టమైన అవగాహన, భవిష్యత్తు పట్ల బాధ్యత ఉంటేనే ఆత్మకథ రాయడానికి పూనుకుంటారు. అలా లేనినాడు ఒక వేళ ఆత్మకథ రాయాలని ప్రారంభించినా దానిని ముగించలేరు. అంతే కాదు తన జీవితం భవిష్యత్తు తరాలవారికి స్ఫూర్తిదాయకంగా నిలుస్తుందనే ఆత్మవిశ్వాసం ఆ రచయితకు పుష్కలంగా ఉండాలి. అన్నింటినీ మించి ప్రతి అంశాన్ని నిజాయితీగా చెప్పగలిగే ధైర్యం ఉండాలి. ఇన్ని లక్షణాలు ఆ రచయితలో ఉంటేనే ఆత్మకథ రాయడానికి పూనుకుంటారు. విజయం సాధిస్తారు, అది ఆదర్శప్రాయంగా ఉంటుంది.

ఈ లక్షణాలు అసమగ్రంగా ఉండడం వలనే ఎందరో గొప్ప కవులుగా గుర్తించబడినా ఆత్మకథలు రాయడానికి సిద్ధపడరు. దీనిని బట్టి ఎవరైనా ఆత్మకథ రాశారంటే వారిలో ఈ పైన తెల్పిన లక్షణాలు అన్నీ పుష్కలంగా ఉన్నట్లేనని భావించాలి. కనుక ఆచార్య దార్ల వెంకటేశ్వరరావుగారు అభినందనీయులు.

ఈ నేపథ్యంలో మీ చేతిలో ఉన్న ఈ 'నెమలికన్నులు' అనే ఆత్మకథను ఆచార్య దార్ల వెంకటేశ్వరరావుగారు రాశారంటే వారిలో ఎంత పరిణతి, ఆత్మవిశ్వాసం ఉంటుందో అర్థం చేసుకోవచ్చు. ఉదాహరణకు ఆచార్య దార్ల రాసిన ఈ ***నెమలికన్నులు*** అనే ఆత్మకథలోని ప్రస్తావనలోనే ఆత్మకథకు కావలసిన సరుకంతటినీ నిక్షిప్తం చేశారు. చూడండి....

మా ముత్తాతచెప్పులు / కుట్టేవాడు
మా తాత / కూలికెళ్ళేవాడు
మా అయ్యేమో / అక్షరం కోసం / ఆశగా ఎదురు చూసేవాడు
నేనిప్పుడు / కవిత్వం రాస్తున్నాను
రేపు / నా కొడుకు / ప్రొఫెసరవుతాడు!

ఈ కవితలోని వాక్యాలను పరిశీలిస్తే ఈ ఆత్మకథలో ఆరు తరాల చరిత్రలో దాగి ఉన్న విప్లవాత్మకమైన పరిణామాలు మన కళ్ళ ముందు ఆవిష్కృతమౌతున్నాయి. అదే విధంగా అసలు ఆత్మకథ రాయాలి అనుకున్నప్పుడు వారిలో ఎలాంటి మథనం జరిగిందో ఈ ప్రస్తావనే తెలియజేస్తుంది.

ఈ ఆత్మకథలో మొత్తం 37 అంశాలతో నిండి, చివరిగా అనుబంధం పేరుతో వారి ఆత్మ స్వరూపాన్ని ఆవిష్కరించే 'ఆత్మకథ రాస్తున్నానంటే నవ్వినవాళ్ళు ఉన్నారు' అనే కీలకాంశాలను పట్టి ఇచ్చే ఆచార్య దార్లగారి ప్రత్యేక ఇంటర్వ్యూ ఉంది. ఇది ఈ రచనకు మరింత బలాన్ని చేకూర్చుతుంది.

ఇక ఈ ఆత్మకథలో పేర్కొన్న 37 అంశాలలో ఆచార్య దార్లగారి బాల్యంతో మొదలయ్యి తన గ్రామంలోను, ఆ చుట్టు ప్రక్కల ప్రదేశాలతో పెనవేసుకున్న అనుభూతుల రంగవల్లులు 37 పొరలుగా తీర్చిదిద్ది ఒక్కొక్క పొరను ఆవిష్కరించిన తీరు ఎంతో ఆకర్షణీయంగా, ఆలోచింపజేసే విధంగా ఉంది. ఇందులోని ప్రతి వాక్యాన్ని జారవిడువకుండా ఎంతో నిశితంగా పరిశీలించవల్సి వచ్చింది. ఎందుకంటే ఏ వాక్యాన్ని ఆయన ఆదమరిచి దాటిపోతే ఏ అంశం జారిపోతుందోనన్న ఆలోచన పాఠకునికి కలుగుతుంది. అంటే ప్రతి వాక్యం ఎన్నో జ్ఞాపకాలకు పందిరిగా ఈ ఆత్మకథలో అల్లుకుని ఉంది. అంతేకాదు...

ఈ 'ఆత్మకథ' దళితజీవుల హృదయాంతరాలలో ఎన్నో తరాలుగా నిక్షిప్తమయిన మనో విజ్ఞానానికి ప్రత్యక్షసాక్ష్యం. వెలివాడల జీవితాలకు అక్షరబద్ధమై సాక్ష్యంగా నిలిచింది ఈ ఆత్మ కథ. ఇది ఆచార్య దార్ల ఆత్మకథే అయినా దీనిలోకి ప్రవేశిస్తే ఆనాటి సమాజపు పోకడలు ఎలా ఉన్నాయో... అమాయక జీవుల దీనగాథలు ఎన్నెన్నో ఈ రచనలో దాగి ఉన్నాయి. అంతేకాదు అవి మళ్ళీ మనల్ని కూడా బాల్యాన్ని తడుముకునేలా చేస్తాయి.

ప్రతివ్యక్తికి తన తండ్రి హీరో... తండ్రి చేసే ప్రతి పని ఎంతో గొప్పగా ఉంటుంది. గ్రామీణ ప్రాంతంలో నివసించే వారికి ఎన్నో పనులలో నైపుణ్యం ఉంటుంది. వారి వృత్తులతో పాటు అనేక విద్యలు తెలిసి ఉంటాయి. ఆచార్య దార్లగారి తండ్రిని స్మరించుకుంటూ వారి నైపుణ్యాలను "నీకు తృప్తిగా తినిపించాలనుంది నాన్నా" అనే విభాగంలో తన తండ్రి గొప్పతనాన్ని ఇలా అక్షరబద్ధం చేశారు

"తెల్లవారితే ఒకరోజు పొలం పనికెళ్ళేవాడు.
ఇంకోరోజు కొబ్బరికాయలు దింపటానికి వెళ్ళేవాడు.
మరోరోజు తాటాకులు కొట్టడానికెళ్ళేవాడు.
రోజు రోజుకీ కొత్తకొత్త పనుల్ని చేసేవాడు.
చేపలు పట్టేవాడు.
నాగలి దున్నేవాడు.
మూటలు మోసేవాడు.
చేపల వలను అల్లేవాడు.
చేపల బుట్టల్ని కూడా తాటాకులతో తానే అల్లేవాడు.
ఒక తాటిచెట్టు మీద నుండే

ఆ చుట్టూ ఉండే రెండుమూడు చెట్లకున్న ఆకులన్నీ కొట్టేవాడు.
కాసేపు భూమ్మీదే నిలబడలేకపోతున్నాం కదా...
నువ్వేంటి నాన్నా...
తాటిచెట్టుకి కాళ్ళు తన్నిబట్టి,
కత్తిని స్వారీ తిప్పినట్లు
అక్కడే మాక్కావాల్సిన ముంజికాయల్ని కోసి,
క్రిందికి చక్కని నైపుణ్యంతో వేస్తున్నావనిపించేది"

ఆ కష్టజీవి అయిన తన తండ్రి జీవనగాథను చక్కని భావాలతో ఆవిష్కరిస్తారు దార్ల. ఇలాంటి నాన్నలు వెలివాడలో ఎందరో... వారందరికీ ఈ ఆత్మకథలో చోటు కల్పించారు ఆచార్య దార్లగారు. ఈ పుస్తకంలో 37 అనుభూతల పొరలలో దార్ల జీవితంలో నెలకొన్న కష్టసుఖాలు ఎన్నో దాగి ఉన్నాయి. *జెండా పండుగ దగ్గర నుండి నారింజ చెట్టు, చెంబు ఇస్త్రీ, హాస్టల్ జీవితం, నాటకాలు, కొబ్బరిలవుజు, బెల్లం ముక్క, అరిసెలు, పోకుండలు, కుల ధ్రువీకరణ పత్రం జారీలో సమస్యలు...*ఇలా ఒకటేమిటి ఆచార్య దార్ల జీవితంలోని ప్రతి సంఘటనను ఒడిసి పట్టుకుని వాటికి ఎంతో ప్రాధాన్యాన్నిస్తూ తన జ్ఞాపకాలెన్నింటికో అక్షరంతో జీవం పోశారు.ఈ ఆత్మకథ రాసిన ఆచార్య దార్ల సహజంగానే తన అక్షరాలతో చక్కని భావాలను పలికించగలిగిన మంచి కవి. తనకు తెలియకుండానే అనేక కవితాపంక్తులు ఈ ఆత్మకథలో కూడా అలవోకగా ఈ రచనలో ఒదిగిపోయాయి.

ఉదా॥ ***"నేను ఓ సైకిల్ కి ఓనరైయ్యాను"*** అనే భాగాన్ని పరిశీలించండి. బడిలో చదువుకునే రోజుల్లో సైకిల్ కలిగి ఉండడం ఓ అద్భుతమైన అనుభూతి. ఈ శీర్షికను ప్రారంభిస్తూ...

"నేను స్కూల్ కి నడిచి వెళ్ళినప్పుడల్లా
రోడ్డు నాతో మాట్లాడేవి.
నేను రోడ్లుతో మాట్లాడేవాణ్ణి" అంటారు. ఇది దాదాపు గ్రామీణ ప్రాంత విద్యార్థులందరికీ ఈ అనుభూతి అంతా పరిచయమే. ఎలా అంటే నడుచుకుంటూ వెళుతూ ఉంటే అంత దూరంలో ఉండగానే.... ఆ రోడ్డు ప్రక్కల ఉండే చెట్లూ, ఆ మైలు రాళ్ళూ... ఇలా అనేకం పలకరిస్తూనే ఉంటాయి.

దీనిలో దార్ల స్కూలు నుండి వచ్చేటప్పుడు జరిగిన సంఘటనలను చదువుతూ ఉంటే.... ఆ ప్రదేశాలలో, ఆ రోడ్లలో మనం కూడా ఒక్కసారి అక్కడుంటే ఎంత బాగుంటుందో అనిపిస్తుంటుంది. బాల్యంలో సైకిల్ కోసం చేసిన ప్రయత్నాలు, సైకిల్ నేర్చుకోవడం, పద్యాలు పాడడం అవన్నీ గొప్ప మధురానుభూతులే. ఏడవ తరగతిలో సైకిల్

కొనుక్కోవడం ఎంతో అద్భుతమైన అనుభూతి. సైకిల్ పై వెళుతూ అది చూసే జనం దూరంగా వెళ్ళడం... ఆహా.... అందుకే ఒక గజల్ కవి *"నా సర్వస్వం నీకిస్తా - నా బాల్యం నాకిచ్చెయ్"* అంటారు. అది ఎంతో వాస్తవం. ప్రతి అంశంలో ఆచార్య దార్ల వ్యక్తంచేసిన భావాలు పాఠకులను కట్టిపడేస్తాయి. తన బాల్యాన్ని గుర్తుచేస్తాయి.అలాగే చివరిగా ***"యుద్ధం మొదలైంది"*** అనే భాగంలో తన ఆత్మ విశ్వాసాన్ని ప్రకటిస్తారు రచయిత. అమ్మానాన్నల ప్రభావాన్ని చెబుతూ, వాళ్ళు పడే కష్టం తనకు అనేక పనులు నేర్పిందని అంటారు. ఒకవైపు పేదరికం, మరోవైపు కులమత భేదం.

'***ఆ అంతరాలు తనలో అణుకువను, ఆలోచనను, ఆత్మగౌరవాన్ని కలిగించాయి***' అని ప్రకటించారు. ఇక్కడ జాషువాగారి మాటలు గుర్తుకు వస్తాయి....."జీవితం నాకు ఎన్నో పాఠాలు నేర్పింది. నాకు గురువులు ఇద్దరు ఒకటి. పేదరికం, రెండవది కులమత భేదం. ఈ రెండూ నాలో సహనాన్నీ, ఎదిరించే శక్తినీ నేర్పాయేగాని, బానిసగా మార్చ లేదు" అని చెప్పారు జాషువా. అలాగే, ఆచార్య దార్లగారి ఆత్మకథలో కూడా ఎన్నో బాధాకరమైన సంఘటనలు, ఆశలు, కోరికలు ఆ పసి హృదయాన్ని ఎంతగా కదిలించాయో.... ఇలా చెప్పుకుంటూ పోతే రచయిత బాల్యం నాటి ఎన్నో విషయాలు ఇందులో దర్శనమిస్తాయి. అయినప్పటికీ అవన్నీ తనకు ఆత్మగౌరవాన్ని కలిగించేలా చేశాయనడంలోనే ఒక పాజిటివ్ యాటిట్యూడ్ కనిపిస్తుంది. జాషువాను తలపిస్తుంది.

ఈ ఆత్మకథకు నేను రాసిన అభిప్రాయాన్ని చదివి ఆనందించే కంటే మీరే ఒకసారి ఈ నెమలి కన్నుల లోగిలిలోకి ప్రవేశించండి. ఎన్నో జ్ఞాపకాల దొంతరులు మిమ్మల్నీ పలుకరిస్తాయి. మీ బాల్యంలోని తీపి, చేదుల కలయికతో కూడిన సంఘటనలు ఎన్నింటినో గుర్తుచేస్తాయి. ఆలస్యమెందుకు ఇక లోపలకి ప్రవేశించండి...ఇది కేవలం ఆచార్య దార్ల గారి జీవితంలో మొదటి భాగం మాత్రమే... మరో భాగం మీ కోసం ముస్తాబవుతుంది. ఇక ఈ నెమలి కన్నులలోకి మీ కన్నులను ప్రసరింపజేయండి.

ఆచార్య దార్లగారి "ఆత్మకథ" పాఠకులను ఆలోచింపజేయడం, ప్రభావితం చేయడమే కాక... ఎన్నో నూతన ఆత్మకథలకు మార్గదర్శకంగా నిలుస్తుందనే విశ్వాసం నాకుంది. యథార్థ జీవన గమనాలతో కూడిన రచన చేసినందుకు ఆచార్య దార్ల వెంకటేశ్వరరావు గార్కి శుభాకాంక్షలు తెలియజేస్తూ, మరెన్నో విలక్షణ రచనలకు శ్రీకారం చుట్టగలరని విశ్వసిస్తున్నాను.

ఆచార్య విస్తాలి శంకరరావు,
తెలుగు శాఖాధ్యక్షులు
మద్రాసు విశ్వవిద్యాలయం, చెన్నై-05.
తేది: 2.2.2023

దళిత జీవన వాస్తవికతకు దర్పణం-'దార్ల ఆత్మకథ'

ఆత్మకథ అనేది తమ జీవిత విశేషాల గురించి తామే రాసుకునే ఒక సాహితీ ప్రక్రియ.తమ తమ జీవితాలలో తాను గుర్తెరిగిన దగ్గర నుండి ప్రస్తుతం జరుగుతున్న కాలం దాకా తన జీవితంలో జరిగిన వాస్తవిక సంఘటనలను తనకు తాను రాసుకునేదే ఆత్మకథ అంటారు. ఒక మాటలో ఆత్మసాక్షిగా చెప్పేదే ఆత్మకథ.భారతదేశంలో ఆత్మకథలు ఎక్కువగా మహారాష్ట్ర, తమిళనాడు, కేరళ రాష్ట్రాల నుండి, ఆ ప్రాంతీయ భాషల నుండి వెలువడ్డాయి. వాటిని తదనంతరం తెలుగు భాషలోకి విరివిగా అనువదించడం జరిగింది. మరాఠా భాషలో శరణ్ కుమార్ లింబాలే ఆత్మకథ ఎంతో ప్రాచుర్యం పొందింది. తెలుగులో మహాకవి గుఱ్ఱం జాషువా 'నాకథ' తెలుగు ప్రజలను కదిలించింది. ఆయన ఆత్మకథ స్ఫూర్తితో తదనంతర కవులు ఆత్మ కథలుగా రాయడం ప్రారంభించారు.

ఆచార్య దార్ల ఆత్మకథ ధారావాహిక:

యూనివర్సిటీ ఆఫ్ హైదరాబాద్ లో తెలుగు భాషా పాఠ్యాంశంగా పోస్టుగ్రాడ్యుయేషన్ పూర్తి చేసి, అదే విశ్వవిద్యాలయంలో తెలుగు భాషపై పరిశోధన చేశారు. తర్వాత అదే విశ్వవిద్యాలయంలో అసిస్టెంట్ ప్రొఫెసర్ గా చేరారు.అసిస్టెంట్ ప్రొఫెసర్ ఉద్యోగ బాధ్యతలు నిర్వర్తిస్తూ అనేక కవితా సంపుటులు, పరిశోధన వ్యాసాలు, జాతీయ, అంతర్జాతీయ పరిశోధన పత్రాలు సమర్పించారు. ప్రస్తుతం అదే విశ్వవిద్యాలయంలో తెలుగు శాఖ అధిపతిగా విధులు నిర్వర్తిస్తూ నెమలికన్నులు పేరుతో తన ఆత్మకథను మొదలు పెట్టారు. ఈ ఆత్మకథను రాస్తూ ఇరువై ఐదు భాగాలు పూర్తి చేశారు. దీనిని ఒక పుస్తకరూపంలో తీసుకురావాలనే తన శ్రేయోభిలాషులు, మిత్రుల కోరిక మేరకు ఆయన తన ఆత్మకథను 'భూమిపుత్ర' దినపత్రిక సాహిత్య అనుబంధంలో పాఠకుల కోసం ఒక సీరియల్ లా అందించారు.

ఈ ఆత్మకథ కోసం సామాన్యుల నుండి మేధావుల వరకు ప్రతి బుధవారం భూమిపుత్ర దినపత్రిక సాహిత్య అనుబంధం కోసం ఎదురు చూసేవారు. అలా ఎదురు చూసేలా ఆ ఆత్మకథ ఎంతో ఆసక్తిగా కొనసాగింది. ఎప్పుడైనా అనివార్య కారణాలవల్ల ఒక వారం ఆ భాగం రాకపోతే, నా వరకు నాకే కాదు, నాతోపాటు ఎంతో మంది యువ రచయితలు కూడా నిరుత్సాహపడేవారు. అయితే, ఇక్కడ ఒక విషయాన్ని ప్రస్తావించాలి.

ఆచార్య దార్ల వెంకటేశ్వరరావు జీవితం, సాహిత్యం వేరు కాదు. ఆయన జీవితమే సాహిత్యం, సాహిత్యమే జీవితం. ఆయనకు గొప్ప సంఘర్షణతో కూడిన జీవితం ఉంది. కాబట్టే అంత గొప్ప ఆత్మకథ రాయగలిగారు. అంత సంఘర్షణాత్మక జీవితం లేకపోతే, ఇంత గొప్ప ఆత్మకథ రాయలేరు.

ఆత్మకథలో కావ్య ప్రభావం:

మొదటి భాగాన్ని ప్రారంభించేటప్పుడు 'మా ఊరి పేరు అగ్రహారం' అంటూ మొదలుపెట్టారు. మన ఆత్మకథలో రచయిత భారతదేశంలో ఆధిపత్య వర్గాలు, ఆధిపత్యాన్ని చెలాయించే వ్యక్తుల పేర్లు మీదా, కులం, గోత్రాల పేర్లు మీదా గ్రామాలు ఏర్పడ్డాయని సూచిస్తున్నారు. నాకు తెలిసినంతవరకు కూడా ఇలాంటి పేర్లతో అనేక గ్రామాలు ఉన్నాయి. ఉదాహరణకు బ్రాహ్మణ నిడమనూరు, రెడ్డిగారి కొత్తపల్లి ...ఇలా చెప్పుకుంటూ పోతే చాలా గ్రామాలే ఉన్నాయి. అట్లాగే మన రచయిత గారు ఊరు పేరు చెయ్యేరు అగ్రహారం. అందులోనూ మేము ఉండేది బ్రాహ్మణ చెరువుగట్టు. ఒకప్పుడు ఆ ఊర్లో బ్రాహ్మణులు ఎక్కువగా ఉండేవారట. బహుశా బ్రాహ్మణులే ఈ గ్రామాన్ని నిర్మించి ఉండొచ్చు. ఆ సందర్భంలో అక్కడ కొద్దిపాటి కుటుంబాలకు చాకిరీ చేయడానికి వ్యవసాయ, వ్యవసాయేతర పనులు చేయడానికి గాను మిగతా వృత్తి కులాల వారిని కూడా చేరదీయడం వల్లనే మిగతా కులాల వారితో పాటు దార్ల వారి కుటుంబం కూడా ఆ ఊరికి వచ్చి ఉండవచ్చునని మనం ఊహించవచ్చు.

'కోనసీమ కౌగిలిలో మా ఊరు' అంటూ రచయిత మనకు కోనసీమ భౌగోళిక నైసర్గిక స్వరూపాన్ని వివరించేటప్పుడు కావ్యంలో కనిపించే అష్టాదశ వర్ణనల ప్రభావమేమో అనిపిస్తుంది. కోనసీమలో అమలాపురం... ఆ అమలాపురానికి కంఠాభరణంగా తన చుట్టూ పచ్చని అల్లుకున్న గ్రామాలు. ఆ కంఠాభరణంలో చెయ్యేరు అగ్రహారం ఒక గ్రామం. ఇది దక్షిణ భారతదేశంలోనే ఒక అందమైన ప్రాంతం అంటారు ఆచార్య దార్ల. ఎన్ని వివక్షలున్నా జననీ జన్మభూమిశ్చ, స్వర్గాదపీ గరీయసీ... అన్నట్లు తన ఊరు మీద ఉన్న ప్రేమను, తాను పుట్టి పెరిగిన ఊరు మీద ఉన్న అనుబంధాన్ని ఆచార్య దార్ల అత్యంత వాస్తవికంగా, సహజ సుందరంగా వర్ణించారు. నిజానికి, కోనసీమలో అన్నం వండక్కర్లేదు... అది కాయలుగానో, పండ్లుగానో నోట్లోకి అందుతుంది. అది ఇక్కడ రకరకాల ఫలాల రూపంలో పండుతుంది. ఇక్కడి ప్రజల జీవన నేపథ్యం పొయ్యి కాడ పండులాగే ఉంటుంది. అయినా ఈ ఊరు కూడా కులాల సమాహారమే. భారతదేశంలోని ఏ గ్రామాన్ని చూసినా ఉండే కులాల సమాహారంగానే ఈ గ్రామం కూడా ఉంది. బ్రాహ్మణులు, రాజులు, వైశ్యులు, ఒకటో రెండు ముస్లిం కుటుంబాలు...ఊరికి చివరిలో పశ్చిమ దిశగా దళిత కుటుంబాలు

నివశిస్తుంటాయి...ఇలా ఈ గ్రామ నైసర్గిక స్వరూపాన్ని పాఠకులకు కళ్ళకు కట్టినట్లు వర్ణించారు.

వృత్తుల గౌరవం-ఆర్థిక స్థితిగతులు:

ఈ ఆత్మ కథలో అమ్మానాన్నల ప్రేమను వర్ణించడమే కాదు, వాళ్లు తమ పిల్లల పట్ల చూపిన ప్రేమాభిమానాలు, వాళ్ళు తమ పిల్లల భవిష్యత్తు కోసం చేసిన రకరకాల పనులు, వాళ్ళు చేసిన త్యాగాలు ఎన్నింటినో ఈ ఆత్మకథలో వివరించారు రచయిత. ఈ సందర్భంగానే వంశపారంపర్యంగా వచ్చే వృత్తుల స్థానంలో ఇతరేతర వృత్తులు వచ్చి చేరుతున్న వైనాన్ని, సామాజిక పరిణామాన్నీ తన తండ్రి చేసిన అనేక వృత్తుల ద్వారా వివరించారు. దళితులు ఏ పనినైనా చేయగలరని నిరూపించడానికి తన తండ్రి పాత్ర మనకి ఒక రోల్ మోడల్ గా కనిపిస్తుంది. ఆయన బహుముఖ ప్రజ్ఞాశాలి ఒక వ్యవసాయానికే ఆయన పరిమితం కాలేదు. ఆయన ఏ పని అయినా చేయగల బహుముఖ ప్రజ్ఞావంతుడు. కొబ్బరికాయలు దించడమే కాదు. ఇది మాదిగ వారి వృత్తి కాదు కదా అనే అనుమానం కలగవచ్చు. కోస్తా ప్రాంతాలలో కొబ్బరి చెట్లు చాలా విస్తారంగా ఉంటాయి. అలాగే తాటి చెట్లు కూడా ఉంటాయి. అందువల్ల అక్కడ దింపు తీయడానికి, కల్లు తీయడానికి 'ఫలానా కులం' వాళ్ళు మాత్రమే చేయాలనేమీ లేదు. నేడు చెప్పులు తయారీ వ్యాపారాన్ని బడా కార్పొరేట్ సంస్థల వాళ్ళు చేస్తున్నారు. అలాంటప్పుడు దళితులు కల్లు గీసినంత మాత్రాన, అతడు దళితుడు కాకుండా పోతాడా?

వంశపారంపర్య వృత్తులలో మార్పులు వచ్చినప్పుడు వారి ఆర్థిక స్థితిగతుల్లో కూడా మార్పులు వస్తాయని, దార్ల వారి ఆత్మకథలో తన తండ్రి చేసిన అనేక వృత్తుల ద్వారా నిరూపించారు. నిజానికి కొన్ని వృత్తులు ఆర్థికపరంగా లాభదాయకంగా కనిపించవు. చారిత్రకంగా పరిశీలిస్తే అవి వారికి బలవంతంగా అంటగట్టిన వృత్తులు. మరలా అవే వృత్తులు కార్పొరేట్ వ్యవస్థలోకి తీసుకొచ్చేసరికి అత్యధిక లాభాలను తెచ్చిపెట్టే వృత్తులుగా మారుతున్నాయి. అంతేకాదు ఆ వృత్తులు చేసే వారికి ఉద్యోగం పేరుతో గౌరవం కూడా లభిస్తుంది. కాబట్టి వృత్తిలో హీనత్వం లేదు. దాన్ని చూసే మనుషుల్లోనే హీనత్వం ఉంది. వృత్తికి గౌరవమనేది ఆర్థికపరమైన విషయాలతో ముడిపడి ఉంటుంది. భారతీయుల్లో కులాధిపత్యం దళితుడిని ఆర్థికపరమైన శక్తిగా ఎదగనివ్వలేదు. అసలు దళితులు చేసేది వృత్తి అనేదాని కంటే సేవగా భావించారు. సేవ అనే దానిలో తాను చేసిన పనికి ఆ పనిని బలవంతంగా అంటగట్టిన వాళ్ళు 'విలువను' నిర్ణయించలేదు. ఆధిపత్య కులాల వాళ్ళు ఏది ఇస్తే దాన్నే కింది కులాల వాళ్ళు గౌరవంగా భావిస్తూ తీసుకోవాలని ఆదేశించారు. ఇవన్నీ

భారతదేశంలో వృత్తులు, వాటి విలువల నిర్ణయానికి సంబంధించిన అంశాలు. ఇవన్నీ ఈ ఆత్మకథలో రచయిత తన నాన్నగారి పాత్ర ద్వారా చర్చకు పెడుతున్నారు.

అభివృద్ధికి తొలి సూత్రం పొదుపు–అందరితో కలివిడితనం:

పొదుపు అనేది ఏ ఒక్కరి వల్లనో అయ్యే పనికాదు. అది ఇంట్లో అయినా, దేశంలోనైనా. తన తండ్రి రెక్కలు ముక్కలు చేసుకుని సంపాదించడం ఒకటైతే, దాన్ని జాగ్రత్తగా ఖర్చు పెడుతూ, దానిలోనే మరలా కొంత దాచుకోవడం అనేది తన తల్లి పాటించిన పొదుపు సూత్రం. నిజానికి దళితులు ఎంతో కష్టపడతారు. కుటుంబంలో పిల్లా పెద్దా అంతా కష్టపడతారు. కానీ అత్యధిక కుటుంబాల్లో నిత్యం పేదరికం తాండవిస్తుంది. మరి ఈ కుటుంబం కూడా అలాంటిదే.కానీ, తమకున్న ఐదుగురు పిల్లలను చదివించుకోవడంతో పాటు, మంచి ఇల్లు కట్టుకోగలిగారు. భార్యా భర్తలిద్దరూ కూడబలుక్కొని పైసా పైసా దాచుకొనే మార్గాలు కడితేనే బిడ్డల భవిష్యత్తు బాగుంటుందనేదే ఈ కుటుంబం నుండి దళితులు తీసుకోవాల్సిన సందేశం. ఇంట్లో కావలసిన అవసరాలు తీరుస్తూనే, తమపేటలో ముందుగా మట్టిగోడలు, తర్వాత ఇటుకలతో ఇల్లు కట్టున్నామనీ, ఆ పేటలో తొలిసారిగా సైకిల్ కొనడం, కరెంటు (ఎలక్ట్రిసిటీ) పెట్టించుకున్నామని చెప్పారు రచయిత. దీనిలో పొదుపు సూత్రం, కష్టపడే తత్వం, చెడు అలవాట్లు లేకపోవడం, ఊరిలో అందరితో కలివిడిగా ఉండటం వల్లనే ఇవన్నీ సాధ్యమయ్యాయనే సూచన చేస్తున్నారు.

ఆ పేటలో ఇంకా మొదటిసారిగా మోటారు సైకిల్ కొన్నారు. మొదటిసారిగా టెలీఫోన్ వేయించుకున్నారు. అమ్మకు బంగారు కాసుల పేరు, చెవిదిద్దులు, కాళ్ళకు వెండి కడియాలు ఇలా చాలా చేయించారు. తమకి మంచి బట్టలు కొనేవారనీ, తండ్రి సంపాదించిన దాన్ని జాగ్రత్త చేయడంలో తల్లి తెలివి తేటలు తోడవడం వల్లనే సొంతంగా కొంత భూమిని కూడా కొనుక్కోగలిగారు. భార్యాభర్తల ఆలోచనలు కలిస్తేనే ఆ ఇల్లు సుఖ, సంతోషాలతో పాటు, అభివృద్ధి పథంలో పయనిస్తుందని సూచించారు. నిజానికి రిజర్వ్ బ్యాంక్ ఆఫ్ ఇండియా కూడా ఒక్కపైసా తోనే ప్రారంభమవుతందనేదే నా (ఎజ్రాశాస్త్రి) ఫిలాసఫీ కూడా.! దీనికి మా కుటుంబం కూడా ఒక పెద్ద ఉదాహరణే.

దార్ల అబ్బాయిగారు ఎలాంటి చెడు అలవాటులు లేని ఒక గొప్ప మనస్సున్న మంచి మనిషి. అందునా బలమూ, బలహీనతా అంతా ఆయన కుటుంబమే. కనుకనే ఆచార్య దార్ల వెంకటశ్వరరావు ఉత్తమ ప్రతిభ చూపిన విద్యార్థికి తన తండ్రి పేరుతో సెంట్రల్ యూనివర్సిటీ వారే ఒక బంగారు పతకాన్ని బహూకరించే ఏర్పాటు చేశారు.

పేరులోనే పెన్నిధి:

మన తెలుగు సాహిత్యంలో 'పేరులోనే ఉన్నది పెన్నిధి' అనే ఒక నానుడి ఉంది. పేరును బట్టే చాలా వరకు వాళ్ళ జీవితంలో గౌరవ మర్యాదలు కలుగుతుండటాన్ని మనం గమనిస్తుంటాం. తమ పేర్లు, తమ పుట్టిన తేదీలు వంటివన్నీ తమ ఇష్టాయిష్టాలతో సంబంధంలేకుండా చదువుకునేవాళ్ళకైతే ఉపాధ్యాయులు, ఊరిలో వాళ్ళకైతే పెత్తందారులు నిర్ణయించేస్తుంటారని తన పేరు గురించిన నేపథ్యాన్ని ఆచార్య దార్ల వెంకటేశ్వరరావు వివరించారు. ఇంతమంది పెద్దల గురించి మన ఆత్మకథ రచయిత దార్ల వెంకటేశ్వరరావు ఇలా అంటారు ''అందుకే మా పుట్టిన తేదీలు, మా పేర్లు మా ఊహల్లో నుంచి కాదు–మా అభిరుచులనుండి ఏర్పడినవీ కాదు. వాళ్ళకు నచ్చితే మంచిపేరు, వాళ్ళకు నచ్చకపోతే వాళ్ళిష్టమొచ్చిన పేరే మాపేరుగా మారిపోతుంది. ఉదా:– దిబ్బయ్య, పెంటయ్య వంటి పేర్లెన్నో దళితుల్లో కనిపిస్తాయి.అందుకే రచయిత ఇలా అంటారు. 'అదృష్టం కొద్దీ నాకు మంచి పేరే పెట్టారు. మా అమ్మ తాను చెప్పినట్టే రాయాలని పట్టుపట్టి మంచి పేరు రాయించడం వల్లనే అది సాధ్యమైంది' ఇలా తన పేరు పెట్టిన విధానం గురించి తన ఆత్మ కథలో వివరించిన తీరు అద్భుతం. దళితుల పేర్లెలా స్థిరపడుతుంటాయో, ఈ సంఘటన ద్వారా రచయిత వివరించారు. ఇక్కడ మూడు విషయాల్ని రచయిత మన దృష్టికి తీసుకొచ్చారు.

ఒకటి: దళితులకు తమ ఇష్టానుసారం పేర్లు పెట్టుకోవాల్సిన స్వేచ్ఛలేని కాలాన్ని స్ఫురింపజేస్తున్నారు. దీని ద్వారా భారతీయ సమాజంలో దళితుల అస్తిత్వం, నిరక్షరాస్యత, అభద్రతాభావం, స్వేచ్ఛ లేకపోవడం వంటి చారిత్రక పరిస్థితుల్ని వివరించారు.

రెండు: ఒక వేళ మంచి పేర్లు పెట్టుకున్నా, ఆ పేర్లతో పిలవకపోవడం, ఒక వేళ పిలిచినా ఆ పేరుని కూడా పొట్టిగా చేసో, అగౌరవమైన రీతిలోనో, వెటకారంగా పిలవడం వంటి ధోరణులను సూచించారు.

మూడు: దళితుల ఆలోచనా విధానంలో వచ్చిన మార్పు, చైతన్యం ఫలితంగా తమ పేర్లను కూడా గౌరవనీయంగా పెట్టుకోవాలనుకోవడం వంటి పరిణామాల్ని వర్ణించారు. రచయిత అమ్మ తనకు నచ్చిన పేరునే పెట్టాలని పట్టుపట్టడం అనే సన్నివేశం ద్వారా దళితుల్లో వస్తున్న చైతన్యాన్ని స్ఫురింపజేస్తున్నారు.

మన భారతీయ సమాజంలో వ్యక్తులు పేర్లు, ఇంటి పేర్లను బట్టే ఆ వ్యక్తి సామాజిక కోణాన్ని అంచనా వేసే దుర్మార్గమైన విధానాన్ని మనువు తన మనుధర్మ శాస్త్రంలో సూచించాడు. ఆ సామాజిక పరిణామమంతా ఈ పేర్లు పెట్టడం అనే వైనంతో రచయిత తన ఆత్మ కథ ద్వారా మన ముందుంచారు.

అమ్మలోని సృజనాత్మక ప్రతిభ

ఈ ఆత్మకథలో తన తల్లి ప్రేమానురాగాలతో పాటు, ఆమె తెలివి తేటల్నీ రచయిత వివరించారు. దళిత స్త్రీ ఇంట్లోనూ, బయటా తానే పనిచేయాలి. భర్తకు, పిల్లలకు, అత్తామామలకు,ఇతర సభ్యులకు రకరకాలుగా పనులు చేయాల్సి వస్తుంది. దీనితో పాటు బయటకెళ్ళి కూలి పని చేయాలి. మళ్ళీ వచ్చి ఇంట్లో పనులతో పాటు, కుటుంబానికి అంతటికీ తానే వండిపెట్టాలి. తన అమ్మగారు నాట్లేసేటప్పుడు, కోత కోసేటప్పుడు పాటలు పాడే వారిని, ఆ పాటల ఉత్సాహంతో కూలీలకు పొద్దు గూకుతున్న విషయం కూడా మర్చిపోయేదాకా పాడే శక్తివంతురాలుగా వర్ణించారు. దళిత స్త్రీలు పాడగలరు. పాడుతూ పనిచేయగలరు. పాటలు పాడటం తమ జీవితంలో ఒక భాగంగా చూస్తారనే విషయాన్ని తన తల్లి ద్వారా తెలియజేస్తున్నారు రచయిత. తల్లి పాటలు పాడటం మాత్రమే కాదు. పురాణ కథలను కూడా ఆసక్తిగా చెప్పగలిగిన సమర్ధురాలు. అరుంధతి మన ఆడబిడ్డని వేసంగి సెలవుల్లో పురాణ కథలు చెప్పి ఎంతో స్ఫూర్తిని నింపేదనీ, దాని ద్వారా దళిత తల్లులు తమ కథలు ద్వారా మహోన్నతమైన విషయాలను చిన్న చిన్న కథలు రూపంలో చెప్పగల సమర్థులని సూచించారు.

చిన్ననాటి నుండే ఆత్మాభిమానం:

రచయిత తనకు బాల్యంలో జరిగిన ఒక అవమానం గురించి చెబుతూ చిన్ననాటి నుండి ప్రతి దాన్ని దళితులు జాగ్రత్తగా పరిశీలిస్తారని, తనని నువ్వు అక్కడి నుండి వెనక్కి వెళ్ళు అనే మాట ఎంతగా బాధపెట్టిందో వివరించిన తీరు ఎంతో హృద్యంగా ఉంది.

" *నీవక్కడ నుండి వెనక్కి వెళ్ళు "ఆ మాట లేత గుండెల్నెవరో చీల్చినట్లనిపించింది. క్లాసులో సరిగ్గా చదవని వాళ్ళు ముందుకొచ్చారు. నన్ను చూసి వాళ్ళు నవ్వుతూ, నన్ను వెనక నిలబడమన్నారు. మనసంతా శత్రువులెవరో పండిన పంటను కాల్చేస్తున్నంత బాధగా, లేత అరిటాకు మీద వేడి వేడి భోజనం పెట్టి తినడానికి కూర్చున్నప్పుడు అక్కడినుండి లేపేసినట్లనిపించింది. ఆ మొవ్వు అరిటాకునెవరో మంటల్లో తగలబెట్టినట్లో, ఆ లేత ఆకు లాంటి గుండెనెవరో చీల్చేస్తున్నట్లనిపించింది.నా ప్రమేయం లేకుండానే నా కాళ్ళూ, చేతులూ, వాళ్ళిచ్చే నినాదాలకు యాంత్రికంగా పనిచేశాయి. కన్నీళ్ళు మాత్రం మనసులోనే గడ్డకట్టుకొని, బరువు బరువుగా ఆ కార్యక్రమమంతా మోసినట్లు అనిపించింది."* దీన్ని చదువుతుంటే మహాకవి గుర్రం జాషువా గారి జీవితానుభవంలో...

> **"నా కవితా వధూటి వదనంబు నెగాదిగ జూచి రూప రే**
> **ఖా కమనీయ వైఖరుల గాంచి భళీ భళి యన్నవాడె నీ**
> **దే కులమన్న ప్రశ్న వెలయించి చివుక్కున లేచిపోవుచో,**
> **బాకున గ్రుమ్మినట్లగును – పార్థివ చంద్ర! వచింప సిగ్గగున్!"**

అని చెప్పిన పద్యం గుర్తుకు రాకమానదు. రచయిత తన బాల్యం నాటి సంగతులను, ఆనాడు జరిగిన అవమానాన్ని, దుఃఖాన్ని తన ఆత్మ కథలో వర్ణించిన తీరు అభినందనీయం. తన బాల్యాన్ని మొవ్వ అరిటాకుతో పోల్చి వివరించిన వర్ణన అద్భుతంగా ఉంది.

పాలేరు నాటకం ప్రభావం:

ఆచార్య దార్ల వెంకటేశ్వరరావుగారు తన ఆత్మకథ ద్వారా చాలా చోట్ల కంటతడి పెట్టించారనడం కంటే కూడా పాఠకులకు దుఃఖం ఆగకుండా గుండె లోతుల్లో నుండి తన్నుకొచ్చేలా ఆత్మకథను రాసారనడం సమంజసమేమో. దళితులకు ఎందరికో స్ఫూర్తిదాత, మహాకవి అయిన బోయ భీమన్న గారి రచనను సందర్భానుసారంగా ప్రస్తావిస్తూ తన ఆత్మ కథను వివరించిన తీరు సమయస్ఫూర్తితో భాసించింది. భీమన్న గారి పాలేరు నాటకం అప్పట్లో ఒక స్ఫూర్తి ఇచ్చినటువంటి నాటకం. ఆ నాటకం చూసిన ఎంతోమంది దళితులు తమ బిడ్డల్ని ఐఏఎస్, ఐపీఎస్ వరకు కూడా చదివించగలిగారు. ఇక, మనం ఈ ఆత్మ కథలోకి వెళితే రచయిత ఆచార్య దార్ల పాలేరుతనం గురించి ఎంతో వివరంగా, అనుభవపూర్వకంగా వివరించారు. ఈ ముందుమాట రాసే రచయితగా నేను రైతు దగ్గర పాలేరుతనం చేసిన అనుభవం గుర్తుకొచ్చేలా చేస్తుంది. నాకు నా పాలేరుతనపు రోజులను గుర్తు చేశారు ఈ రచయిత.

అమ్మ పొదుపు సూత్రానికి నా వందనం:

ఆత్మకథలో ఇంకా కొంచెం ముందుకు వెళితే పండగలకే కొత్తబట్టలు. మిగతా రోజుల్లో సంతలో అప్పుడప్పుడు వాళ్ళ నాన్నగారు సెకండ్ హ్యాండ్ బట్టలు తెచ్చేవాడు. తాను, తన అన్నయ్యలు వాటిని తొడుక్కొని "మేము పెద్దవాళ్ళమయ్యాం" అంటూ గంతులు వేయడం ఓ చక్కని దృశ్య సందేశం. ఒక నిష్కల్మషమైన వాస్తవ చిత్రీకరణ. నిజానికి వాళ్లు వయసు రీత్యా పెద్దవాళ్ళు అవ్వలేదు. అవి పెద్దవాళ్ళు వేసుకొనే బట్టలు. అలాంటి లూజు బట్టలు తెచ్చినప్పుడు కూడా వాళ్ళు ఎంతో సంతోషపడిన సందర్భాలు.అవి పాతవే కావచ్చు .వాళ్ళకవి కొత్త బట్టలు. చిరిగిపోయిన వాటినో, అసలు బట్టలే లేకుండానో ఉండే కంటే నిజాయితీగా తమకున్నంతలోనే పాత బట్టల్ని తెచ్చేవాడు అని తన నాన్నగారి ఆలోచనను మనకి ఒకదృశ్యంలా కళ్ళముందుంచారు రచయిత.ఈ సందర్భంగా ఒకటి గుర్తించాలి.అదే నిజాయితీ. తాను వచ్చిన సమాజాన్ని, ఆ పరిస్థితుల్ని మర్చిపోకపోవడం. నిజాలు నిర్భయంగా సమాజానికి చాటడం రచయిత నిజాయితీకి నిదర్శనం అనవచ్చు.

నా బాల్యంలోనూ మా అమ్మ మూడున్నర రూపాయలు ఇచ్చి సంతలో సెకండ్ హ్యాండ్ బట్టలు తెచ్చుకోమన్నది. అవి నాకు పొడవు అవడం. ఇది ఓ ఏభైయేళ్ళక్రితం జరిగిన

సంఘటన.దీన్నిగుర్తుకు తెచ్చి నన్ను కంటతడి పెట్టించారు రచయిత. ఏ కథలోనైనా , ఏ నవల లోనైనా, ఎవరి జీవితాల్లో అయినా సరే దళితుల జీవితాలు ఎంతో దగ్గర, దగ్గరగా భావసారూప్యతను కలిగి ఉంటాయనడానికి ఆచార్య దార్ల వెంకటేశ్వరరావు గారి ఆత్మకథ నిదర్శనంగా నిలుస్తుంది.

పాలేరు తనం:

పాలేరుతనానికి వెళ్ళిన వాళ్ళ మీద ఎన్నో భయంకరమైన ఆరోపణల్ని చేయడాన్ని ఎన్ని చూడలేదు. పాలేరుతనం అనగానే పద్మశ్రీ బోయ భీమన్న గారి పాలేరు నాటకం గుర్తుకొస్తుంది. ఆ తర్వాత కంచికచర్ల కోటేశు గుర్తుకొస్తాడు. రగులుతున్న ఒక అగ్నిజ్వాల గుర్తుకొస్తుంది. ఒక ఆధిపత్య కులాహంకారం గుర్తుకొస్తుంది. ఓం కలేకూరి ప్రసాద్ గుర్తుకొస్తాడు. వాటన్నింటి జ్ఞాపకాల దొంతర్లను మన ముందు ఉంచారు ఆచార్య దార్ల వెంకటేశ్వరావు. స్వీయానుభవమైన పాలేరుతనం గురించీ, పాలేర్లకు పెట్టే అన్నం గురించీ, పాలేర్లకు ప్రశ్నిస్తే ఏం జరుగుతుందో, ఏమేమి నిందలు వేస్తారో ఆ సంగతులనూ, ఆ సంఘటనలనూ, ఆ దృశ్యాలనూ కళ్ళ ముందుంచేలా తన ఆత్మ కథలో చక్కగా వివరించిన తీరు అద్భుతం. రచయిత తండ్రి దార్ల అబ్బాయిగారు ఆ ఊరిలోని రాజులకు, కాపులకు, గ్రామంలోని ప్రతి ఒక్కరికీ తలలో నాలుకలా ఉండేవారనీ, దాని వల్లనే తన కుమారుడికి జరిగిన అవమానానికి తగిన బుద్ధి చెప్పించారనేది తన రచనా శిల్పంతో పాఠకుణ్ణి ఊహించుకునేలా చేయగలిగారు. ఆ రోజు నుండి ఆ ఊరిలో పాలేరు తనానికి **భరత** వాక్యం పలకడం వల్ల కూడా చరిత్రలో అది ఒక గొప్ప సంఘటన అయింది.

ఆత్మకథ రాస్తున్న రచయిత దార్ల వెంకటేశ్వరరావు జీవితానుభవాలు చదువుతుంటే చిన్ననాటి నుండి వాళ్ళ అమ్మగార్కి సహాయం చేయడంతో పాటు, ఇంటి పని, వంట పనిలో సహాయం చేస్తున్న సన్నివేశాలన్నీ మహాకవి గుర్రం జాషువా గుర్తొచ్చేలా చేస్తారు. తాను అమ్మ కూచినని, అమ్మ కొంగు పట్టుకు తిరిగే వాడిననీ తన ఆత్మ కథలో జాషువా గారు చెప్పుకున్న సంఘటనలన్ని మనకు గుర్తుకొస్తుంటాయి.

నిజమే..బాల్యం ఓ చలమ లాంటిదే!
బాల్యం ఓ సముద్రం లాంటిదే!
బాల్యం ఓ ఆకాశం లాంటిదే!

ఇలా బాల్యాన్ని ఎన్ని విధాలుగానైనా పోల్చవచ్చునంటారు రచయిత. కుటుంబంలో అమ్మా, నాన్న తర్వాత మన కంటే పెద్దవాళ్ళు అన్నయ్యలు ఉంటారు. వాళ్ళది అజమాయిషీ అనొచ్చు లేదా పెత్తనం (క్రమశిక్షణ) నేర్పడం అని కూడా అనొచ్చు. తినేటప్పుడు, తాగేటప్పుడు ఎలా తినాలో, ఎలా త్రాగాలో అన్నయ్యలు మందలిస్తూ నేర్పించే తీరు అప్పటికప్పుడు మనసు చివుక్కుమనిపించినా, తర్వాత జీవితానికి అది గొప్ప

మార్గదర్శన అవుతుందనడంలో సందేహం లేదు. అటువంటి సంఘటనలను భద్రపరచి భవిష్యత్ తరాలకు ఎంతో చక్కగా వివరించారు రచయిత.

తల్లిదండ్రులు చిన్నప్పుడు పిల్లలకు చేసే ప్రతి పనిలోనూ ఏదో ఒక పరమార్థం ఉంటుంది. తన తండ్రే క్షవరం చేసేవాడని చెప్పారు రచయిత. అలా తండ్రి తనకు క్షవరం చేయడంలో గల ఆంతర్యాన్ని తర్వాత వివరంగానే చెప్పారు రచయిత. ఒకటి మిగతా వాళ్లలాగే తనకు, తన కొడుకులకి ఆ గ్రామంలో ఉన్న మంగలి తలకు క్షవరం చేయరు. దళితులకు క్షవరం చేయని విషయాన్ని వివరిస్తూనే, దానివలన ఒక అనివార్య పరిస్థితిలో తన తండ్రి తన పిల్లలకు క్షవరం చేసుకోవడం వల్ల ఎప్పటికప్పుడు తలను శుభ్రంగా చేయగలుగుతారు. డిప్ప కటింగ్ వేయడంవల్ల పిల్లవాడి మెడ బలంగా తయారవుతుంది.పిల్లలకేమో అప్పటికున్న ట్రెండింగ్ కి అనుగుణంగా వేయించుకోవాలని ఉంటుంది. ప్రతి ఒక్కరికీ బాల్యం గుర్తుకొచ్చేలా రాస్తూనే, దళితులను నాయీ బ్రాహ్మణులని పిలిచే మంగలి కూడా అంటరానివాడిగానే చూసే సామాజిక వాస్తవికతను వివరించారు. రజకులు కూడా అంతే. దళితుల బట్టలు మాత్రం ఉతకరు. తమకి తలకు క్షవరం చేయాలనున్నాచేయలేని నిస్సహాయతను, తమ బట్టలు కూడా ఉతకాలని ఉన్నా , ఉతికితే ఆ కుటుంబాన్ని వెలేసే పరిస్థితులను వివరించడం ద్వారా భారతీయ గ్రామీణ సమాజ అంతరువులను విశదీకరించారు. ఇటువంటి విషయాలే ఈ ఆత్మకథను సాధారణీకరించేలా చేస్తాయి. కేవలం దార్ల వెంకటేశ్వరరావుగారి జీవితాన్ని మాత్రమే చదువుతున్నట్లు అనిపించకుండా, దళితుల జీవితాలను చదువుతున్న అనుభూతిని కలిగిస్తాయి.

బాల్యం నుండే వివిధ సమస్యలకు స్పందించడం ఈ ఆత్మకథా రచయిత సహజ లక్షణం. రోడ్లు బాగు చేయమని, కరెంటు సమస్యలు , తపాలా సమస్యలు, పెన్షన్ సమస్యల వంటివి రాయడమే కాకుండా, ఎప్పటికప్పుడు సమాజాన్ని అవగాహన చేసుకోవడానికి పత్రికలు చదవడం, ఆ పత్రికలు చదవడం కోసం ఆయన పడిన పాట్లు మనల్ని కన్నీళ్లు పెట్టిస్తాయి. చిన్నప్పుడు ప్రతిరోజు పత్రికలు చదవడానికి రైస్ మిల్లులో ధాన్యపు మూటలు మోసి, మిల్లు యజమానిని మెప్పించి ఆ పత్రికను చదువుతుంటే పాఠకులకు గుండె బరువెక్కుతుంది.

ఈ రచయిత తన అన్ని సబ్జెక్టుల్లో ఉత్తీర్ణుడైనప్పటికీ, లెక్కలు సబ్జెక్టులో మాత్రం రెండు మార్కుల తక్కువతో పదో తరగతిలో తప్పానని చెప్పుకోవడం ఈ ఆత్మకథలోని నిజాయితీకి నిదర్శనం. ఈ ఆత్మకథను అక్కడితోనే ఆపేశారు.కానీ నిజమైన సంఘర్షణ అక్కడితోటే ప్రారంభమైంది.

రచయిత బాల్యం నాటి దళిత జీవితాన్ని ఈ ఆత్మ కథలో పూసగుచ్చినట్లు వివరించారు. ఈ కష్టాలు, ఈ అవమానాలు దళితులకు అత్యంత సహజంగా అనిపిస్తాయి.

ఒకవైపు దళితుడిగా, దళితుల్లో ఒక ఉపకులం వాళ్ళు పొందే అవమానాల్ని ఒక మాదిగ కవిగా, విమర్శకుడిగా, పరిశోధకుడిగా తన అస్తిత్వాన్ని నిలుపుకుంటూనే క్రమశిక్షణతో ఉన్నత విద్యను అభ్యసించి, ప్రతిష్టాత్మకమైన హైదరాబాద్ సెంట్రల్ యూనివర్సిటీలో తెలుగు శాఖాధిపతిగా విధులు నిర్వహిస్తున్నారు.

తీవ్రమైన విషయాలను చెప్పేటప్పుడు ఆ సంఘర్షణను మామూలు మాటల్లో కాకుండా కవితాత్మక వాక్యాలలో అందించడం ఈ ఆత్మకథలో కనిపించే ఒక ప్రత్యేకత. ఆత్మకథలు కేవలం ఒక వ్యక్తి, ఒక కుటుంబం, ఒక ప్రాంతం, ఒక గ్రామం కథలా అనిపించినా, నిజానికి ఒక సమాజంలో ఒక కాలానికి సంబంధించిన సంఘర్షణలను వివరిస్తుంది. ఒక వ్యక్తి అత్యున్నత స్థితికి చేరుకున్నా, ఒక వ్యక్తి అథః పాతాళానికి పడిపోయినా ఆ సంఘర్షణలన్నింటినీ నిజమైన ఆత్మకథ ఆవిష్కరిస్తుంది. ఆత్మకథలలో వాస్తవాలుంటాయి,సంచలనాలు ఉండవు. ఆత్మకథలో ఆ సంభాషణల భావుకత ఉంటుంది, కల్పితం ఉండదు. 'నెమలి కన్నులు' పేరుతో రాసిన ఈ ఆత్మ కథ మొదటి భాగంలో ఆచార్య దార్ల వెంకటేశ్వరరావు భారతీయ సామాజిక వాస్తవికతను మనకళ్ళ ముందుంచారు. దళితులంటే కొన్ని వృత్తులకు మాత్రమే పరిమితమనే ఒక పరిమితమైన భావాన్ని పటాపంచలు చేశారు. ఇది దళితులలో గల ఉప కులాల వారు
ఆ యా ప్రాంతాలను బట్టి తమ తమ వృత్తులను చేస్తుంటారని సోదాహరణంగా వివరించిన ఆత్మకథ. కోనసీమలోని సౌందర్యం మాత్రమే కాదు, ఆ సౌందర్యం వెనుక దాగిన అవమానపు పొరలు, ఆత్మగౌరవం కోసం పాటు పడిన వాళ్ళ కథలు ఈ ఆత్మకథలో మనకు కనిపిస్తాయి. భవిష్యత్ తరాలకు నిజాయితీ కలిగిన ఒక ఆత్మకథను అందించిన ఆచార్య దార్ల వెంకటేశ్వరరావు గార్కి నా హృదయపూర్వక అభినందనలు!

– దుగ్గినపల్లి ఎజ్రాశాస్త్రి, ప్రముఖ కవి, రచయిత,
జూనియర్ టెక్నికల్ ఆఫీసర్, వాటర్ రిసోర్సెస్ విభాగం,
ఒంగోలు – 523001.
ఫోన్: 8096225974

స్వచ్ఛమైన అమాయకత్వం... ఆత్మగౌరవం రెండు చక్రాలై నడిచిన ఆత్మకథ!

ఆత్మకథలను రాయడం సమాజంలోని కొంత మందికి మాత్రమే పరిమితమనే భావనను పూర్వపక్షం చేస్తూ, ఆత్మగౌరవ కేతనం ఎగురవేయడానికి ఆచార్య దార్ల వెంకటేశ్వరరావు తన విజయ శిఖరాలను చేరడానికి సాగించిన ప్రయాణాన్ని అక్షరబద్ధం చేయడానికి పూనుకోవడమంటేనే ఓ సాహసంగా భావించాలి. అలాంటి సాహసోపేతమైన బృహత్ కార్యాన్ని చేయబూని, ఆ ఆత్మకథను వారానికో భాగంగా మన 'భూమిపుత్ర' దినపత్రిక బుధవారం సాహిత్యం పేజీని సుసంపన్నం చేసినందుకు వారికి ధన్యవాదములు.

దాదాపు ఇరువయి అయిదు వారాలుగా మన 'భూమిపుత్ర' దినపత్రికలో క్రమం తప్పకుండా ఆచార్య దార్ల వెంకటేశ్వరరావు గారి ఆత్మకథ ప్రచురించిన సంగతి పాఠక లోకానికి అందరికీ తెలిసిందే. ఆ ఆత్మకథను పుస్తకంగా తీసుకొస్తున్నాననీ, దానికి ముందుమాట రాయాలని ఆచార్య దార్లవారు నన్నడిగినపుడు కాస్త తటపటాయించాను. దీర్ఘంగా ఆలోచించిన తరువాత ఆచార్యుల వారి ఆత్మకథకు ఒక పత్రికా సంపాదకుడిగా, అనంతపురం జిల్లా రచయితల సంఘం అధ్యక్షుడిగా నా ముందుమాట ఉండటం నాకెంతో గర్వకారణమని భావించి నాలుగు మాటలు రాయడానికి చిన్న ప్రయత్నం చేశాను.

గుండెల నిండా అవమానపు ముల్లులెన్ని గుచ్చుకుంటున్నా, ఆ ముళ్ళనే పూలదారులుగా మార్చుకుని గమ్యాన్ని చేరుకున్న యోధుడిగా ఈ ఆత్మకథ ప్రస్తావనతోనే మనకు అర్థమయిపోతుంది. బాల్యదశలోనే వివక్షపు కోరలలో బందీ అయినా బాబాసాహెబ్ ఇచ్చిన భరోసాతో తన మనోఫలకంపై స్పష్టమైన లక్ష్యాన్ని నిర్దేశించుకుని ఎలా పయనం సాగించారో తేటతెల్లమవుతుంది. నాటిరోజులలో చదువుకునే పరిస్థితి పక్కన పెడితే, పూటకింత తిండి దొరకడమే గగనమనీ, ఆ తిండి కోసమే అహోరాత్రులు శ్రమించాల్సి వచ్చేదని చెప్పడం చూస్తే గడచిన రోజులు ఎంతటి దీనావస్థలో ఉండేవో అర్థమవుతుంది.

దళితులను చూసి దెయ్యాలే భయపడేవని చెప్పిన ఘటనలో ప్రాణమున్న మనుషులు అంటరానితనంతో కొట్టుమిట్టాడుతుంటే, ప్రాణంలేని ఆత్మలు దెయ్యాలైన తరువాత దళితుల ధైర్యసాహసాలు చూసి జడుసుకునేవని చెప్పిన తీరు నాటి వాస్తవ స్థితికి అద్దం పడుతోంది.

తానొచ్చిన తోవ మరువకుండా తన గ్రామంపై మమకారాన్ని ప్రకటిస్తూనే తను సాధించిన విజయాల పట్ల సంతోషాన్ని వెలిబుచ్చుతూనే తన చెరువు గట్టును అంబేద్కర్

ఆశయాలు ప్రతిఫలించిన పూదోటగా పరిగణించడం రచయితలోని స్వచ్ఛమైన, కల్మషం లేని మనసు కనిపిస్తోంది.

తాము సాగు చేసుకుంటున్న భూములు వదిలి వెళ్ళవలసి వచ్చిన తరుణంలో వారు పడిన ఆవేదనను చూస్తే పాఠకులకు కళ్ళు చెమర్చక మానవు. దళితుల కుటుంబాలలో ఇంటిపెద్ద ఎంతో ఆత్మాభిమానంతో కుటుంబాన్ని పోషించడానికి ఎన్ని అగచాట్లు పడ్డా నైతిక వర్తనను ఏనాడూ విడువరని రచయిత నాన్నగారి జీవనయానాన్ని చూసినపుడు తెలుస్తుంది.

ఆ కుటుంబంలోని ఆప్యాయతలు, అనురాగాలు చూసినపుడు ఎంతటి పేద పరిస్థితులలో ఉన్నా లేనివాటి కోసం అర్రులు చాచకుండా ఉన్న దానితోనే తృప్తి చెందే లక్షణాలను తల్లిదండ్రుల తమ పిల్లలకు అలవాటు పడేలా చేయడం చూసినపుడు ఆహ్లాదాన్ని కలిగిస్తుంది.

ఆరుగాలం కష్టపడి అలసి సొలసి ఆ క్షణాన నోట్లో పెట్టుకునే ముద్ద ఎంతటి రుచి కలిగిస్తుందో చెప్పడం చూస్తే రచయితకు శ్రమజీవుల పట్ల గల గౌరవాన్ని తెలుపుతుంది. జీవికకే కనాకష్టమవుతున్న సందర్భంలో పిల్లల పుట్టినరోజులను, ఆ తేదీలను రికార్డు చేయడం కష్టజీవులకు ప్రయాసతో కూడుకున్న వ్యవహారం. అలాంటపుడు పాఠశాల ఉపాధ్యాయులు రాసిన పేర్లే, వేసిన తేదీలే దళితులకు తమ పుట్టిన రోజులుగా కావడం గమనిస్తే ఉపాధ్యాయుల నిర్ణయాలు జీవితాలను ఎంతగా ప్రభావితం చేస్తాయో అర్థమవుతుంది.

పొలం పనులు చేస్తూ జనాలు పాడుకునే జానపదాలకు ఎంతటి శక్తి ఉందో, ఆ జనపదాలు ఎలా ఊరటనిస్తాయో, ప్రకృతితో ఎలా మమేకమవుతారో ఆయా సంఘటనలన్నింటినీ కళ్ళకు కట్టినట్లు వర్ణించిన తీరులో అత్యద్భుతమైన శైలి కనపడుతోంది. నైతికతకు నిలువెత్తు రూపమూ, ఆత్మగౌరవానికి ప్రతీకా అయినటువంటి అరుంధతి మాత వ్యక్తిత్వాన్ని విపులంగా ఈ ఆత్మకథ ద్వారా మనం తెలుసుకునే అవకాశం ఉంది.

అభ్యుదయమెంత మాట్లాడినా, కొంతమంది సమాజం కోసం పైపై ముసుగులెన్ని వేసుకున్నా, తరాలు మారినా, రచయిత తాలూకు బాల్యంలో అంటరానితనం ఎన్ని మానని గాయాలను చేసిందో ,ఆ పసి మనసు ఎంతగా విలవిలలాడిందో చూసినపుడు రాకెట్లతో ఇతర గ్రహాలకు ప్రయాణించినా మనిషి మనసుతో, మానవత్వంతో ఆలోచించలేక పోతున్నాడని బాధ కలుగుతుంది.

తనపట్ల అమానవీయంగా ప్రవర్తించి బాధ పెట్టినా తాను పరిణతిని ప్రదర్శించి గ్రామంలో అలజడులు చెలరేగకుండా చేయడంలో తన గొప్ప వ్యక్తిత్వం కనపడుతుంది. పాఠశాలలో తమ పిల్లవాణ్ణి ఇబ్బందిపెట్టినా సంయమనంతో హుందాగా వ్యవహరించిన

రచయిత తండ్రి వ్యవహార శైలిని పరిశీలించినపుడు సంపదలో పేదవారైనప్పటికీ గుణంలో ఏమాత్రం తక్కువ కాదని ఎదిరించి నిలబడిన ధోరణి రచయిత యొక్క తండ్రి ధీరోదాత్తతను వెల్లడిస్తుంది.

ఈ తొలిభాగంలో తన బాల్య స్మృతులను నెమరేసుకుంటూ రచయిత ఒక్కో సంఘటన వివరిస్తున్నప్పుడల్లా మనం కూడా మన బాల్యపు జ్ఞాపకాల దొంతరలలో తచ్చాడకుండా ఉండలేం. ఆ వయసులో చిన్నిచిన్న వాటికే ఆనందపడుతూ, పొంగిపోతూ హాయిగా గడిపే బాల్యంలోని కల్మష రహిత మనసు మనందరికీ గిలిగింతలు పెడుతుంది. తన చెల్లెలు విషయంలో అన్నగా స్పందించిన తీరు, పరిణతి, అంతలోనే ప్రతీకారం తీర్చుకోవాలనే ఆవేశం, రచయిత ఎక్కడా ఏ విషయాన్నీ దాచిపెట్టడానికి ప్రయత్నించక పోవడం చూసినపుడు రచయిత నిజాయతీ మనకు స్ఫూర్తి కలిగిస్తుంది.

సమాజంలోని వివిధ వర్గాలవారి నుంచి ప్రేరణ పొందిన రచయిత వారి పట్ల కృతజ్ఞతలు చెప్పడానికి ఏ మాత్రం వెనుకాడలేదు. తనను ఇబ్బంది పెట్టాలని, ఎదగకుండా చేయాలని కొంతమంది కుట్రలు పన్నినపుడు తాను రాసుకున్న మాటలు ఎంతటి ధైర్యాన్నిస్తాయో!!

"నన్ను నీటిలోకి తోసేశామనుకున్నారు
నాకు ముత్యాలు దొరుకుతాయని
వాళ్ళకు తెలియదు,
నన్ను పాతాళంలోకి తొక్కేద్దామనుకున్నారు
నేనొక మహావృక్షాన్నై మొలుచుకొస్తానని
వాళ్ళకు తెలియదు
నన్ను ఆకాశంలోకి విసిరేద్దామనుకున్నారు
ఆ శూన్యం నుండే నేనందరి దాహాన్ని తీర్చే
ఓ నీటిచుక్కనై కురుస్తానని వాళ్ళకు తెలియదు"

ఈ వాక్యాలు నిండైన ఆత్మ విశ్వాసం, లక్ష్య సాధనకై తనకున్న పట్టుదల, అచంచలమైన కృషినీ, విశ్వాసాన్నీ తెలియచేస్తాయి. ఒక మహామనిషి రూపుదిద్దుకోవడానికి, గొప్ప గొప్ప సంఘటనలు జరగడానికి ప్రకృతి ఎలా ఎంతగా సహకరిస్తుందో రచయిత జీవితమే చక్కని తార్కాణం. పచ్చదనంతో నిత్యం కళకళలాడే కోనసీమలో కూడా దళితుల పట్ల ఎంతటి చిన్న చూపు చూస్తారో రచయిత చక్కగా వివరించారు.

రేడియోలో నాటకాలు, ధారావాహికలు, పాటలు వింటున్న సందర్భాలలో అంతపెద్ద మనుషులు ఇందులో ఎలా పడతారన్న సందేహం వెలిబుచ్చడం చూస్తుంటే రచయిత బాల్యం ఎంతటి అమాయకత్వంతో నిండి ఉందో తెలుస్తుంది. ఆనాటి సమాజం, అప్పుడు అందుబాటులో ఉండే ప్రసార, ప్రచార సాధనాలు, బాల్యంలోని స్వచ్ఛమైన అమాయకత్వం... అన్నీ ఎంతో సహజంగా వర్ణించారు.

అదే రచయిత అంబేద్కర్ ను ఆవాహన చేసుకున్న సందర్భంలో ఆయన చెప్పుకున్న మాటలు అక్షరాలపై తనకున్న వ్యామోహాన్ని వెల్లడిస్తాయి. ప్రకృతిలోని ప్రతీభాగం మనిషిలోని మానవతను తట్టి లేపుతుంది. ప్రేమను, ఆప్యాయతలను పంచుతుంది. ఎంతటి కర్కశ హృదయం కలవాడైనా ప్రకృతిలోని రమణీయతను చూసి పరవశించక మానడు. అలాంటి సందర్భాలలో సున్నిత మనస్కులు మరింత పారవశ్యంలో మనసు లోతుల్లోంచి ఆ అందాలను ఆస్వాదిస్తారు. రచయిత కూడా ప్రకృతికి ప్రణమిల్లుతూ ఆనందంలో తేలియాడుతూ ఆ భావనలన్నింటినీ మనకు అందచేస్తాడు.

"కుప్పల్లా కష్టాలు
దానిని కప్పేసిన ఆనందం
సీతాకోక చిలుకలా ఎగిరొస్తూ
రంగురంగుల బాల్యాన్ని కళ్ళముందుంచుతుంది
దట్టమైన చీకటి కమ్మేసినా
జీవితమంతా అజ్ఞానం మంచులా కమ్మేసినా
జ్ఞానమనే సూర్యుడి ముందు నిలబడటం అనుకున్నంత సులువేమీ కాదు"

మన చుట్టూ ఉన్న గాలీ, నీరూ, నిప్పూ, చెట్టూ, పుట్టను దేవుడిగా ఆరాధించే సమాజం కుల వివక్షతో ఆధిపత్యపు రక్కసి కోరలు విప్పుకుని నిమ్న కులాలను వేధించినపుడు, ఆ అవమానాలు తట్టుకోలేక ప్రత్యామ్నాయం చూసుకున్నపుడు ద్వేషంతో రగిలిపోయే వర్గాల గురించి సుతిమెత్తగా చురకలంటించి తన అభిప్రాయాన్ని వ్యక్తపరచిన విధానం రచయిత మేధోసంపత్తికి నిదర్శనంగా భావించవచ్చు.

రచయిత కుటుంబం ఎంతటి జీవ కారుణ్యం కలిగి ఉందో తాము ఒక పూట పస్తులుండయినా తమతో ఉండే మూగజీవులకు ఇంత తిండి పెట్టడమనేది భూతదయను సూచిస్తుంది. కూలీ కష్టాలు, పదవ తరగతి తప్పి దినపత్రిక చదవడానికి మూటలు మోయవలసి వచ్చినపుడు ఆ పనిని సంతోషంగా స్వీకరించడం చూసినపుడు శ్రమను ఎంత ఆనందంగా ఆస్వాదిస్తారో అర్థమవుతుంది. తల్లిదండ్రుల ప్రభావం పిల్లలపై ఎంతబలంగా ఉంటుందో ఆచార్య దార్ల వారి జీవితాన్ని చూసినపుడు ఇట్టే అర్థమవుతుంది.

ఈ ఆత్మకథ మొదటి భాగం పూర్తయ్యే సరికి బాల్యం, బాల్యంలో జరిగిన అనేక సంఘటనల సమాహారం ద్వారా... రచయిత గొప్ప మనసును, భూతదయ, అక్షరాల పట్ల తనకున్న వ్యామోహాన్ని, పెద్దల పట్ల గౌరవాన్ని, శ్రమ జీవుల పట్ల సౌహార్ద్రతను, సౌభ్రాతృత్వాన్ని, ప్రకృతిపై ప్రేమను, పరిపూర్ణమైన మనిషిగా తయారవ్వడానికి దారితీసిన పరిస్థితులు ఈ భాగం ద్వారా తెలుసుకోవడం నాకూ, భూమిపుత్ర పాఠకులకూ, ఎంతో మంది ఆచార్యులకూ, సాహితీ ప్రియులకూ మహదానందాన్ని కలిగించింది. ఆ అదృష్టాన్ని, ఆ అవకాశాన్ని కలిగించినందుకు మరొక్కమారు వారికి ధన్యవాదములు.

మీ

సాకే శ్రీహరి మూర్తి.,

సంపాదకులు, *భూమిపుత్ర* దినపత్రిక

అధ్యక్షులు, అనంతపురం జిల్లా రచయితల సంఘం

ఆచార్య దార్ల వెంకటేశ్వరరావు – కోనసీమ జీవిత సభా ప్రేక్షకుడు

ఆచార్య దార్ల వెంకటేశ్వరరావు తన ఆత్మకథ తన కోసం రాసుకోలేదు–మరి?

1.వాళ్ళ అమ్మ కోసం

2.వాళ్ళ నాన్న కోసం ...వాళ్ళ ఊరి కోసం

3.తన బాల్యాన్ని అక్షరాలా తానే బొమ్మ కట్టుకోవడం కోసం

4.తన దుఃఖాన్ని దాచుకొని చెప్పడం కోసం

5.తన కులం – వర్గం అభివృద్ధి తన బ్రతుకులాగే ఇష్టపడి తెగబడి పూనికతో ముందుకు పోవాలనీ అనుకోవడం కోసం

6.అందమైన తెలుగు భాషలో తన కవితాత్మను రంగరించి సహృదయ పాఠకులకు పేజీల కప్పులలో టీగా – కాఫీగా – పాయసంగా – పండ్లరసంగా: తాపీగా తానే తెలుగు తీపిని serve చేయడం కోసం.

పై ఆరు అంశాల క్రమం నేటి కళాశాల తరగతుల / పాఠశాల ఉన్నత తరగతుల విద్యార్థులకు తప్పనిసరి చదువదగిన అంశాలే.

దార్ల ఈ ఆత్మకథను An autobiography of a Telugu Professor అని ఇంగ్లీషులోకి సమర్థులతో అనువాదం చేయిస్తే ; ఆ తర్వాత హిందీలోకి కూడా అనువాదం చేయిస్తే దేశంలోని దళిత జన లోకానికి భాషాపరంగా గొప్ప సేవ చేసిన ధన్యుడు అవుతాడు. ఇవి నా ఇష్ట సత్య వాక్యాలు. నా హృదయం పూచిన మనోహర పుష్పాలు.

దార్ల మంచి భావుకుడు. భావచిత్రాల, ప్రతీకల *అంతర్యం తెలిసిన వాక్యం- కవితా వాక్యం* రాయగలిగిన *అలవోక కవి.* ఎలదేటి మ్రోత తెలిసిన గుండె తనది. పిచ్చుకల, కాకుల, చిలుకల, కోకిలల రకరకాల పక్షుల కూజితాలను విడమరుచుకున్న చెవి తనది. నాకు ఈయన ఆత్మీయ కథనశైలిలో అక్కడక్కడ జాషువా తొంగి చూసినట్లైంది.

దార్లకు యాదృచ్ఛికంగా తాను జన్మించి ఎదిగేటప్పటికే తన కోనసీమ ప్రాంతాల తన గ్రామంలో *కొలువుదీరిన జీవిత సభ* ఉంది. దాని గొప్పతనం రోజుకింత చొప్పున అర్థమైంది. కుదురుకొని ఆలోచనల వేడిని పెంచే సందర్భాలలో ఆవురావురుమని ఆత్రపడే స్వేచ్ఛా స్వరాన్ని *కంట్రోల్* చేసుకోక *తప్పని గూఢ వేదన* తనను బాధించినా ఓర్చుకున్నాడు...ఈ

అంశంలో కోనసీమ సౌభాగ్య జీవన ప్రాకృతిక పాఠ్య బోధన వల్లనే ఈ ఓపిక ఇతనికి సాధ్యమైందని నాకు అర్థమైంది. ఇంత ఓపిక, సంయమనం ముఖ్యంగా దార్లకు వాళ్ళ కుటుంబ సభ్యుల ద్వారా తోడుగా సిద్ధించిన కుటుంబ ప్రేమ మూలక సహజీవన సన్నివేశాల వల్లనేనని కూడా నేను విశ్వసిస్తున్నాను. దార్ల తన పూనిక-పట్టుదలలతో ఎదిగిన వ్యక్తి. ఎదుటివాళ్ళను గౌరవిస్తూనే జీవితంలో తాను పెద్దవాళ్ళ ఎదుట చేతులు కట్టుకొని విన్నట్లు ఎదిగాడు. ఇది నిజం. యాభయ్యేళ్ల జీవితానికెదిగిన ఈ ప్రౌఢ భావుకుడు ''వాక్యం రసాత్మకం కావ్యం'' వంటి కావ్యాలనూ - కావ్య సదృశ రచనలను నిరంతరం వెలువరిస్తూండాలి. శత సంవత్సరాల కాలం జీవించాలని దీవిస్తున్నాను. ఇంకా ముందున్న సంవత్సరాల జీవితాన్ని వసంతాలు - శరత్తులు సమంగా వెలిగించుకోవాలని ఆశీర్వదిస్తూ అభినందిస్తున్నాను.

- గురిజాల రామశేషయ్య

అసోసియేట్ ప్రొఫెసర్ ఆఫ్ తెలుగు (రిటైర్డ్)

హైదరాబాద్ -500 044

తేది: 30-05-2023

నవ్యనవదీప్తి దార్లవారికవిత

తే.గీ.

బాల్యజీవనమందలి భాగ్యమిదియె
భోగమందిన గుర్తుల రాగదీప్తి
మరపురావివి మనిషికి మనసులందు
మనిషిప్రగతికి జీవనమార్గమిదియె

తే.గీ.

తానుపుట్టిన పూరును తన్మయమున
తలచుకొనెనిట సుతుడగు దార్లఘనుడు
అగ్రహారము కోనసీమది ఘనంబు
కోరి నడచెను జీవన దారినెంచి

తే.గీ.

తల్లిదండ్రుల ప్రేమను తలచుకొనుచు
తండ్రికష్టమునెంచిన తనయు డితడు
తల్లిదీవన ఫలముగ తపనచెంది
చదువు సంధ్యల నోర్పుగ చక్కదిద్దె

తే.గీ.

ఆత్మ విజ్ఞాన యంతరంగాత్మ రుచుల
అడుగులందున వడుదుడు కందకుండ
బడుల చదువుల విలువల భక్తినెంచి
భవిత బాటను గురువుల పథము నడచె

కం.

పుట్టినపూరును నిలపుచు
కట్టినతాళికి విలువను కట్టుచునెదిగెన్
గట్టిదనమిది మనిషికీ యా
పట్టమునందె మన **దార్ల** బహువిధ విద్యల్!

కం.

పెద్దబ్బాయ్యను పేరును
పద్ధతిగ నిలబెట్టెదాను పదవిన తండ్రిన్!
ఒద్దికతోనభ్యసనం
పెద్దజదువుల జదువంగ పెంపుమీరె!

కం.

ఎదిగెడి వయసున ఎదురగు
కదుపుల మదినిల్పి భావ కవితలు గూర్చెన్
పదునైదు వత్సర పరిమ
పదునైన రచనలనిల్పె పాండిత్యంబై!

కం.

నూతన రచనల **దార్ల** వి
నూతన భావపరిమళ మనోజ్ఞపు దీప్తిన్
చేతనమందెడి జీవన
యాతనలను విప్పిజెప్పె **యక్షర బ్రహ్మై!**

కం.

నవ్వినవారే చదువగ
నవ్విరి మోముల వహవ్వ! నర్తితమగుదుర్!
సవ్వడి జనజీవనమిది
కవ్వడి విలువల సమాజ కదనము గెలువన్!

అభినందనలతో...

***కవికోకిల,* డా. జె. వి. చలపతిరావు,**
సహాయక ఆచార్యులు,
తెలుగు విభాగము,
కాకరపర్తి భావనారాయణ కళాశాల (స్వయంప్రతిపత్తి) విజయవాడ.

దార్ల వంశాబ్ధి చంద్రుడు

సీ॥ బాల్యమునుండియు పాఠ్యాంశములు నేర్వ
బడిబాట పట్టిన బాలుడెవరు
ఉన్నత చదువుల నొనరుగా సాధింప
నవసరమ్ముగనెంచె యువకుడెవరు
విశ్వవిద్యాలయ విద్యాసుగంధము
మైపూతగానొంద మసలెనెవరు
ప్రత్యేక శ్రద్ధతో పాఠ్యాంశములలోని
సారసంగ్రహమంద సాగెనెవరు
తే॥ తెలుగు భాషాభిమానియై యలుపెరుగక
పోరుసలుపుచు నుండిన ధీరుడెవరు
దార్లవంశాబ్ధిచంద్రుడు ధర్మమూర్తి
వేంకటేశ్వరనామాఖ్య విబుధ వరుడు

సీ॥ కుగ్రామమునువీడి కుదురుగానెలకొన్న
పట్టనమ్మునకేగె పట్టుబట్టి
విఖ్యాతి నొందిన విశ్వవిద్యాలయ
విజ్ఞానమణివోలె వెలుగనెంచె
నందరా చార్యుల యభిమాన మునుపొందె
నప్రతిహతముగా నడుగులేసె
భక్తిభావముకల్గి భాషామతల్లికి
సేవజేయగనిల్చె చిత్తమలర
తే॥ సరిగసద్విమర్శలతోడ చర్చజరిపి
మన్ననలనొందెనందరి మదినినిలిచె
దార్లవంశాబ్ధిచంద్రుడు ధర్మమూర్తి
వేంకటేశ్వరనామాఖ్య విబుధ వరుడు

సీ॥ ఔన్నత్య భావాలనడుగిడి నిత్యము
చిన్నపెద్దలనుండి మన్ననొందె
ప్రముఖులజీవికల్ పరిశోధనలుచేయ
ప్రోత్సాహమందించి పూజ్యుడాయె
సాహిత్య సారము సంగ్రహించి తెలుగు
శాఖాధిపతియయ్యి సమరశీలి
సద్గుణమ్ములతోడ సత్సంఘమునునిల్ప
సంకల్ప శుద్ధితో సాగుచుండె
తే॥ అగ్రహారానికెల్లరునాదరింప
కీర్తికాంతనందించెను పూర్తిగాను
దార్లవంశాబ్ధిచంద్రుడు ధర్మమూర్తి
వేంకటేశ్వరనామాఖ్య విబుధ వరుడు

సీ॥ కులమతాతీతసద్గుణమణులతోడను
మనుజులందరిమధ్య మసలెనెవరు
కుట్రకుతంత్రాలు కుత్సితమ్ములనెల్ల
దరిదాపులను లేక తరుమునెవరు
సువిశాల హృదయుడై శుభముల నాశించి
ప్రోత్సహించెడి పుణ్య పురుషు డెవరు
మమతానురాగాలు మానవత్వముపంచి
గౌరవమ్ములనొంది కదలునెవరు
తే॥ పిన్నపెద్దలతోడనుప్రేమపంచి
హృదయములుచూరగొనుచునుముదముకూర్చు
దార్లవంశాబ్ధిచంద్రుడు ధర్మమూర్తి
వేంకటేశ్వరనామాఖ్య విబుధ వరుడు

సీ॥ కష్ట నష్టమ్ముల కడలిలో నెదురయ్యె
యలలకెదురీదు నధుకుడెవరు
లక్ష్యసాధనకయి లక్షణమ్ముగ పోరు
సల్పుచుండు నెపుడు సాహ సెవరు
అవిరళ కృషి సల్పి కవితల నల్లుచు
నెమలి కన్నుల యందు నిలిపె నెవరు

ఆత్మ కథలనెల్ల నక్షరమ్ములకూర్చి
నందించె నుచదువ నధికు డెవరు

తే॥ చదువు సంస్కారముల తోడ సంఘమందు
నిత్య నూతన మార్గాన నిలుచు నెవరు
దార్లవంశాబ్ధిచంద్రుడు ధర్మమూర్తి
వేంకటేశ్వరనామాఖ్య విబుధ వరుడు

–గోవిందు గోవర్ధన్,
తెలుగు ఉపన్యాసకులు,
ఎం.వి.ఎస్. ప్రభుత్వ డిగ్రీ కళాశాల, మహబూబ్ నగర్

ప్రస్తావన

ఓ ఇంగ్లీషు ప్రొఫెసరూ, నేనూ దళితులు, దళిత సాహిత్యం గురించి ఏదో విషయంతో మొదలుపెట్టి, ఎక్కడెక్కడికో వెళ్ళిపోతూ ఎంతసేపు మాట్లాడుకున్నామో మాకే తెలియలేదు. అయినా మాకింకా మాట్లాడుకోవాల్సింది ఉందనిపించింది. ఆ సందర్భంలోనే దళిత్ పర్సనల్ నెరేటివ్స్ (Personnel Narratives) పై కూడా చర్చించుకున్నాం.ఆ సందర్భంలోనే ఆయన ''మీరు కూడా మీ పర్సనల్ నేరేటివ్ రాయకూడదూ?'' అని నా వైపు చూశారు. ఈ మాట నిజంగా నాకెంతో ఉత్సాహం కలిగించిన మాట వాస్తవం.అయినా ''నా కవిత్వంలో నా గురించి, నాలాంటి వాళ్ళ గురించే రాశాను కదా...'' అన్నాను చిరునవ్వు ముఖం పెట్టి. 'కవిత్వంలో ఊహలు ఉంటాయనేది మన సాహితీవేత్తల్లో ఉండే ఒక అభిప్రాయం' అని ఆయన నావైపు చూశారు- సమాధానం చెప్పండన్నట్టు. దళిత కవిత్వానికి వాస్తవికతే ప్రాణం. అయినా కవిత్వం కంటే, ఆత్మకథ అయితే సామాన్యులు కూడా చదివించుకొని, అర్థం చేసుకోగలుగుతారని మా ఇద్దరి సంభాషణల్లోని సారాంశంగా తేలింది.

పర్సనల్ నెరేటివ్ అంటే స్వీయానుభవ కథనంలో కొన్ని సంఘటనలు మాత్రమే ఉంటాయి. వాటి వల్ల ఆ వ్యక్తి మూర్తిమత్వాన్ని అంతటినీ తెలుసుకొనే అవకాశం తక్కువ. ఇందువల్ల ఎప్పటి నుండో నా ఆత్మ కథ రాసుకోవాలనిపిస్తుంది కదా అనుకొన్నాను. ఆ వెంటనే అప్పుడే రాయడానికి నేనేమి సాధించానని ఆత్మకథ రాయాలనే ప్రశ్న కూడా నాకే ఎదురయ్యింది.కానీ, ఆయన మాటలు నా మనసు లోతుల్ని తడిమినట్లయ్యాయి. దాన్నలా ఆలోచిస్తున్నాను.ఈలోగా, నా ప్రతి అక్షరాన్నీ ముద్రణ రూపంలో చూపించగల గొప్ప సాహసి శ్రీ సాకే శ్రీహరిమూర్తిగారితో మాట్లాడుతున్నప్పుడు కూడా ఒకసారి దళిత ఆత్మకథల ప్రస్తావన వచ్చింది. విచిత్రంగా ఇంతకు ముందు ఓ ప్రొఫెసర్ అడిగినట్లే ఈయన నన్ను ఉద్దేశించి 'మీరే ఎందుకు రాయకూడ'దని అడిగారు. మళ్ళీ నాకు అదే ప్రశ్న ఎదురయ్యిందేమో అనిపించింది. నేనేమి సాధించానని అప్పుడే ఆత్మకథ రాయాలనుకున్నాను అనిపించింది మరలా! ఇదే అభిప్రాయం శ్రీహరి మూర్తిగారితో కూడా అన్నాను.

''ఒక మారు మూల గ్రామం నుండి మీరొచ్చారు. మీ కుటుంబంలో మీరే తొలితరంలో ఉన్నత విద్యావంతులు. మీరు సెంట్రల్ యూనివర్సిటీ వరకు వెళ్ళడం,

డాక్టరేట్ సాధించడం, అక్కడే ఉద్యోగం చేయడం, అక్కడే హెడ్ ఆఫ్ ది డిపార్ట్మెంటుగా, అదీ, ఆ డిపార్ట్మెంటులో అత్యంత చిన్నవయసులోనే ఆ హోదాకు రావడం, అన్నింటికీ మించి మీరు ఏస్థాయిలో ఉన్నా మీ మూలాల్ని మరిచిపోకపోవడం... ఇవి చాలవా సర్ ? మీ ఆత్మకథ రాయడానికి?'' అని అన్నారు. ఆ మాటలు నిజంగా నాకు గొప్ప బలాన్నిచ్చినట్లనిపించాయి. నా భుజమ్మీద చెయ్యేసి, ముందుకెళ్ళమన్నట్లనిపించాయి.

★★★

ఊరికి చివరి గుడిసెలో బతికే వాళ్ళం. కులం అంట గట్టిన అవమానాల్ని ఇంకా మోయక తప్పని వాళ్ళం. చూపుల్తో, మాటల్తో నిత్యం నలిగిపోతున్న వాళ్ళం.

మనిషిని చూసినా, మాటవిన్నా ఏ మాత్రం స్పందన కలగని హీనత్వం, మా కులం పేరు చెప్పినప్పుడు వాళ్ళ కళ్ళల్లో చూస్తున్న వాళ్ళం.

తాత ముత్తాతల నాటి నుండీ మడులూ, మాన్యాలు మాకేమీ లేకపోయినా
తరతరాలుగా వెంటాడుతున్న వృత్తుల్ని నిస్సహాయంగా చేస్తున్న వాళ్ళం.
ఆ అవమానాల్ని అనుభవిస్తున్న వాళ్ళం.
ఒకవేళ వంశపారంపర్యంగా మాకు అంటగట్టిన ఆ కుల వృత్తుల్ని
మేము చేయకపోయినా
మా ఎదుటివాళ్ళకెందుకో
ఆనాటి మా జీవితాలే మా ముఖాల్లో కనిపిస్తున్నట్లు,
వాళ్ళ ముఖాల్ని చూస్తున్నవాళ్ళం.
అలాంటి ఓ మాదిగ కులం నుండి యూనివర్సిటీకి వచ్చిన వాణ్ణి.
సెంట్రల్ యూనివర్సిటీలోనే ప్రొఫెసర్ అయ్యిన వాణ్ణి.
అక్కడే హెడ్ ఆఫ్ ది డిపార్ట్మెంట్ అయిన వాణ్ణి.

సశషల స్పష్టతకెన్నోసార్లు నాలిక తిరగట్లేదని మావాళ్ళగురించి వాళ్ళెవరెవరో మాట్లాడేటప్పుడల్లా ఆ మాటలు శూలాల్లా గుచ్చుకుంటుంటే, భరించలేక, వాళ్ళకంటే బాగా పలికినవాళ్ళెంతో మంది మాలో ఉన్నారని చూపించిన వాణ్ణి. ఆ భాషలోనే అధ్యాపకుణ్ణయిన వాణ్ణి. అది చాలదా... నా కథ చెప్పడానికి అనిపించింది. అది చాలదా... నా మనసు విప్పి చూపడానికి అనిపించింది. ఈ సందర్భంగా నేను చదువుకొనేటప్పుడు ఎన్నో కలలు కంటూ రాసుకున్న '**వారసత్వం?**' కవిత గుర్తొస్తుంది.

మా ముత్తాత
చెప్పులు కుట్టేవాడు

మా తాత
కూలికెళ్ళేవాడు

మా అయ్యేమో
అక్షరం కోసం ఆశగా
ఎదురు చూసేవాడు

నేనిప్పుడు
కవిత్వం రాస్తున్నాను

రేపు
నా కొడుకు
ప్రొఫెసరవుతాడు!

డాక్టర్ బాబా సాహెబ్ అంబేద్కర్ సాధించి పెట్టిన హక్కుల వల్ల వంశపారంపర్యంగా, నిర్బంధంగా ఆచరించవలసిన వృత్తులన్నీ ఇష్టాయిష్టాలపై ఆధారపడి చేయాలంటే చేస్తారు.

వద్దంటే మానేస్తారు.

తమకిష్టమైన వృత్తిని ఎంచుకుంటారని, ఇచ్చిన స్వేచ్ఛ నాలాంటి వాళ్ళెంతో మందికి ఉపయోగపడింది. అవకాశం ఉంటే మావాళ్లు కూడా సాధించలేనిదేమీలేదని నిరూపిస్తున్న అనేకమందిని చూస్తున్నప్పుడల్లా నాకవిత్వంలో కలలు గన్న అంశాలు ఇలా నిజమవ్వడం నిజంగా ఎంతో సంతోషం కాదా?

అయినా, మా కులం తెలియనంత వరకు ఎంతో గౌరవించేవాళ్లు, మాకులం తెలిసిన వెంటనే వేరే విధంగా వాళ్ళ ముఖ కవళికలన్నీ మారిపోతుంటాయి. నా జీవితంలో ఇలాంటి సందర్భాలెన్నో...! మా జీవితాల్లో ఇలాంటి సంఘర్షణలెన్నెన్నో!!

మా ఊరి పేరు అగ్రహారం!

నిజంగా నా ఆత్మకథ రాయాలా?ఒక్కసారిగా అద్దం ముందుకెళ్ళాను. నా ప్రతిబింబాన్ని ఓసారి పరిశీలనగా చూసుకున్నాను. నా బాల్యం, నా యౌవనం, నా జీవితం, నా కుటుంబం, నా జాతి, నేను బతకడానికి పడిన కష్టాలు... నా పై ఎక్కడెక్కడో చిరు జల్లుల్లా కురిసిన ఆనందపు క్షణాలు...తెరలు తెరలుగా కళ్లముందు కదులుతున్నాయి. నవ్వు, విషాదం, అసహనం...అన్నీ ఒకదానిపై ఒకటి పొరలు పొరలుగా కదిలి వస్తున్నాయి.ఒక్కసారిగా వాటిని ఒడిసి పట్టుకోవడమెలా?వాటన్నింటినీ అక్షర రూపంలో పెట్టగలనా?నా భావోద్వేగాల్ని గుర్తించడమెలా? అన్నింటికీ మించి, తియ్యగా నెమరు వేసుకోవలసిన స్మృతులేమైనా ఉన్నాయా? సున్నితంగా సాగిపోవాల్సిన నా బాల్యమంతా ఎటు పోయిందో... దాన్ని మళ్ళీ తీసుకు రాగలనా? ఆ బాల్యంలో ఉండాల్సినవన్నీ నాకు అందాయా?

అసలు అది ఒక బాల్యమేనా...ఎంతోమంది ఎన్నో కథల్లో... ఎన్నో నవలల్లో ... ఎన్నో కవితల్లో ... ఎన్నో చోట్ల ఎంతో అందంగా వర్ణించే బాల్యం... ఆడుతూపాడుతూ హాయిగా సాగిపోయే బాల్యం... పిల్లలందరూ గువ్వల్లా కలిసి మెలిసి తిరగాల్సిన బాల్యంలో అందరూ ఆడిపాడిన ఆ బాల్యపు నీడలేమైనా కనిపిస్తున్నాయా?

ఏమో... ఏమూలనున్నాయో... ఉన్నా వాటినెలా బయటకు లాగాలో...బడిలో కెళితే
బంతాట రానప్పటి బస్కీలే గుర్తొస్తున్నాయేంటో
శిక్షలయిన గాయాలేమైనా బుసలు కొడతాయేంటో...

★★★

మా ఊరి పేరు **చెయ్యేరు అగ్రహారం**...అందులోనూ మేముండేది **'బ్రాహ్మణ చెరువు గట్టు'.** ఒకప్పుడు మా ఊళ్ళో బ్రాహ్మలెక్కువగా ఉండేవారట. నాకు ఊహ తెలిసేటప్పటికే బ్రాహ్మలంతా ఈ ఊరొదిలి వెళ్ళిపోయారు.ఎందుకంటే రకరకాల కారణాలు చెప్తుంటారు.అయినా రెండు మూడిళ్ళు మాత్రం ఉండేవి.ఇప్పుడయితే ఒకటే ఇల్లుంది. అయినా మా ఊరికి మాత్రం "**అగ్రహారం**" అనే పేరు మాత్రం అలాగే ఉండిపోయింది. ఉన్న రెండు మూడిళ్ళూ కూడా మా ఊళ్ళో ప్రధాన వీధిలో ఉండేవి.

అక్కడెవరో గొప్ప పండితుడుండేవారట...ఆయనకి రాజుగారు బహుమతిగా మా ఊరునిచ్చారట...

నిజానికి మా చెరువు గట్టు ఒకప్పుడు ఊరికి దూరంగా ఉండేది.ఊరికి తూర్పువైపునుంది.
సూర్యుని తొలికిరణాలు మా ఊరిమీదే పడతాయి.అక్కడికి వచ్చి, రోజూ బ్రాహ్మలు స్నానాలు చేసేవారట... వేదాలు చదివేవారట...వాళ్ళకి ఎన్నో పొలాలు కూడా ఉండేవి.అయితే అవి ఎక్కడున్నాయో... ఎన్ని ఉన్నాయో ... వాళ్ళకే తెలియదు.వాళ్ల వారసులకూ సరిగ్గా తెలియదు.నాకు తెలిసే నాటికే బ్రాహ్మల భూములన్నీ దానాల కింద ఇచ్చేశారు.

మా ఊరిలో ''హోతా'' వారని ఓ బ్రాహ్మణ కుటుంబం ఉండేది.ఊళ్ళో ఎవ్వరు పనిలో పెట్టుకున్నా ... పెట్టుకోక పోయినా ...''హోతా'' వారి పొలంలో మాత్రం అందరికీ పని దొరికేది. అందుకని సెలవు వచ్చినా, డబ్బులు అవసరం పడినా పిల్లలం కూడా వాళ్ళ పొలంలో పని చేయడానికి వెళ్ళేవాళ్ళం.పని చేసినా, చేయక పోయినా ఆ బాపనాయన ఎప్పుడూ అడిగేవాడు కాదు. అడగడానికి ఆయన పొలం వైపు వస్తే కదా ...ఆయన పూజలకనో, తద్దినాలకనో వెళ్ళిపోయేవాడట... సరిగ్గా చదువుకోలేదు. ఆయనకు ఇద్దరు కొడుకులు... ఒక అమ్మాయి. ఆమెను ప్రాథమిక పాఠశాలతోనే చదువు ఆపేశారు. ఆమెకు ఇరవైయేళ్ళు పైనే ఉండొచ్చు.

నేను హైస్కూల్ కి వెళ్ళేవాణ్ణి. సెలవుల్లో కూలిపనికి వెళ్ళేవాణ్ణి.నేను వాళ్ళింటికి వెళ్ళి కాఫీలు, టీలు తేవడానికి వెళ్ళినప్పుడు ఆమె నాతో మాట్లాడేది. ఎంతో ఆత్మీయంగా మాట్లాడేది. ఎప్పుడూ చదువు గురించే మాట్లాడేది. తాను చదువుకోలేక పోయానని బాధపడేది. ఆమెను చూస్తే నాకు ఒక అక్కలా అనిపించేది. *"మీరు ఇంటి దగ్గర్నుండి కూడా చదువుకోవచ్చండీ... ఆంధ్రా యూనివర్సిటీలో కరస్పాండెన్స్ కోర్సు ఉంది. ఓపెన్ యూనివర్సిటీలో డైరెక్టుగా డిగ్రీ చదవొచ్చండీ."* అని చెప్పేవాణ్ణి. వాళ్ళ ఇంటిలో ఎవరూ లేకుండా చూసి, నా తలమీద చెయ్యేసి, నన్ను తమ్ముడిలా నిమిరి... ''*అయితే నాకు ఆ వివరాలు తెలుసుకొని చెప్పు.*''అనేవారు.

నాకు వాళ్ళ ఇంట్లో ఎవరూ చూడకుండా ప్రత్యేకంగా ఏదైనా పిండి వంటకం పెట్టేవారు. *"సరేనండి"* అని చెప్పి, వచ్చేవాణ్ణి. నాకు కూడా ఒక ఇలాంటి అక్క ఉంటే బాగుణ్ణనిపించేది. హోతావారి పొలానికంతా మాఊరి పెత్తందార్లే పొలం పని చేయించేవారు. పనికి వచ్చింది పదిమందైతే, ఇరవై మంది వచ్చారని బ్రాహ్మల దగ్గర కూలి వసూలు చేసేవారు. ఒక్కోరోజు ఆ సాయంత్రానికి వచ్చిన ఆ బాపనాయన దగ్గర అలా వసూలు చేయడాన్ని నేను కూడా గమనించాను. ఇరవై మందికి సరిపడా ఉప్మా, టీలు తెచ్చేవారు. మిగిలితే ఇళ్ళకు పట్టుకెళ్ళేవారు.అలా చెప్పి తెమ్మని కూడా మమ్మల్నే

బాపనాయన దగ్గరకు పంపించేవారు పెత్తందార్లు. బాపనాయన్ని మోసం చేస్తున్నారనిపించేది. బాపనాయన అనేది మా ఊరివాళ్ళు విరివిగా మాట్లాడే మాట. అది గౌరవవాచకంగానే...

ఒక్కొక్కరూ ఆకలి తీరినంత ఉప్మా తిని, దాహం తీరినంత టీ తాగేవాళ్ళం. నిజం చెప్పాలంటే నేనూ, నాతోపాటు ఒకరిద్దరు దళిత పిల్లలమూ కడుపు నిండా ఉప్మా తినడానికీ, టీ తాగడానికే ఆయన పొలంలో పనికి వెళ్ళేవాళ్లం. పెత్తందార్లు కూలి ఇచ్చినా ఇవ్వకపోయినా ఉప్మా, టీలు మాత్రం ఖచ్చితంగా ఇచ్చేవారు.

అలాంటి బ్రాహ్మణచెరువు గట్టిప్పుడు మాదిగలతో నిండిపోయింది.వీళ్ళతో పాటు రెండు మాలల కుటుంబాలు కూడా చేరాయి. ఇళ్ళు కట్టుకున్నారు. కొన్నేండ్లుగా అక్కడే స్థిర పడిపోయారు. ఒకప్పుడు ఆ చెరువు గట్టు చుట్టూ పోరంబోకు భూమి ఉండేది. చెరువంతా పాడైపోయింది. చుట్టూ చెట్లు, పొదలు పెరిగి పోయాయి. రైతులు గ్రామంలో పొలాల దగ్గరకి వెళ్ళాలంటే దాన్ని దాటుకొని వెళ్ళాలి.పొలం వెళ్ళాలంటే ఒకవిధంగా ఆ పరిస్థితుల్లో భయపడేవారు. ఇవేమీ బయటకి చెప్పకుండా *"దానిలో గుడిసెలేసుకోండ్రా..."* అని ఆ పరిస్థితుల్లో, అమాంతంగా పుట్టికొచ్చిన ప్రేమతో గ్రామ కరణం మునసబులన్నారట. అక్కడ దెయ్యాలు తిరిగేవని కూడా ప్రచారం జరిగిందట కూడా! *అయినా దెయ్యాలే దళితుల్ని చూస్తే పారిపోతాయిలే* అనే ధైర్యంతో దళితులంతా అక్కడకి చేరారని మా తాత చెప్పేవాడు. అంతేకాకుండా దళితులకు నీళ్లకీ ఆ చెరువు ఉపయోగపడుతుందనీ, పొలం పనులకీ వాళ్ళు అందుబాటులో ఉంటారనీ ఆ చెరువు గట్టుమీద ఉండమన్నారట. అక్కడ దెయ్యాలకు భయపడో, ఊరికి దూరంగా ఉండాలనో ఎందుకో గాని ఎవ్వరూ రాకపోయినా 'దార్ల' వాళ్ళు ధైర్యం చేసి, అక్కడకు వచ్చారు. దారీ తెన్నూలేని ఆ బ్రాహ్మణచెరువు గట్టుని బాగుచేసి, దారి చేసినందుకే వాళ్ళకి 'దార్ల' అనే ఇంటి పేరొచ్చిందని చెప్తుంటారు.ఆ విధంగా బ్రాహ్మణ చెరువు గట్టు మా నివాసమైపోయింది.

ఇప్పుడది ఊరికి నడిబొడ్డయి పోయింది.

బ్రాహ్మలు వెళ్ళి పోయినా, ఇప్పుడు ఉన్నత చదువులు చదువుకున్న వాళ్ళు మాత్రం ఆ చెరువు గట్టునే ఉన్నారు. ఉద్యోగాలు చేసేవాళ్ళు కూడా అక్కడే ఉన్నారు. నేనూ ఆ చెరువు గట్టు నుండే వచ్చినవాణ్ణి. ఇంతవరకూ మా ఊళ్ళో ఏ కులంలోనూ చాలాగా

డాక్టరేట్ చేసినవాళ్ళు లేరు.

మాఊళ్ళో మొట్టమొదటి పిహెచ్.డి., చేసింది నేనే. యూనివర్సిటిలో అధ్యాపకుడుగా ఉద్యోగం పొందింది నేనే. రేడియో, టీ.వి.లలో మాట్లాడింది కూడా నేనే. ఇలా *"నేనే మొట్టమొదటి"* అని చెప్పుకుంటుంటే వీరేశలింగంగారు గుర్తొస్తుంటారు. అయితే, ఇది అహంకారంతో చెపుతున్న మాటకాదు. ఆత్మాభిమానంతో చెప్తున్న మాట. చరిత్రను తిరగరాసిన జీవిత చరిత్రలోని మాట. జీవితం చరిత్రగా మారుతున్న మాట.

ఇప్పుడు మా చెరువుగట్టు అంబేద్కర్ ఆశయం ప్రతిఫలించిన పూలతోట. ఈ విషయం మా ఊళ్ళోకెళ్ళి ఎవరినడిగినా ఇష్టమున్నా, లేకున్నా చెప్పక తప్పని మాట.

కోనసీమ ప్రేమ కౌగిలిలో మా వూరు

మా ఊరిపేరు
చెయ్యేరు అగ్రహారం అని చెప్పాను కదా!
అదెక్కడుంది?
మీరు కోనసీమ పేరు వినుంటారు.
దక్షిణ భారతదేశంలోనే ఒక అందమైన ప్రాంతం.
ఉమ్మడి ఆంధ్రప్రదేశ్, ప్రస్తుత ఆంధ్రప్రదేశ్ రాష్ట్రంలో...
తూర్పుగోదావరి జిల్లాలో
కోనసీమ
ఎటు చూసినా కొబ్బరి చెట్లు...
ఎటుచూసినా గలగల ప్రవహించే నదులు, కాల్వలు...
ఎటుచూసినా తినదానికి పళ్లనిచ్చే తియ్యని ఫలవృక్షాలు...
మనసుని మత్తెక్కించే పరిమళాల్ని వెదజల్లుతూ రంగురంగుల పూలమొక్కలు...
ఆ కోనసీమలో అమలాపురం.
దాన్ని కేంద్రంగా అలంకరిస్తూ చుట్టూ నిలిచే గ్రామాలు...
దాని చుట్టూ స్వచ్ఛంగా నిత్యం వేదంలా ప్రవహించే నదులు...
ప్రకృతి సింగారించుకున్న పచ్చని చీరలా పరుచుకున్న పొలాలు...
ప్రతి రోజూ ఏదో పండుగ చేసుకుంటుంటే మోగే
మంగళ ధ్వనుల్లా పలికే పక్షుల కిలకిలారావాలు...
గ్రామ గ్రామాన ఆత్మగౌరవ చిహ్నమేదో దారిచూపుతున్నట్లుగా కనిపించే
నిలువెత్తు అంబేద్కర్ శిలా విగ్రహాలు...
సాగర సంగమం కోసం
వేగంగా ఉరికొస్తున్నట్లు ప్రవహించే గౌతమీ గోదావరినదిని
కుండలేశ్వరం మీదుగా చెలికత్తెలెవరో రహస్యంగా తీసుకెళ్తున్నట్లుండే ఆ మండలం...
ఉమ్మడి ఆంధ్రప్రదేశ్ రాష్ట్రంలో మంత్రిపదవితో మార్మ్రోగిన కాట్రేనికోన మండలం...
ఆ మండలంలోని పదహారు గ్రామాల్లో చెయ్యేరు ఒక మేజర్ పంచాయితీ గ్రామం...
ఆ చెయ్యేరుని వీడకుండానే తన ప్రత్యేకతను నిలుపుకుంటున్నదే చెయ్యేరు అగ్రహారం...

దీనికి తూర్పునే బ్రాహ్మణ చెరువు ఉంది ...

ఊరి మధ్యలో బ్రాహ్మణులు, రాజులు, వైశ్యులు, కాపులు, శెట్టి బలిజ, తదితరుల ఇళ్ళు ఉంటాయి. మెయిన్ రోడ్డు మొదల కొని, పంచాయితీ రోడ్డుకి ఇరువైపులా కూడా ఆ కులస్థుల ఇళ్లే ఉంటాయి. రాజుల ఇళ్ళు దూర దూరంగా ఉన్నా, అవి పెద్ద పెద్దగా ఉంటాయి. దాన్ని రాజుల వీధి అంటారు. ఆ వీధిలోనే ఒకటో రెండో ముస్లిముల ఇళ్ళు కూడా ఉన్నాయి. ఊరి చివరికి పశ్చిమ దిశగా వెళితే చింతల మెరక, కాల్వగట్టు ప్రాంతాల్లో కొంతమంది దళితులు నివసిస్తుంటారు.

అక్కడ కూడా మాదిగల ఇళ్ళే ఎక్కువగా ఉన్నాయి. వీళ్ళకి కొంచెం దూరంలో కొన్ని మాలల ఇళ్ళు ఉన్నాయి. అలాగే ఊరికి ఉత్తరం వైపు ప్రధాన రహదారిని ఆనుకొని కొన్ని కాపులు, మరికొన్ని వైశ్యులు, శెట్టి బలిజల వారిళ్ళుంటాయి. ఉత్తరం వైపు ఊరి చివరిలో కండ్రిగ చెరువుని ఆనుకొని దళితుల ఇళ్ళుంటాయి. ఇంచుమించు అక్కడ అంతా మాలవారి ఇళ్ళే... సుమారు వందకు పైగానే ఉంటాయి.

ఊరికి దక్షిణం వైపు గుమ్మడి చెరువు అని ఒకటి ఉంది. దాని చుట్టూ మాదిగల ఇళ్ళు కొంచెం ఎక్కువగాను, ఒకటో, రెండో మాలల ఇళ్ళున్నాయి. అంటే మా చెయ్యేరు అగ్రహారం ఊరుకి అన్ని వైపులా చివరలో దళితుల ఇళ్ళే ఉన్నాయి. చెయ్యేరు అగ్రహారానికీ, చెయ్యేరు గ్రామానికీ మధ్యలో ఒక పెద్ద పేట ఉంది. దాన్ని వడ్డిపేట అంటారు. అక్కడ సుమారు వంద ఇళ్లకు పైగానే ఉంటాయి. అక్కడున్న వాళ్ళంతా ఇంచుమించు మాల కులస్థులే. అందుకని వాళ్ళు రెండు ఊర్లనీ అనుసంధానిస్తూ, మధ్యలో ఒక పెద్ద అంబేద్కర్ విగ్రహం వేశారు. అక్కడ డిగ్రీ, పిజిల వరకు చదువుకున్న వాళ్లున్నారు. అంబేద్కర్ చైతన్యం బాగా ఉంది. అక్కడ వాళ్ళు కూడా చాలామంది ఆ దగ్గరలోనే ఉన్న చర్చికి వెళ్తుంటారు. అయినా వీళ్ళ ఇళ్ళు కూడా ఈ ఊరుకీ, ఆ ఊరుకీ చివరిలోనే ఉన్నట్టయ్యింది. మొత్తం మీద వీళ్ళంతా తెల్లవారి లేచి చూస్తే చుట్టూ పచ్చని పొలాలు కనిపిస్తాయి. కానీ, ఆ పొలాలు మాత్రం ఊరి మధ్యలో ఉన్నవాళ్ళవి. తాము ఉండే ప్రాంతం మాత్రం పొలం పనులకు వెళ్ళడానికీ, రావడానికి చాలా అనుకూలంగా ఉంటుంది.

దళితుల ఇళ్ళన్నీ ఊరుకి చివరన ఉన్నట్లున్నా అవసరమైతే వీళ్ళంతా తలచుకుంటే ఊరునంతా అష్టదిగ్బంధనం కూడా చేయొచ్చన్నమాట.

నాకు ఊహ తెలియనప్పుడు, ఈ సామాజిక వ్యవస్థ అర్థమయ్యేది కాదు, అందుకని "మనవాళ్ళెవ్వరు చూసినా ఊరికి చివరిలోనే ఇళ్ళు కట్టుకున్నారెందుకు?"అని అడిగేవాణ్ణట... మా పెద్దోళ్ళని.

"మనవాళ్ళకి సొంత భూములేవు కదా... అందుకని ఆ గవర్నమెంటు భూముల్లో కట్టుకున్నారు." అని చెప్పేవారు. "అయితే మనం గవర్నమెంటు మనుషులన్నమాట."

అనేవాణ్ణి. ఆ మాటెవరన్నా కాపుగారో, రాజుగారో వింటే ''అవున్రా... మీకేంట్రా మీరు గవర్నమెంటోళ్ళు కదా ...
మీకు అన్నీ ఉచితంగానే వస్తాయి. ఉచితంగా చదువు చెప్తారు. స్కాలర్ షిప్పులిస్తారు. లోన్లిస్తారు. ఉద్యోగాలిస్తారు ... మీరే గవర్నమెంటోళ్ళురా...'' అనేవారు కొంతమంది వెటకారంగా.

అన్నిచ్చినా మాకు మీలాంటి ఇళ్ళు లేవేంటి సార్ అనేవాణ్ణి.

తర్వాత వాళ్ళనుండి మాటలు వచ్చేవే కాదు.

పంచాయితీ రోడ్డు పక్కనే, మా బ్రాహ్మణ చెరువుకి దగ్గర్లో ఒక ప్రాథమిక పాఠశాల ఉంది.

ఆ స్థలాన్ని ఆకాశం సన్యాసి చిట్టిబాబుగారని ఒక వేదోత్తముల వంశానికి చెందినవారు పాఠశాల కోసం దానం చేశారు. దాన్ని ఆనుకొనే సుమారు రెండు ఎకరాలు అటో ఇటో పొలం ఉంటుంది. ఆ పొలాన్ని మాకే కౌలుకిచ్చేవారు. మా ఇంటిల్లిపాదీ ఆ పొలంలో పనిచేసుకునే వాళ్ళం. వారికివ్వవలసినవన్నీ ఎప్పటికప్పుడు ఇచ్చేసేవాళ్ళం. అందువల్ల ఇంకెవరైనా ఎక్కువ కౌలు ఇస్తామన్నా వాళ్ళకివ్వకుండా ''పిల్లల్తో ఉన్నారు. కష్టపడుతున్నారు. మాకివ్వవలసిన వాటికంటే అప్పుడప్పుడూ అపరాలు కూడా ప్రేమతో పట్టుకొస్తారు. వాళ్ళవల్ల మాకే ఇబ్బందీ లేదు. వాళ్ళనలా బతకనివ్వండిరా...'' అనేవారట.

ఆ పొలాన్ని ప్రభుత్వం పేదలకు ఇళ్ళు ఇచ్చేటప్పుడు, ఆ భూమిని ఆ బ్రాహ్మణులు ఎలాంటి ఆటంకం పెట్టకుండా ఇచ్చేశారు. మేము ఆ భూమిని వదిలి వచ్చేటప్పుడు తల్లిని కోల్పోయిన బిడ్డల్లా ఏడ్చాం. మా అభివృద్ధికీ, ఆ పొలానికీ, మాకూ విడదీయరాని సంబంధం అంత గొప్పది.అలాగే, మా ఇంటి ఎదురుగా కూడా పొలాలు ఉన్నాయి. ఆ పొలాలు నిజానికి ఇళ్ళమధ్యలో ఉన్నాయి. వాటిని కూడా గవర్నమెంటు తీసుకొని, పేదలకు పంచాలని ప్రయత్నించింది. కానీ, ఆ పొలం యజమానులు కాపులు. వాళ్ళివ్వలేదు. నేటికీ ఆ పొలాల్లో అలాగే పంటలు పండించుకుంటున్నారు.దాన్ని దున్నేటప్పుడు, నాట్లు వేసేటప్పుడు, కోత కోసేటప్పుడు నిత్యం చుట్టూ ఉన్నవాళ్ళతో గొడవలు తప్పవు.
అయినా ఆ పొలాల్ని ప్రభుత్వానికి ఇవ్వలేదు.

మా ఊరుకి మధ్యలో శ్రీవేంకటేశ్వరస్వామి ఆలయం ఉంటుంది. దానికి దగ్గర్లోనే వినాయకుడి ఆలయం, ఆ పరిసరాల్లోనే శ్రీకనకదుర్గమ్మవారి చిన్న దేవాలయం.

ఇలా ఊరు మధ్యలో మూడు దేవాలయాలు ఉన్నాయి. బస్సెక్కాలన్నా, దిగాలన్నా ఎవరైనా అక్కడికే రావాలి. అక్కడే బస్ స్టాప్ ఉంది. వీటితో పాటు ఊరుకి అటువైపు ఒకటి ఇటువైపు ఒక్కో శ్రీరాముని దేవాలయం కూడా ఉంది.ప్రతి రోజూ ఏదో సమయంలో మైక్ ద్వారా దేవుడి పాటలు, భజనలతో ఊరంతా భక్తి పారవశ్యమవుతుంటుంది.వాటి ధర్మకర్తలంతా దళితేతరులే. వాళ్ళంతా కూడా కాపులు, శెట్టి బలిజ, వైశ్యులు (కోమట్లు),

రాజులు ఇలా వాళ్ళవాళ్ళ ఆధ్వర్యంలోనే వాటి కార్యక్రమాలన్నీ జరుగుతుంటాయి. వినాయకచవితికీ, విజయదశమికీ పదేసి రోజుల చొప్పున పండుగ చేస్తారు. ఆ దేవాలయాల్లోకి దళితులకు ప్రవేశం లేదని చెప్పలేం, కానీ, దళితులెవరూ ఆ దేవాలయాల్లోకి వెళ్ళి, అందరితో కలిసి కళ్యాణోత్సవాలు, పూజలు చేస్తారని మాత్రం గట్టిగా చెప్పలేం.
చదువుకున్నవాళ్లు అప్పుడప్పుడు ఆ దేవాలయాల్లోకి వెళ్తుంటారు. మాకూ ప్రవేశం ఉందని చెప్పడానికే తప్ప వాళ్ళ ముఖాల్ని చూస్తే, మనది కాని దేవాలయంలోకేదో వెళ్తున్నట్లుగా కనిపిస్తాయి.
అందువల్ల దళితులు అత్యధికంగా చర్చిల్లోకి వెళ్తుంటారు.

ఒక్క చెయ్యేరు అగ్రహారంలోనే మూడు చర్చిలు ఉన్నాయి. అవి చిన్నచిన్నవే కావచ్చు. కానీ ఆదివారాలు, మరికొన్ని ప్రార్థనా సమయాల్లో ఆ చర్చిలన్నీ పిల్లలు, పెద్దలు, వయోవృద్ధులతో పూర్తిగా నిండిపోతాయి. ఆ చర్చికి వెళుతున్న వాళ్ళ ముఖాల్లో ఎంతో ఆత్మవిశ్వాసం, సంతోషం కనిపిస్తాయి.
పాస్టర్లంతా ఇంచుమించు దళితులే.

తర్వాత కాలంలో కాపులు, ఇతర కులస్థులు కూడా పాస్టర్లయ్యారు. కేవలం దళితులే కాకుండా ఇతర కులాలవాళ్ళు కూడా చర్చిల్లోను, వాళ్ళు చేసుకునే కార్యక్రమాల్లోను సంతోషంగా పాల్గొంటారు. ఒకరిద్దరు తప్ప ఇతర కులస్థులైనప్పటికీ వీళ్ళంతా క్రైస్తవులుగా కలిసిమెలిసి భోజనాలు కూడా చేస్తుంటారు. బాప్టిజం(Baptism) తీసుకొని, చర్చికి వెళ్ళేవాళ్ళు పుట్టిన రోజులు, వివాహాలు జరుపుకొనేటప్పుడు కుల భేదాలు లేకుండా ఆ చర్చికి చెందిన వాళ్ళంతా ఆ కార్యక్రమాల్లో పాల్గొంటారు. చివరికి ఎవరైనా చనిపోయినా అంత్యక్రియల్ని పాస్టరుగారు దగ్గరుండి, చర్చి భాగస్తులంతా పాల్గొని, కార్యక్రమాన్ని నిర్వహిస్తారు.

అదే ఒక హిందువు చనిపోతే, అది కూడా దళితేతరులైతే చూడ్డానికి వెళ్ళినా, ఆ కార్యక్రమాలు అన్నింటిలోను అందరూ పాల్గొనరు. కానీ, అదే ఒక క్రైస్తవుడు లేదా క్రైస్తవురాలు చనిపోతే అది దళితులైనా సరే అందరూ పాల్గొంటారు. అయినప్పటికీ, మా చెయ్యేరు అగ్రహారంలో ఎవరు చనిపోయినా రంగరాజు కాల్వగట్టు మీదే పూడ్చి పెట్టడం లేదా దహనం చేయడం చేస్తారు. ఇప్పటికీ మా ఊరుకి స్మశానం లేదు.సాధారణంగా హిందువులైతే దహనం చేస్తారు.అదే క్రైస్తవులైతే ఏ కులస్థులైనా శవాన్ని ఖననం చేస్తారు.అంటే భూమిలో పూడ్చిపెడతారు.

ఈ మధ్య కాలంలో కొంచెం వ్యవసాయ భూమి, కొబ్బరి తోటలు ఉన్నవాళ్లు మాత్రం వాళ్ళ వాళ్ళ స్థలాల్లో పూడ్చిపెట్టుకొని, స్మారక చిహ్నాల్ని ఏర్పాటు చేసుకుంటున్నారు.మా నాన్నగారి పార్థివ దేహాన్ని మా వ్యవసాయ పొలం దగ్గరే సమాధి చేశాం. అక్కడే ఒక స్మారక మందిరం కట్టించింది మా అమ్మ.

చిత్రమేమిటంటే, ఆ కాల్వ గట్టు మీద కూడా హిందువులైనా ఆయా కులాల్ని బట్టి వాళ్ళకు కేటాయించిన స్థలంలోనే అంత్యక్రియలు చేసుకోవాలి.

స్మశానం కాని ఆ స్మశానంలో కూడా కులం వదిలిపెట్టని స్థితిని నేను మా ఊరిలో చూశాను. కాల్వగట్టు ప్రభుత్వ స్థలాలను కూడా కొంతమంది వాళ్ళవాళ్ళ పొలాల దగ్గర ఆక్రమించుకొని, కొబ్బరితోటలు పెంచేసుకున్నారు.

నిజానికి ఆ రంగరాజుకోడు కాల్వగట్టుకీ, నాకూ ఎంతో అనుబంధం ఉంది. నా చిన్ననాటి జ్ఞాపకాలెన్నో దానితో ముడిపడి ఉన్నాయి. ఆ రంగరాజుకోడు కాల్వ వంతెనపై నుండి ఆ కాల్వలోకి దూకుతూ ఆడిన సరదా ఈతలున్నాయి. ఆ కాల్వగట్టున మా పశువుల్ని మేపేటప్పుడు పడిన గొడవలున్నాయి. ఆ కాల్వగట్టుపై కొబ్బరిచెట్లు పాతిన ఉద్యమాలున్నాయి. ఆ కాల్వగట్టు మీద శవాల్ని కాలిస్తే, ఆ శవాల్ని నేను వైద్యుడిలా పరిశీలించిన నా అల్లరి పనులున్నాయి.

నీకు తృప్తిగా తినిపించాలనుంది నాన్నా

నాన్న రోజూ అనేక పనులు చేయడం చూసి, నాకు ఆశ్చర్యం వేసేది. అవన్నీ ఎవరు నేర్పారనిపించేది. తెల్లవారితే ఒకరోజు పొలం పనికెళ్ళేవాడు. ఇంకోరోజు కొబ్బరికాయలు దింపటానికి వెళ్లేవాడు.

మరోరోజు తాటాకులు కొట్టడానికెళ్ళేవాడు. రోజు రోజుకీ కొత్తకొత్త పనుల్ని చేసేవాడు.కొత్త కొత్తగా చేసేవాడు.నాగలి దున్నేవాడు.మూటలు మోసేవాడు. చేపలు పట్టేవాడు.చేపల వలను అల్లేవాడు. చేపల బుట్టల్ని కూడా తాటాకులతో తానే అల్లేవాడు. ఒక తాటిచెట్టు మీదనుండే ఆ చుట్టూ ఉండే రెండుమూడు చెట్లకున్న ఆకులన్నీ కొట్టేవాడు.

కాసేపు భూమ్మీదే నిలబడలేకపోతున్నాం కదా... నువ్వేంటి నాన్నా... తాటిచెట్టుకి కాళ్ళు తన్నిబట్టి, కత్తిని స్వారీ తిప్పినట్లు అక్కడే మాక్కావాల్సిన ముంజికాయల్ని కోసి, కిందికి చక్కని నైపుణ్యంతో వేస్తున్నావనిపించేది.

ముంజికాయ కొట్టడంలోను, దాన్ని కిందున్న మాకు అందించడంలోను ఎంతో నైపుణ్యాన్ని ప్రదర్శించేవాడు. నాన్న అక్కడ చెట్టుకిందున్న వాళ్ళందరికీ చెట్టు మీద నుండే కిందికి ఆ తాటాకుల మీద పడేటట్లు వేస్తుంటే నాతో పాటు అందరమూ ఆశ్చర్య పోయేవారు....

"*అబ్బాయి ... నీ దగ్గరున్న ఆ రహస్యమేంటో చెప్పు...*" అనేవారు.

నాన్నను మా ఊరిలో అంతా *అబ్బాయి* అనే పిలుస్తారు.

అంతేకాదు, కొబ్బరి చెట్లు అప్పుడప్పుడూ తెగుళ్ళు సోకి చచ్చిపోతుంటాయి.

నాన్న వాటిని బాగుచేసేవాడు. చెట్టు పైకెక్కి మొవ్వు దగ్గర బాగా కోసేసి అక్కడేదో మందుపెట్టేవాడు. అంతే మళ్ళీ ఆ కొబ్బరి చెట్టు బతికేసేది.

ఇంకా నాన్న చేసే పనుల గురించి నేనొకసారిలా రాసుకున్నాను.

"నాన్నా...
సాయంత్రం చేపల బుట్ట పట్టుకొని, నీవెనకాలే వచ్చేవాణ్ణి
నువ్వు గబగబా నడుస్తుంటే
నువ్వు గమనించేవాడివో లేదో గానీ
ఆ రంగరాజుకోడు కాల్వంతా నీ అడుగుల్తో పరవశించేది
ఆ కాల్వలో ప్రవహించే నీరు కూడా
నీ స్పర్శతో పునీతమయ్యేది

ఆ గట్టునుండే ముళ్లన్నీ
నీ అడుగుల కింద మెత్తని పువ్వుల్లా మారిపోయేవి
నువ్వేమీ వాటిని గమనించేవాడివి కాదు
ఆ తెల్లని పువ్వుల బుగ్గలప్పుడప్పుడూ సిగ్గుతో ఎర్రబడేవి
చేదిపరిగలు, కొర్రమేనులు, కట్టిచేపలు, మీసం మెలేసే పెద్దరొయ్యలు...
విషం ముళ్ళతో గుచ్చాలనుకునే ఇంగిలాలు
నీ చేతుల్లో పడేసరికే దొందుల్లాగో, బొమ్మిడాల్లోగో మారిపోయేవి.
నాన్నా...
ఆ గుర్రపుడెక్క వెనకాలే కట్లపాములు, జెర్రికట్లు కాసుక్కూర్చున్నా
నీ ముందరవన్నీ బురద పాములయ్యేవి కదా...
నీ వలలో పడి
బయటకిరాలేక
చేతిని కాటేయాలని చూసే గొరకలు, జెల్లలూ
ఎన్నిరకాలు... ఎన్నెన్ని రకాలు...
ఇవన్నీ ఇప్పుడొక్కటీ కనిపించడం లేదు నాన్నా
చేలల్లో మందులు కొట్టడం వల్లనేమో
అన్నీ హరించిపోయాయి.

నాన్నా...
వరదలు, తుఫానులు వస్తుంటే టీ.వీ. దగ్గరుండి భయపడుతున్న నేనేనా
నీ దగ్గర కేరింతలు కొడుతూ
నీ వల్లో పడిన శిలావతుల్ని,
బొచ్చుల్ని ఏరింది నేనేనా అనిపిస్తున్నది నాన్నా...
కొద్దిపాటి వర్షానికే మాకిప్పుడు గొడుగులు...

నాన్నా...
నీమీద వర్షం పడినా ఏమనిపించేది కాదా నీకు??
గోనెసంచినో, ప్లాస్టిక్ కవర్నో తలకి చుట్టుకుని...
అవున్నాయో లేదో తెలియకుండానే
రంగరాజు వంతెన కాల్వ దగ్గర ఎగిసిపడే ఆ కెరటాల్లోకి
ఒక సవాలు విసిరినట్లు నువ్వు వల విసిరేవాడివి కదా
అవును నాన్నా నీకు తినిపించాలనుంది

నాన్నా
నాకిప్పుడు నువ్వు వలేసి పట్టిన ఆ తాజా చేపల్ని
అమ్మ ఆ వర్షంలోనే అమ్మేది కదా
దాన్నిపుడు వండి, నీకు తృప్తిగా తినిపించాలనుంది నాన్నా"

మంచి చేపలు పడితే వాటిని అమ్మేసేది. చిన్నచిన్న చేపల్ని మనం తిందామని అమ్మ అనేది. నాకేమో ఆ పెద్దచేపలు మనమే ఎందుకు వండుకోకూడదనిపించేది. కానీ, అవి అమ్మితే డబ్బులు వస్తాయని,చిన్నచేపలయితే తక్కువ డబ్బులు వస్తాయని చెప్పేది. అయినా సరే మనమే మంచివి తిందామని మారాం చేసేవాణ్ణి. అందరికీ వర్షం వస్తే ఇంటిలో ఉండొచ్చు.

కానీ మాకు వర్షం వస్తే, వరదలొస్తే ఆ నీళ్ళలో చేపలు బాగా దొరుకుతాయనే ఆశ. అందుకే మేమా నీళ్ళలోనే తడిసేవాళ్ళం.

హోరున వర్షం కురుస్తుంటే నాన్న ప్లాస్టిక్ సంచిని తలకు చుట్టుకొని,కాల్వలో వలేసి, చేపలు పట్టుకొనేవాడు. నాకు లేదా మా అన్నయ్య, తమ్ముడు ... ఎవరు నాన్న కూడా వచ్చినా మేము గోనెసంచులు తలమీద వేసుకొని, వలలో పడే చేపలు మా బుట్టలో వేసుకొనే వాళ్ళం.

అలా నాన్నతో పాటు మేము కూడా తడిసిపోయే వాళ్ళం.నానిపోయే వాళ్ళం.నేను ఇప్పుడిలా మాటల్లో మొలకెత్తినందువల్లనేమో!

అలా తడుస్తూనే కొన్ని గంటలపాటు ఆ చేపల కోసం ఎదురుచూసేవాళ్ళం.

ఒక్కోసారి నాన్న కాళ్ళు బాగా మెత్తబడిపోయి, తెల్లగా అయిపోయి, ఏదైనా గుచ్చుకున్నా తెలిసేదే కాదు.

అంత కష్టమైనా నాకెందుకో నాన్నతో ఉండి, ఆ వలలో పడిన చేపల్ని, అలా ఎగిరెగిరి పడుతున్న చేపల్ని బుట్టలోనో, తట్టలోనో వేయాలని తెగ సరదాగా అనిపించేది. రాత్రికి జలుబు, జ్వరం వచ్చేస్తే, అమ్మానాన్నలు వేణ్ణీళ్లలో పసుపు వేసి, ఆవిరి పట్టేవారు. అప్పుడు తలకు ముసుగు వేస్తే, దానిలో దూరాలని కూడా భలే ఆరాట పడేవాణ్ణి.

'పిల్లోడు బాగా తడిసిపోయాడు. జలుబు చేసేస్తుందంటూ పొడి గుడ్డతో తలను బాగా తుడుస్తుంటే,నాకు జలుబు మాటెలాగున్నా గాని, అమ్మా, నాన్నలు మాకోసం చూపిస్తున్న అనురాగానికి మురిసి పోయేవాణ్ణి. నాకేమీ కాదమ్మా... మీరున్నారు కదా... ' అనేవాణ్ణి.

అంతే... మా అమ్మా, నాన్నల కళ్ళల్లో కన్నీళ్ళు. అమాంతంగా ఒళ్ళోకి దగ్గరకు తీసేసుకొనేవారు.

అప్పుడు నాకు భలే సంతోషం అనిపించేది. అమ్మా, నాన్న ముఖంలో అది ఆనందమో, దుఃఖమో, విషాదమో అన్నీ ముప్పేటగా నాకు అనిపించేవి.

ఆ ముక్కకి ఆ రుచి ఎలా వచ్చేదో...!

నాన్న ఇంతగా ఎందుకు కష్టపడేవాడు? కేవలం తన జానెడు పొట్ట కూటి కోసమేనా?కానే కాదు. మరెందుకు? ఒకసారి తెల్లవారు గట్లే తాటాకు కొట్టడానికో, కొబ్బరి దింపు తీయడానికో వెళ్ళేవాడు. భుజం మీద ఒక నిచ్చెన, నడుముకి ఒక బల్ల ఉండేది.

ఆ బల్ల వెనుక రెండు కత్తులు కూడా ఉండేవి. అవి బల్లకు అమర్చిన *ఒక తోలు అరలో* పెడతారు.దానిలో రెండు వైపులా రెండు కత్తులు పెట్టుకోవచ్చు. ఆ కత్తులు మంచి పదునుతో ఉండేవి. ఆ కత్తి పిడికి ఒక గుది పెట్టుకుంటారు. వాటితోపాటు రెండు నుండి మూడు అడుగుల పొడవుండే ఒక *తునగాలు*, నిచ్చెనకు కట్టిన నడుము ఎత్తు వరుకు ఉండే ఒక పొడవైన *తాటాకు బుట్ట*, దానిలోనే వాయుకుడుం, కత్తి నూరుకోవడానికి మెత్తగా కొట్టిన చిన్న *నెరుసు మూట*.

ఆ నెరుసుని కొట్టే పని నాకు లేదా మా చిన్నన్నయ్యకు ఉండేది. ఒక రుబ్బురోలు లాంటి దానిలో దాన్ని కొట్టగా కొట్టగా, మెత్తగా *నెరుసు* వస్తుంది. దానితో పదును పెడితే కత్తి బాగా తెగుతుంది. నేను ఒక్కోసారి ఈ రాయిని ముక్కలు కొట్టేసి, దాన్ని పిండి చేసేసేవాణ్ణి. త్వరగా అయిపోయేది. కానీ, నాన్నకు దాన్ని ముట్టుకోగానే తెలిసిపోయేది. అంతే సాయంత్రం నాన్న గుదిదెబ్బలు తినాల్సి వచ్చేది.

ఆ రోజు కత్తికి పదును పెట్టడానికి ఎంత ఇబ్బంది పడేవాడో. అందుకే నా వీపు మీద గుది నాట్యం చేసేది. నేనేమో అంతసమయం దానికి వృథా చేయడమెందుకని, రాయిని ముక్కలు చేసి, దాన్ని నూరేసేవాణ్ణి. ఒకవేళ కల్లు గీయడానికి వెళితే, ఒక *కల్లుకుండ* నడుము వెనుక వైపు ఉండే *ఇనుప కొక్కేనికి* తగిలించుకునేవాడు. ఇలా నాన్న ప్రతిరోజు ఒక యుద్ధానికి వెళుతున్నట్లే సిద్ధమయ్యే వాడు.

వాయుకుడం అంటే...!

వాయుకుడం అంటే మినప పిండి, బియ్యపు పిండి కలిపి, చేసే ఒక టిఫిన్. పొయ్యి మీద ఒక పాత్ర పెడతారు. దానిలో ముందు సగానికంటే ఎక్కువ లేదా ముప్పావు వంతు పాత్ర నిండేటట్లుగా నీళ్ళు పోస్తారు. దానిలో కొద్దిగా గడ్డి వేస్తారు. ఆ పాత్ర మూతకు కొద్ది వదులుగా ఒక కాటన్ గుడ్డ కట్టి, దానిపై రుబ్బిన మినపప్పు నూక కలిపిన పిండి వేస్తారు. ఆ పిండిలో బాగా కలిసిపోయేట్లుగా కొద్దిగా ఉప్పు కూడా వేస్తారు. పాత్రకు కట్టిన ఆ గుడ్డ

పాత్రలో ఉన్న నీటిని తాకకుండా, మరీ మూత పెడితే, పైకి వచ్చేయకుండా పిండి వేసి, మూత పెట్టేస్తారు. తర్వాత కింద మంటపెడతారు. పాత్రలో వేసిన నీరు మరిగిపోయి, ఆవిరి వల్ల కాసేపటికి అది ఉడికిపోతుంది. ఆ వాయువుతో ఉడుకుతుంది. కాబట్టే దానికి వాయుకుడుము అని పేరు. దీన్నే పల్లెటూరులో *ఆయ కుడుమని, ఆవిరి కుడుం* అనీ పిలుస్తారు.దీనికి ఎలాంటి నూనె పదార్థాలు అవసరం లేదు. ఒక విధంగా మనం ఇడ్లీ ఎలాగైతేవండుకుంటామో, అలాగే దీన్ని కూడా వండుతారు. ఇడ్లీ పాత్ర బదులు ఒక లోతైన పాత్ర తీసుకుంటారు. వాయుకుడుము తయారు చేయాలనుకున్నపుడు, ముందు రాత్రి నానబెట్టిన మినపప్పుని పొద్దున్నే రుబ్బురోలు మీద వేసి మెత్తగా రుబ్బుకోవాలి. దానిలో కొంచెం తినే సోడా, కొద్దిగా ఉప్పు వేసి, కలిపి, కాసేపు ఉంచాలి. ఆ తర్వాత దాన్ని పొయ్యి మీద పెట్టిన పాత్రలో వండుకోవడమే.

అమ్మ తెల్లవారగట్లే లేచి, పిండి రుబ్బి, పొద్దు పొడవకుండానే నాన్నకి రెడీ చేసిపెట్టేది.నాకు అలా వాయుకుడుమంటే చాలా ఇష్టం. ఎంతో రుచిగా ఉంటుంది. అది కొద్దిగా తింటే చాలు... చాలా సేపటి దాకా ఆకలి వేయదు. నాన్నకి దాన్నే ఇంచుమించు ప్రతిరోజూ కాకపోయినా వారానికి కనీసం మూడుసార్లైనా చేసి పెట్టేది. మాకు కూడా అదే టిఫిన్ గా పెట్టేది.

ఒకవేళ పిండి సరిపోకపోతే మా నాన్నకు మాత్రమే పెట్టి, మమ్మల్ని చద్దన్నం తినమనేది. మేమైతే పొద్దున్నే వండిన వెంటనే వేడిగా వాయుకుడుము తినేసేవాళ్ళం. నాన్న మాత్రం మాతోపాటు తినేవాడు కాదు. పోనీ, చద్దన్నం కూడా తినేవాడు కాదు. మాతోపాటు తినొచ్చు కదా... ఎందుకు తినట్లేదనుకునేవాణ్ణి.

తర్వాత తెలిసింది .... పొద్దున్నే తింటే చెట్లు ఎక్కడ కష్టం. అందుకనే ఆ ఖాళీ కడుపుతోనే దింపులు తీసేవాడు. పది, పదకొండు గంటల ప్రాంతంలో కొద్దిగా వాయు కుడుము తినేవాడు. అంతకు ముందు కొద్దిగా టీ తాగేవాడు. నాన్న కొరుక్కొని తింటున్న ఆ వాయు కుడుములోనే మళ్ళీ మాకు కూడా కొద్దిగా పెట్టేవాడు. పొద్దున్న అమ్మపెట్టిన దానికంటే అది రుచిగా అనిపించేది. నాన్న తింటూ, తన చేతితో పెట్టే ఆ ముక్కలో ఆ రుచి ఎలా వచ్చేదో తెలీదు గానీ, దాని కోసమే నేను ఎదురు చూసేవాణ్ణి. ఆ ముక్క కోసమే నేను అప్పుడప్పుడూ నాన్న కూడా వెళ్ళేవాణ్ణి. అది తింటూ దీని కోసమేనేమో రోజూ బాబు కూడా మా కృష్ణగాడు వెళ్తున్నాడనుకొనేవాణ్ణి.

మాకెలా అలవాటైందో నాకు తెలియదు. మా నాన్నను మేమంతా *బాబు* అని పిలిచేవాళ్ళం. బహుశా *బాపు* నుండే బాబు వచ్చిందేమో. ఇప్పటికీ ఏదైనా గొడవ జరిగితే 'నీ బాబుతో చెప్పుకో...' అనే మాట మన తెలుగువాళ్ళ సొంతం.

కృష్ణ అంటే మా తమ్ముడు. మేము నలుగురు అన్నదమ్ములమని ఇంతకు ముందే చెప్పాను కదా. నా తర్వాత వాడి పేరే రామకృష్ణ. మేమంతా *కృష్ణ* అనే పిలుస్తాం. తర్వాత

స్కూల్లో *రవికుమార్* గా మారిపోయింది. దీని వెనుకో పెద్ద కథే ఉంది. మా మగపిల్లల్లో చివరివాడు కృష్ణ. వీడంటే మా అమ్మా నాన్నలకు ఎంతో ఇష్టం. మేమన్నా ఇష్టమే, కానీ, మా నాన్నకు వీడంటే మహాప్రాణం. వీడినే బాగా ముద్దాడేవాడు. ఆ ముద్దు, గారాబంగా మారిపోయింది. దాంతో ఇంచుమించు ప్రతిరోజూ పొద్దున్నే నాన్న కూడా బయలుదేరే వాడు. వాడు స్కూల్లో గడపడం కంటే నాన్నతోనే ఎక్కువ గడిపేవాడంటే బాగుంటుందేమో...అది హైస్కూల్ చదువు వరకూ కొనసాగింది.

ఎప్పుడన్నా బాగా అలసిపోయినప్పుడు నాన్న కొంచెం సారా తాగేవాడు. ఆ మత్తులో "*బాబా కృష్ణా... రారా... ఇదిగో నీకోసమే తెచ్చాను.*" అని ఏదో ఒక స్వీటు పెట్టేవాడు. వాణ్ణి ఒళ్ళో కూర్చోపెట్టుకొని, ఏవేవో కబుర్లు చెప్పేవాడు.కొబ్బరికాయలు తీయడానికి వెళ్లేటప్పుడు గానీ తాటాకు కొట్టడానికి వెళ్ళినప్పుడు గానీ, నాన్న పన్నెండు, ఒక్కోసారి రెండు గంటల వరకు ఏమీ తినేవాడు కాదు.తింటే మళ్ళీ చెట్లు ఎక్కడం చాలా కష్టం అనేవాడు.

పాపం, ఆ విధంగా రోజూ పొట్ట మాడ్చుకొనేవాడు.

అలాంటప్పుడే కొద్దిగా సారా తాగేవాడు. అప్పుడు తాను పడుతున్న కష్టాల్ని ఏకరువుపెట్టేవాడు. అప్పుడు నాన్న దగ్గరకు వెళ్ళాలంటే నాకు చాలా భయమేసేది. కానీ, నాన్న కష్టానికి మాత్రం ప్రాణం అల్లాడిపోయేది.

అప్పుడప్పుడూ నాన్న నన్నూ, మా తమ్ముణ్ణీ చెరో భుజమ్మీద కూర్చోబెట్టుకొని, సినిమాకి తీసుకెళ్ళేవాడు. చిన్నపిల్లలు వీళ్ళకి టికెట్స్ ఎందుకనేవాడు.

ఇలాంటి పనులన్నీ మళ్ళీ ఇప్పుడు మా చిన్నన్నయ్య వారసత్వంలా తీసుకున్నాడనిపిస్తుంది.చిన్నన్నయ్య చదువుకోలేదు. నాన్నలాగే కొబ్బరికాయలు దింపులు తీయడం, తాటాకు కొట్టడం నేర్చుకున్నాడు.కల్లు కూడా గీస్తాడు.

నాన్న, చిన్నన్నయ్యా ఇద్దరూ కలిసి, కుమ్మనరాజు గార్కి రాత్రీ పగలనక పనిచేసేవారు. కుమ్మన రాజు గారంటే అమలాపురం నుండి మా ఊరికి వచ్చేవారు. అప్పటికే ఆయన హెల్త్ డిపార్ట్మెంటులో పెద్ద ఉద్యోగం. మా ఊర్లో వాళ్ళకు చుట్టాలున్నారు. అందువల్ల మా ఊర్లో రంగరాజు మురుగు కాల్వ పక్కన కొన్ని ఎకరాల సాగు భూమి కొన్నారు. ఆ వ్యవసాయం చెయ్యించడానికి వారానికి ఓసారి వచ్చేవారు.

ఆయనకు ఎంతో పలుకుబడి ఉందని మా ఊరులో పేరు. అందువల్ల ఆయన తలచుకుంటే పెద్దన్నయ్యకు ఏదైనా ఒక ఉద్యోగం ఇప్పిస్తారని మా అమ్మానాన్నల నమ్మకం. ఆయన కూడా సరే అని చెప్పారట. దాంతో మా కుటుంబమంతా ఆయన పొలంలోనే పనిచేసేవాళ్ళం. ఇంత అని అడిగేవాళ్లం కాదు, ఎంత ఇస్తే అంతే సంతోషంగా తీసుకొనేవాళ్ళం. ఆయన ఇచ్చినా ఇవ్వకపోయినా, మా పెద్దన్నయ్యకు ఉద్యోగం ఇప్పిస్తే చాలనేదే మా తృప్తి.

కుమ్మనరాజుగారు రంగరాజు మురుగు కాల్వ గట్టు చదును చేసేసి ఆయన పొలం ఉన్నంత దూరంలో కొబ్బరి మొక్కలు వేయించారు. వాటికి నీళ్ళ మొయ్యలేక మా భుజాలన్నీ గాయాలయ్యేవి.పెద్దన్నయ్యకు ఉద్యోగం వేయించడం మాటెలా ఉన్నా కొబ్బరితోట మాత్రం బాగా పెరిగింది. వాళ్ళ పొలంలో నమ్మకస్తులైన పనిమనుషులుగా మేము దొరికాం.

మా పెద్దన్నయ్య పెద్ద చదువులు చదివేశాడని మేము అనుకునేవాళ్లం. మాకేం తెలుసు. పదవ తరగతి ఫస్ట్ క్లాస్ లో పాసయ్యాడు. తర్వాత సీలేరులో స్టెనోగ్రఫీ చేశాడు. అదే పెద్ద చదువని మేమనుకునేవాళ్ళం.

టైపు,స్టెనో చేసినవాళ్ళకు మంచి ఉద్యోగాలు వస్తాయనీ, అందులోనూ రిజర్వేషన్ ఉంది కనుక, ఇంకా త్వరగా వస్తాయని కుమ్మన రాజుగారు మాతో చెప్పేవారు. మేము నమ్మేవాళ్ళం. మా కుటుంబం అంతా ఆయన పొలంలోనే పనిచేసేవాళ్ళం.

రెండు, మూడు ఉద్యోగాలకు వచ్చిన ఇంటర్వ్యూలకు అన్నయ్య వెళ్లాడు.

కానీ, ఉద్యోగం మాత్రం రాలేదు. లంచాలు విపరీతంగా ఉన్నాయని, అందువల్లనే రాలేదని కుమ్మనరాజుగారు చెప్పేవారట. అలా నేను ఇంటర్మీడియట్ చదువుకునే వరకు మా వాళ్ళంతా ఆయన పొలంలో పని చేస్తుండేవాళ్ళం.

రాత్రులు ఆ పొలంలోనే ధాన్యం రాసులు కాపలా కాస్తూ పడుకునే వాళ్ళం. చిన్న అలికిడైనా, వెంటనే లేచి చూసేవాళ్ళం. ఆ పొలానికీ, ఆ కొబ్బరితోటకీ మాకూ ఎంతో అనుబంధం ఏర్పడిపోయింది. చాలామంది ఆ పొలమూ, ఆ కొబ్బరితోటా మాదే అన్నంతగా పనిచేస్తున్నారనేవారు.

తర్వాత యన్టీరామారావుగారి ప్రభుత్వంలో, ముద్రగడ పద్మనాభంగారు రోడ్డు రవాణాశాఖామంత్రిగా ఉన్నప్పుడనుకుంటా, మా పెద్దన్నయ్యకు ఏపీయస్ ఆర్టీసిలో కండక్టర్ గా ఉద్యోగం వచ్చింది. కేవలం దరఖాస్తు చేసుకుంటే, మార్కులను బట్టి ఉద్యోగాలకు ఎంపిక చేసేవారు. ఒక్కపైసా కూడా లంచం ఇవ్వలేదు. నిజాయితీగా ఆ ఉద్యోగం వచ్చింది.

పదవ తరగతిలో అత్యధిక మార్కులు వస్తే, ఉద్యోగం వస్తుందనేది ఎంతోమందికి స్థిరపడిపోయింది. అలా పదవతరగతిలో అత్యధిక మార్కులు తెచ్చుకోవడానికి అనేక రకాలుగా ప్రయత్నాలు చేసేవారు.

మొదట్లో మార్కుల ప్రాతిపదికన ఉద్యోగాలు ఇచ్చినా, తర్వాత, పరిస్థితులు మారిపోయాయి. ఎవరికి ఎందుకు ఉద్యోగం వస్తుందో ఆ మాయా మర్మాలేమిటో చాలామందికి తెలిసేవి కాదు.

అలా పెంచిన కుమ్మనరాజు గారి కొబ్బరితోటల్ని చూసినప్పుడల్లా కొబ్బరి చెట్లకు బదులు నాకు మా కుటుంబం పడిన కష్టమే కనబడుతుంది. మేము ఎదిగి, దూరంగా వచ్చి

స్థిరపడి, మంచి భోజనం చేసేటప్పుడల్లా అమ్మా, నాన్నా, చిన్నన్నయ్యలే గుర్తుకొస్తారు. నాకు తెలియకుండానే నా కళ్ళల్లో నీళ్ళు కారిపోతుంటాయి. అలాంటప్పుడిలా రాసుకున్నాను.

వలస పక్షికిప్పుడేదో విరిగిన చప్పుడు
చెట్టునిండా పండ్లు
కొమ్మల్నీ, రెమ్మల్నీ అలముకున్న ఏకాకులు!
పండిన వెలితి
ఎంత తీయని బంధం
నోట్లో ఊరుతున్న కాకరకాయ రసం!
పొద్దున్నే భుజాన్నెక్కుతున్న సూర్యుడు
రైలు దిగినప్పుడు
వెన్నెలవుతాడు!
పాదలేపనాలు, అగ్నిహోత్రాలు మంత్ర మహిమలు
యంత్రభూతాలు, హిమాలయాలు, స్వర్గనరకాలు
ఏకధాటిగా కురిపించిన రసం
ఉక్కిరి బిక్కిరై, చందమామ కౌగిళ్ళలో రసాభాసం!
తట్టుకోలేకపోతున్నాను
కాసేపు మట్టివాసనల్నీ, పైరుగాలినీ పీల్చాలి!
అవిగో నీటికయ్యల్లో ఎగిరిపడే చేదిపరిగలు
నాన్న విసిరిన పువ్వుల్లాంటి వలలో పడే నీటిదండలు
ఆకాశమంత ఎత్తునుండే నాన్న అందించే ముంజికాయలు
"నమో వేంకటేశా... నమోతిరుమలేశా..."
టూరింగు టాకీసులో సినిమా మొదలవుతుంది
నాన్న భుజమ్మీద చంటిపిల్లాడినైపోవాలి
కానీ... అదిగో నాన్న వంట్లో మూలుగులన్నీ పీల్చేసి
చిన్నన్నయ్య జీవితాన్నంతా తాగేసి
కుమ్మనరాజు కొబ్బరితోట దారికడ్డంగా రక్తం తాగే రాక్షసిలా...

నాన్న మీద ఆధారపడి, ఐదుగురు పిల్లలు, అమ్మ, నాన్న, భార్య వీళ్లంతా ఆధారపడి బ్రతకాలి. వాళ్ళకి కేవలం తిండి మాత్రమే సరిపోతుందా? మిగతావన్నీ సమకూర్చాలి. తిండి పెట్టాలి.

బట్టలు కొనాలి. మిగతా అవసరాలు తీర్చాలి. మరొకవైపు మాకంటూ ఒక ఇల్లు లేదు. ఇల్లు కట్టుకోవడానికి స్థలం లేదు. అన్నీ కొత్తగా నాన్న నుండే ప్రారంభం కావాలి.

ఇంకొక వైపు పిల్లల్ని చదివించాలి. ఇవన్నీ సాధించాలంటే ఎంత కష్టపడాలి, ఎన్ని మార్గాలు వెతకాలో అన్నీ వెతికేవాడు. అన్ని పనులు చేసేవాడు.

నాన్న ఇప్పుడుంటే మహారాజులా కూర్చోబెట్టి తినిపించాలనిపిస్తుంది.

ఇన్ని పనులు చేసినా మా నాన్న తెచ్చిన డబ్బుల్ని జాగ్రత్త చెయ్యడంలో మా అమ్మ ఎంతో జాగ్రత్తపరురాలు.

ఇంట్లోకి కావలసినవన్నీ చూస్తూనే, మా పేటలో ముందుగా మట్టిగోడలు, తర్వాత ఇటుకలతో ఇల్లు కట్టారు. మా పేటలో మొట్టమొదటి సారిగా మాఇంట్లోనే కరెంటు వేయించారు. మొట్టమొదటి సారిగా సైకిల్ కొన్నారు. మొట్టమొదటిసారిగా టెలీఫోన్ పెట్టించారు. అప్పటికే మేమంతా వివిధ ఊళ్లలో ఉండడం, ముఖ్యంగా నేను, మా తమ్ముడు హైదరాబాద్ లో చదువుకోవడం వల్ల మేమంతా మాట్లాడుకోవడానికి టెలీఫోన్ అవసరమయ్యింది.

అమ్మకి నాన్న బంగారం కూడా కొనేవాడు. కాసుల పేరు, చెవులకు దిద్దులు, కాళ్లకు వెండి కడియాలు ఇలా చాలా చేయించాడు. అమ్మ మెడలో పావలాకాసులాంటి బంగారు కాసులుండేవి. ఆ కాసుల పేరు వేసుకుంటే మా అమ్మే దేవతేమో అనిపించేది.

అమ్మా, నాన్నా మాకు మంచి బట్టలు కొనేవారు. వాళ్ళ కష్టం ఫలితంగానే కొంత వ్యవసాయ భూమిని కూడా కొన్నారు. అయితే, దానికి రిజిస్ట్రేషన్ అవసరం లేదనీ, ఆ మాత్రం నమ్మకం లేకపోతే ఎలా అని పెద్దమనుషులు నమ్మించారు.

నాన్న నమ్మేశాడు.

కానీ, అమ్మ నమ్మలేదు. అమ్మ రిజిస్ట్రేషన్ చెయ్యించేదాకా ఊరుకోలేదు.

అలా కుదరదు. రిజిస్ట్రేషన్ చెయ్యించాల్సిందేనని పట్టుపట్టింది. పెద్దమనుషులు అవసరం లేదన్నారు. పదేళ్ళ తర్వాత రిజిష్ట్రేషన్ కోసం భూమి కొన్నవాళ్ళు ఇబ్బంది పెట్టారు.

అప్పుడు అమ్మ ఎందుకు రిజిష్ట్రేషన్ చేయించాలన్నదో తెలిసింది.

మళ్ళీ పెద్దమనుషులే రిజిష్ట్రేషన్ చేయించుకోవాలి కదా అన్నారు.

మరలా భూమికి అదనంగా డబ్బు ఇవ్వాలన్నారు. అప్పుడు మా అమ్మ ఎందుకలా రిజిష్ట్రేషన్ చేయించుకోమని చెప్పిందో అర్థమై, అమ్మ మాటకు మరింత విలువ పెరిగింది.

మా పేర్లు మా ఇష్టప్రకారం ఉండవు!

మా పుట్టిన తేదీలు మా అభీష్టం ప్రకారం రాయరు!!పిల్లల్ని బడిలో చేర్చేటప్పుడు చాలామంది ఎంతో ఆనందంగా ఉంటారు. ఎంతో హడావిడి చేస్తారు. అందరికీ స్వీట్స్ పంచుతుంటారు.

మరికొంతమందికిలా ఉండదు.పిల్లలు బడికి దూరంగా బ్రతుకు భారంగా గడుపుతుంటారు. తినగా మిగిలినవి పారేసిన చెత్త బుట్టల్లో దొరికినవి తింటుంటే, ఆ పిల్లల కళ్ళల్లో మెరిసే కాకరపువ్వొత్తుల్లా ఆనందం కురుస్తున్నట్లుంటుంది.

ఈ రెండు దృశ్యాల్లో దేన్ని చూసినా, నేను బడిలో చేరిన రోజులే గుర్తుకొస్తుంటాయి.

అందరిలా నన్ను అమ్మా, నాన్న బడిలో చేర్చలేదు. చేర్చకూడదనేది కాదు వాళ్ళ ఆలోచన. ఇంకా బడిలో చేర్చే సమయం రాలేదనుకోవడమే దానికి కారణమేమో.

నా పాఠశాల ప్రవేశం విచిత్రంగా జరిగింది. ఇంట్లో పెద్దన్నయ్య చదువుకుంటున్నాడు. పేరు సామ్యూల్ రాజు. రెండవ అన్నయ్య చదవడం లేదు. పేరేమో, సత్యనారాయణ. కొత్తలంకలో గల సత్యనారాయణ స్వామి వారికి మా అమ్మ మ్రొక్కుకొని పెట్టిన పేరు.

నేను మూడోవాణ్ణి. అప్పటికి నాకు నాలుగో, ఐదో యేడో ఉంటుందేమో. అప్పటికే నాకు ఓ తమ్ముడున్నాడు. వాడిపేరు రవికుమార్. కానీ, మేమంతా వాణ్ణి కృష్ణ అనే పిలుచుకుంటాం.

కొన్నాళ్ళు వాడికి అదేపేరు. సరిగ్గా చదివేవాడు కాదు. స్కూల్ కి వెళ్ళేవాడు కాదు. ఆ తర్వాత వాడిని డైరెక్ట్ గా ఏడవ తరగతిలో వేసేటప్పుడనుకుంటాను, పేరు మార్చుకోవచ్చని చెప్పారు. అప్పుడు నేను వాడి పేరు రవికుమార్ గా పెట్టమన్నాను. నేను మా హైస్కూల్ లో ఉండగా ఒక మాష్టారు కొడుకు పేరు రవికుమార్. అతడు చాలా చురుకైన వాడు. బాగా చదివేవాడు. అతణ్ణి అందరూ బాగా మెచ్చుకునేవారు. నాకెందుకో ఆ పేరు పెడితే బాగుంటుందనిపించింది. అలాగే మార్చేశాను. అప్పటి నుండి వాడి దశ తిరిగింది. ఎక్కడా ఆగకుండా అన్నీ ఫస్ట్ క్లాసులే తెచ్చుకున్నాడు.

ఇప్పుడు మా ఇంటిలో అందరికంటే ఎక్కువ డిగ్రీలు ఉన్నవాడు వాడే.

చివరిగా పుట్టిన ఒక చెల్లి ఉంది. విజయకుమారి. కానీ మేమంతా 'పాప' అనే ముద్దుగా పిలుచుకుంటాం. ఆ పిల్లకు అప్పుడు ఇంకా పాలు తాగే వయసు.

తమ్ముడు అమ్మానాన్నలకు గారాలపట్టి. కాబట్టి వాడు ఎప్పుడూ వాళ్ళతోనే ఉండేవాడు. ఇక, నేను మా చెల్లిని ఎత్తుకోవడం నా డ్యూటీలో ఒక భాగం. మా చెల్లిని ఇప్పటికీ పాప అనే పిలుస్తుంటాం. అందరికంటే చివరిలో పుట్టింది. అందువల్ల పాప అని ముద్దుగా పిలుచుకునేవాళ్ళం. అమ్మానాన్నాలు పనికి వెళ్తే, నేనే మా పాపను ఎత్తుకోవాలి.

మేము కౌలుకు చేసే పొలంలో సంవత్సరానికి ఒకసారి ఖరీఫ్ కి వరిపంట పండేది. తర్వాత రెండవ పంటగా కూడా వరి వేయడానికి సరిపడా నీళ్ళు ఉండేవి కాదు. అందువల్ల రబీ పంటగా అపరాలు వేసేవారు. మరికొంతమంది వేరుశనగ పంట పండించేవారు. మేము కూడా ఇంటిల్లిపాదీ ఆ పొలంలో రాత్రనకా, పగలనకా వచ్చే కొద్దిపాటి నీటినీ గుల్లలతో గానీ, గూడలతో గానీ తోడుతూ, పొలంలోకి నీళ్ళు పెట్టుకోగలిగేవాళ్ళం. కాబట్టి వేరుశనగ పంటవేసేవాళ్ళం.

మాకు గేదెలతోపాటు రెండు *ఒంగోలు గిత్త*లుండేవి. వాటితో మా నాన్న అరక దున్నేవాడు.

దానితోనే మా పొలమంతా దున్ని, వేరుశెనగ పంటవేశాం. ఆ పంట వేసేముందు చేను చదును చేయడానికి అరకకు ఒక కంప కడతారు. దాని మీద రాళ్ళు పెట్టి, ఈడుస్తారు. అలా ఈడ్చేటప్పుడు నేను, మా తమ్ముడు ''నేనంటే ... నేను" అనుకుంటూ ఆ కంపపై కూర్చొనేవాళ్ళం. కూర్చున్నవాళ్ళం అలా జాగ్రత్తగా కూర్చోవచ్చు కదా. అరక తోలుతున్న మా నాన్నకు తెలియకుండా కొన్ని రాళ్ళు తీసుకొని, ఆ ఎద్దుల వెనుక రెండు కాళ్ళ వెనుకా తగిలేట్లు కొట్టేవాళ్ళం. దాంతో ఆ ఎద్దులు వేగంగా లాగేసేవి. అలాంటప్పుడు ఆ కంప మీదున్న మేము పడిపోయేవాళ్ళం. అలా కొట్టడం, పడిపోవడం అదో సరదాగా ఉండేది.

వేరుశెనగ పంటకు విత్తనాలు వేసి, అవి మొలకొచ్చేదాకా చాలా జాగ్రత్తగా చూసుకోవాలి. పక్షులు, కోళ్ళు ఆ గింజల్ని తినేస్తాయి. మరొకవైపు చీమలు కూడా తినేస్తాయి. అందువల్ల ఆ విత్తనాలకు ఏవో కొన్ని పౌడర్లు కూడా కలిపి చల్లుతారు. అవి మొక్కలు వచ్చేవరకూ చేనంతటినీ చంటిపిల్లలా చూసుకోవాలి.

అలా చూడ్డంలో మానాన్న ఎంతో నైపుణ్యాన్ని ప్రదర్శించేవాడు. మొక్క మొలచిన తర్వాత నుండీ అప్పుడప్పుడూ నీళ్ళు పెట్టాలి. ఒక్కోసారి మేమే బకెట్లతో మొక్కలకు నీళ్ళే చల్లేవాళ్ళం. కొంచెం పెద్దవి అయిన తర్వాత నీళ్ళు పెట్టాలి. కాల్వలో నీళ్ళుండేవి కాదు. అందువల్ల మా చేను దగ్గర ఉండే బోదిలో కొద్ది కొద్దిగానే నీళ్ళు వచ్చేవి. వాటిని పెద్దరైతులు *ఇంజన్లు పెట్టి* తోడేసేవారు.

మా పొలాలకు నీళ్ళు దొరికేవి కాదు. అందువల్ల రాత్రి వేళల్లో గుల్లలతో నీళ్ళు తోడేవాళ్ళం. అలా నీళ్ళు తోడుతుంటే ఒక్కోసారి నిద్ర వచ్చేసి, ఆ గుల్లకు చేతులతో తిప్పడానికి ఉండే ఇనుప ఊస మా ముఖానికి తగిలేసేది.

నిద్రను ఆపుకోవడానికి నీళ్ళతో ముఖాన్ని అనేకసార్లు కడుక్కొనేవాళ్లం. అలా ఒక యేడాది వేరుసెనగ పంట వేశారు. బాగా పండింది. వేరుశనగ కాయ కోసేసి, అమ్మడానికి ముందు దానికి తేమ లేకుండా చూసుకోవాలి. లేకపోతే సరైన రేటు రాదు. అందువల్ల ఆ కాయల్ని ఎండబెట్టాలి. మేము కూడా అలాగే కాయలు కోసేసి, వాటిని అలా రాశులుగా పోసి, ఎండబెట్టేవాళ్ళం. మా చెల్లిని ఎత్తుకొని ఆడిస్తూ, నేను దానికి కాపలా కాసేవాణ్ణి.

మా పొలానికి ఆనుకొనే ప్రాథమిక పాఠశాల ఉండేది. ఆ బడిలో పిల్లలు కేరింతలు కొట్టుకుంటూ, ఆడుకొనేవారు. నా ఈడు పిల్లలు కూడా ఆ బడిలో చదువుకొంటుండేవారు. ఆ రోజుల్లో దగ్గర్లో ప్రయివేట్ పాఠశాలలు లేవు. అందువల్ల ఊళ్ళో వాళ్లంతా ఆ బడిలోనే చదువుకొనేవారు. బడిలోకి వెళ్ళేటప్పుడు, ఇంటర్వెల్ బెల్ కొట్టినప్పుడూ బడిలో పిల్లలంతా గువ్వల్లా బయటకొచ్చేవారు.వాళ్ళను రోజూ చూస్తుండేవాణ్ణి.నేను కూడా వాళ్ళతో కలిసి, చదువుకోవాలనిపించేది.

కానీ, నన్ను ఇంకా బడిలో వేసే వయస్సు రాలేదని, మా అమ్మానాన్నలు బడికి పంపేవారు కాదు.

ఎప్పటిలాగే వేరుశెనగ రాశులు పోసి, మా అమ్మా నాన్నలు పనులకు వెళ్ళిపోయారు. నేను కూడా ఎప్పటిలాగే మా చెల్లిని ఎత్తుకొని, వాటి దగ్గర కాపలా ఉన్నాను. వాళ్ళు వెళ్ళిపోయిన తర్వాత నేను మా చెల్లిని ఎత్తుకొని, పక్కనే ఉన్న బడిలోకి వెళ్ళిపోయాను. ఆ సాయంత్రం మా అమ్మ నన్ను బాగా తిట్టింది. మా నాన్న కొట్టాడు. ఏదో అంటూ తిట్టడం, కొట్టేవారు.

అప్పుడు నాకు అర్థం కాలేదు. తర్వాత తెలిసింది. ఆ రోజు రాశుల దగ్గర కాపలా లేకపోవడం వల్ల ఎవరికి కావలసినన్ని వాళ్ళు తువ్వాల్లోను, చీర కొంగుల్లోను, సంచుల్లోను తమకు దొరికినన్ని వేరుశెనగ కాయలు పట్టుకొనిపోయారని.

అవి పోతే పోయాయి.
ఆ రోజు దెబ్బలు తగిల్తే తగిలాయి.
కానీ, మళ్ళీ నన్ను బడికెళ్లొద్దనలేదు.

ఆనాటి నుండీ నేనేనాడూ బడికెళ్ళడం మానలేదు. నాపేరెలా రాశారో, నా పుట్టిన తేదీ ఎంత వేశారో, దేన్ని ఆధారంగా చేసుకొని నా పుట్టిన తేదీ ఎలా నిర్ణయించారో ఆ నాటి మా బడి పంతుళ్లకే తెలుసు. మా పేర్లు నిర్ణయించడం, మా పుట్టిన తేదీలు నిర్ణయించడానికి వాళ్ళే మాకు బ్రహ్మల్లా పనిచేసేవారు. అందుకే మా పుట్టిన తేదీలు, మా పేర్లు మా ఊహల్లోనుంచి వచ్చినవి కాదు. మా అభిరుచులనుండి ఏర్పడినవి కాదు. వాళ్ళకు నచ్చితే మంచి పేరు, వాళ్ళకు నచ్చకపోతే వాళ్ళిష్టమొచ్చిన పేరే మా పేరుగా మారిపోయేది.

అదృష్టం కొద్దీ నాకు మంచి పేరే పెట్టారు. మా అమ్మ చెప్పినట్లే రాయాలని పట్టుపట్టిందట. అంతకు ముందు ఏ పేరు పెట్టారో తెలియదు కానీ, నా పేరు మాత్రం

వెంకటేశ్వరరావు అనే రాశారు. టీచర్స్ డే రోజునే నా పుట్టిన తేదీగా రాశారు. ఇది ఎలా నిర్ణయించారో నాకు తెలియదు.

అరుంధతీదేవి మన ఆడపడుచే!-మహాభారతం రాసింది మీ తాతగారే!!

నాకు నేనే అలా ప్రాథమిక పాఠశాలలో చేరిన తర్వాత, మా ఇంట్లోవాళ్ళు నాకేమీ పెద్దగా పనులు చెప్పేవారు కాదు.కానీ, పొద్దున్నే లేవాలి. అలా లేవలేకపోతే గుది దెబ్బలు తినాల్సిందే.లేచిన తర్వాత ఎవరు కప్పుకున్న దుప్పట్లు వాళ్ళే మడతపెట్టాలి. దానితో పాటు ఎవరి చాపలు వాళ్ళే చుట్టి, ఇంట్లో జాగ్రత్తగా పెట్టాలి. అలా పెట్టకపోతే ఆ నిద్ర మత్తు ఆ రోజంతా ఉంటుందని చెప్పేవారు. ఈ పద్ధతి మేము పెద్దవాళ్ళయ్యే వరకూ కొనసాగింది.

క్రమేపీ తాటాకు చాపలు పోయి, తుంగ చాపలు వచ్చాయి. ఇంకొన్నాళ్ళకి తుంగచాపలు పోయి నులక మంచాలు వచ్చాయి. నులక మంచాల స్థానంలో బద్దిమంచాలు వచ్చాయి. అప్పుడు కూడా మంచం ఎత్తి గోడకు చేసెయ్యాలి. అలా ఎవరైనా చెయ్యకపోతే గుది సిద్ధంగా ఉండేది. పెద్దన్నయ్య పెళ్ళయ్యేవరకూ మాకు పరుపుల మంచం తెలియదు.

అందరికీ మంచాలు వేసుకోవాలంటే ఇల్లు సరిపోయేది కాదు. అందువల్ల కొంతమంది వాకిలిలో ఆరు బయట మంచం వేసుకొని పడుకొనే వాళ్ళం. ఆ వెన్నెల రాత్రుల్లో అలా ఇంటి బయట మంచాలపై పడుకొని, ఆకాశాన్ని చూస్తుంటే భలే సరదాగా ఉండేది.

ఆకాశంలో చందమామనీ, దాని చుట్టూ ఉండే నక్షత్రాల్నీ చూస్తూ, రకరకాల కథలు వినేవాళ్ళం. పేదరాశి పెద్దమ్మ ఆ చందమామలో నూలు వడుకుతుందనీ, అందుకే ఆ చందమామలో ఆ నల్లని మచ్చలా ఆమె కనిపిస్తుందనీ చెప్పేవారు.

అలా ఆకాశంలో చుక్కల్ని చూస్తూ, లెక్కపెడుతుంటే మాతో పెద్దోళ్ళు అలా లెక్క పెట్టకూడదనే వారు. *ఎన్ని చుక్కల్ని లెక్కపెడితే అన్ని పుట్టుమచ్చలు మన శరీరం మీద ఏర్పడతాయని భయపెట్టేవారు.*

అయినా సరే... ఆకాశంలో చుక్కల్ని లెక్కపెట్టి, తెల్లవారిన తర్వాత మా పుట్టుమచ్చల్ని లెక్కపెట్టుకునేవాళ్ళం. అయితే ఎన్నిసార్లు చూసుకున్నా, ఎన్నిసార్లు లెక్కపెట్టినా అవే ఉండేవి. మనం లెక్కపెట్టినప్పుడు దేవుడు చూడలేదేమో అనుకునే వాళ్ళం.

అదేమిటో గానీ, ఎంత సేపు చూసినా ఆకాశాన్నీ, ఆ నక్షత్రాల్నీ అలాగే చూడాలనిపించేది.

అలా చూడగా చూడగా కొన్ని నక్షత్రాలు బాగా పెద్దవి గాను, మరికొన్ని చిన్నవి గాను కనిపించేవి. కొన్ని నక్షత్రాలు కదులుతున్నట్లు కనిపించేవి. కొంతదూరం వెళ్ళాక మాయమైపోయేవి.

మా అన్నయ్యవాళ్ళు వాటిని విమానాలని చెప్పేవారు, కొన్ని నక్షత్రాలు అలా రాలిపోతుంటాయనీ అనేవారు. ఆకాశంలో బాగా మెరుస్తూ, అన్నింటికంటే పెద్దవిగా కొన్ని నక్షత్రాలు కనిపించేవి. వాటికి దగ్గర్లో ఒక నక్షత్రం ఉంటుంది. దాని పేరు ఆరంజ్యోతి (అరుంధతి) అని మా అమ్మ చెప్పేది.

"*ఆ ఆరంజోతి మనింటి పిల్లే ... అలా నక్షత్రంగా మారిపోయింది.*" అని మా అమ్మ అనగానే మాకు ఆశ్చర్యమనిపించేది. వెంటనే మేము కుతూహలంగా అడిగేవాళ్ళం.

"*ఎందుకలా మారిపోయిందమ్మా...*" అని

"*ఆ యమ్మకి దేవతలు వరమిచ్చారట...*"

"*ఏం చేసిందని అలాంటి వరమిచ్చారు?*"

"*అదో పెద్ద కతలే. మీకు నిద్రవచ్చేస్తుంది. పడుకోండి. తర్వాత ఎప్పుడైనా చెప్తాను.*" అన్నప్పటికీ మేము ఆ కథేమిటో వినాలనిపించేది. చెప్పమనేవాళ్ళం.

మాకు ఆ కథ చెప్పేది.

మా అమ్మ వరిచేలల్లో ఊడుపులు ఊడ్చేటప్పుడు జానపథ కథలు చెప్పేది. దీన్ని శాస్త్రం చెప్పడమని పిలిచేవారు. రాగం తీస్తూ కథ చెప్తూ, నాట్లు వేస్తుంటే, పనిలో వాళ్ళంతా శ్రద్ధగా వినేవారు.

చివరికి ఆ పొలం యజమాని కూడా ఆ కథ అయ్యేవరకు అక్కడక్కడే అటూ ఇటూ తిరుగుతు వినేవాడు. పని కూడా ఎక్కడా ఆగకుండా జరిగిపోయేది.

ఇలా కథ చెప్పడం వల్ల మా అమ్మని పనిలోకి రమ్మని చాలామంది అడిగేవారు.

అమ్మతో కలిసి పనిచేయాలని ఎంతోమంది ఆడవాళ్ళు ఉత్సాహపడేవారు. అమ్మ కూడా వచ్చి పనిచేయాలని ఎంతో మంది ఎదురు చూసేవారు.

★★★

ఆరంజోతి ముందు జన్మలో ఎంతో అందమైన పిల్ల. ఆమె పేరు సంధ్యాదేవి. అందరి కళ్ళూ ఆమె మీదే పడేవి. అందుకని ఆమె కోపంతో చూస్తే, వాళ్ళంతా మాడి మసైపోయేవారు.

అలా లోకంలో మగాళ్ళంతా చనిపోతుంటే ఋషులంతా కలిసి దేవతల్ని ప్రార్థించారు. దేవతల్లో బాగా దయగలవాడు శివుడు. ఆయన ప్రత్యక్షమయ్యాడు. వాళ్ళంతా కలిసి శివుడికి విషయమంతా వివరించారు.

శివుడు తన మూడో కన్నుతో చూశాడు. ఇది బ్రహ్మగారు చేసిన పని అని తెలుసుకున్నాడు.

ఆ సంగతిని తాను సమయం వచ్చినప్పుడు చూసుకుంటానని అభయమిచ్చాడు.

★★★

ఈ ప్రపంచాన్ని సృష్టించేటప్పుడు తనకు సహాయంగా తన మనో సంకల్పంతో మన్మథుణ్ణి సృష్టించాడు. అతనికి కొన్ని శక్తుల్ని ప్రసాదించాడు. ఆ శక్తుల్ని ఉపయోగించుకొని, (తన పనిని) మన్మథుడు ఎవరినైనా తన వైపుకు లాక్కోవచ్చన్నమాట.

మన్మథుడితో పాటు బ్రహ్మ తన మనో సంకల్పంతోటే ఒక అమ్మాయిని కూడా సృష్టించాడు. ఆ పిల్ల అన్ని లోకాల్లోని ఆడపిల్లలకంటే అందంగా ఉండేది. ఆమె పేరే సంధ్యాదేవి.

మన్మథుడు తనకున్న శక్తిని తెలుసుకోవాలనుకున్నాడు.తన శక్తిని బాణాల్లా మార్చేసి, సంధ్యాదేవి మీద విసిరాడు. ఆమెను చూసి, అక్కడున్న వాళ్ళంతా మోహంలో పడిపోయారు.వాళ్లతో పాటు బ్రహ్మ కూడా ఆమెను చూసి, మోహంలో పడిపోయాడు. క్షణకాలంలో బ్రహ్మ తన మోహానికి గల కారణాన్ని తెలుసుకున్నాడు.

వెంటనే బ్రహ్మ మన్మథుణ్ణి– "*శివుని నేత్రాలనుండి వచ్చిన అగ్నిలో బూడిదవుతావు. అలాగే నీకు తెలిసో తెలియకో సహకరించిన సంధ్యాదేవి కూడా అగ్నిలో దహనం అయిపోతుంది.*" అని శపించాడు. ఆయన బూడిదయ్యాడు.

మళ్ళీ శివుడికి దయకలిగి అతన్ని బ్రతికించాడు. అదో కథ.

★★★

సంధ్యాదేవికి తాను చేయని నేరానికి కూడా తాను శిక్షను అనుభవించాల్సి వచ్చింది. తానెంతో పవిత్రురాలు. మహాశక్తి సంపన్నురాలు. అందువల్ల అగ్నిని ప్రార్థించింది. అగ్ని దేవుడు ప్రత్యక్షమయ్యాడు. తన దేహాన్ని బూడిదచెయ్యమని కోరింది. ఇది తెలిసిన శివుడు ఆమెకు ప్రత్యక్షమయ్యాడు.

"*నువ్వు తీసుకున్న నిర్ణయానికి తిరుగులేదు. అలాగే ఆహుతి అవుతావు. నీకో వరం ఇస్తున్నాను. వచ్చే జన్మలో మళ్ళీ నువ్వు ఆ అగ్ని గుండం నుండే జన్మిస్తావు. అందువల్ల నిన్ను అరుంధతీదేవి అనిపిలుస్తారు. నువ్వు లోకంలోని ఆడవాళ్ళందరికీ ఆదర్శంగా నిలుస్తావు. నిన్ను ఒక పుణ్యాత్ముడు పెళ్ళి చేసుకుంటాడు. పెళ్ళి చేసుకున్న ప్రతీవాళ్ళూ నిన్ను దర్శించడం పుణ్యంగా భావిస్తారు.*" అని వరమిచ్చి, మాయమై పోయాడు శివుడు.

అలా శివుడు వరమిచ్చినట్లుగానే ఆ జన్మలో తనకు తాను సంధ్యాదేవి అగ్నికి ఆహుతయ్యింది.

కొన్నాళ్ళకు ఒక దేశంలో మహారాజుకి పిల్లల్లేరు. యజ్ఞయాగాదులు నిర్వహించేవారు.

మరికొన్నాళ్ళకు రాజ దంపతులకు ఒక ఆడబిడ్డ పుట్టింది. మగపిల్లాడు పుట్టలేదని ఆ పిల్లని ఊరికి దూరంగా పడేశారు. ఆ పిల్లని పశువుల్ని మేపుకుంటున్న వాళ్ళు చూసి,

పెంచుకున్నారు. వాళ్ళని అందరితో కలవనిచ్చేవారు కాదు. అయినా ఆ పిల్లని అల్లారు ముద్దుగా పెంచుకున్నారు.

ఆ పిల్ల ఎప్పుడూ ఏదో పరధ్యానంలో ఉండేది. తనకు తానే ఏదో మాట్లాడుకునేది. పెంచిన తల్లిదండ్రులు ఏమయ్యిందని భయపడేవారు.

ఈలోగా ఒక మహాముని ఒక శపథం చేశాడు. దాన్ని చాటింపు వేశారు. *“ఎవరైతే ఇసుకతో అన్నం వండుతారో, ఎవరైతే జల్లెడతో నీళ్ళు పట్టుకొస్తారో, ఆమెను నేను వివాహం చేసుకుంటాను.”* అదీ అతను చేసిన శపథం.

ఆరంజోతి తాను చేసి చూపిస్తానని చెప్పింది.

“నేనే పవిత్రురాలినైతే నేను దీన్ని నా మనసులో అనుకున్నట్లు చెయ్యి స్వామీ.” అని దేవుడికి మ్రొక్కుకుని ఇసుకను తీసింది.

అన్నం వండింది.

జల్లెడతో నీళ్ళను తెచ్చింది.

ఆమెమహాత్మ్యాన్ని తెలుసుకున్న ఆ ముని ఆమెను పెళ్లి చేసుకున్నాడు.

ఆయన పేరే వశిష్ఠుడు.

వీళ్ళిద్దరూ అనేక సంవత్సరాలు కాపురం చేశారు. వందమందిని కన్నారు.వశిష్ఠ మహర్షి, అరుంధతీదేవికి నూరుగురు పిల్లల్లో పెద్దవాడు శక్తిమహర్షి. శక్తిమహర్షి భార్య అదృశ్యంతి. వీళ్ళిద్దరికీ పుట్టినవాడు పరాశరుడు. పరాశరుడికీ, సత్యవతికీ పుట్టినవాడు వ్యాసుడు. ఆ వ్యాసుడే పాండవుల కథ రాశాడు. ఆ వంశానికి చెందిన వాళ్ళమే మనమంతా ... అందుకనే మీరు బాగా చదువుకోవాలి.

అరుంధతీదేవిలాగే మన పిల్లలంతా అంత నీతిగా కూడా జీవించాలి. ఆమె అలా జీవించింది. కాబట్టే ..ఋషులందరితోపాటు ఆమె కూడా ఆకాశంలో ఓ నక్షత్రంలా మెరుస్తుంది. *“అందరి చేతా పూజలందుకుంటుంది...”*

ఇలా మా అమ్మ అనేక కథలు చెప్పేది. ఆ కథలతో మాలో ఎంతో స్ఫూర్తిని నింపేది. మా అమ్మ కథ చెబితే అది మా మనసులపై శాశ్వతమైన బొమ్మలా ముద్రపడిపోయేది. అంత బాగా చెప్పేది.

నువ్వెక్కడి నుండి వెనక్కి వెళ్ళు!!

ఆ మాట

నాలేత ఆకులాంటి గుండెల్నెవరో

చీల్చేస్తున్నట్లనిపించింది. నేను హైదరాబాద్ లో చదువుకోవడానికి వచ్చేంత వరకూ ఏనాడూ బాల సూర్యుణ్ణి నేనే ముందుగా ముద్దాడని రోజే లేదు. పైగా నాకు ఆ సూర్యుడెక్కడనుండి వస్తున్నాడనీ, ఆ స్థలాన్ని కనిపెట్టాలని కూడా అనిపించేది.

సూర్యోదయానికి ముందు ఆ కొబ్బరి చెట్లు, తాడి చెట్లు, ఇంకా రకరకాలైన చెట్లన్నీ నల్లగా, దుప్పట్లేవో కప్పుకున్నట్లు ఆ చెట్లేమిటో స్పష్టంగా గుర్తించలేనంతగా కనిపించేవి.

దూరం నుంచి చూస్తే ఆ గాలికి కదులుతున్నట్లు, రెండు మూడు చెట్లు అటూ, ఇటూ వంగి, ఒకదానితో ఒకటి ఏవేవో మాట్లాడుకుంటున్నట్లు అనిపించేవి.

రాత్రి పూట నాన్నో, అన్నయ్యో ఆ చలిలో కూడా పొలంలో నీళ్ళెంత వరకూ పారాయో, ఎవరైనా పొలం గట్టు గానీ కట్టేశారేమో అని అప్పుడప్పుడూ చూడ్డానికి వెళ్ళేవారు. అప్పుడు వాళ్ళు దుప్పటి కప్పుకొని, తలకి సైనికుడు కిరీటమేదో పెట్టుకున్నట్టు చెవుల్ని మూసేస్తూ తువ్వాలుతో తలకు చుట్టుకొని, పొలం చుట్టూ తిరుగుతున్న దృశ్యాల్లా సూర్యోదయానికి ముందు నాకు చెట్లు కనిపించేవి.

ఇంకాస్త సేపు అలాగే ఆ సూర్యోదయాన్ని చూస్తుంటే, ఆ చెట్ల మధ్యలోనుండి సన్నని వెలుగు ... అది కోత కోసిన పంట పొలాల దగ్గర కాపలా కాస్తూ, చేనుకి పెట్రోమాక్స్ *లైట్* వేసి, చూస్తున్నట్లు అటూ ఇటూ నాలుగు వైపుల్లో ఏదొక వైపు ఆ కాంతి కిరణాలు కదులుతున్నట్లు అనిపించేవి.

దూరంగా ఓ మూలలోనో, చేనుకి మధ్యలోనో ఒక కంచె వేసి, దానిమీద ఎండుగడ్డి పరచుకొని, పడుకున్నా మెలకువతో ఉన్నట్లు, మెలకువతో ఉన్నా పడుకున్నట్లనిపించే మా కుక్కపిల్లలాగే మేమూ పొలంలో రాత్రుల మాటు కాపలా కాసే వాళ్ళం.

సూర్యోదయం అవుతున్నకొద్దీ చల్లని గాలీ, దానికి తోడు పక్షుల కిలకిలా రావాలూ నాలోని బద్ధకాన్ని ఎలాగో తొలిగించేస్తూ, కొన్నిసార్లు వద్దన్నా చేలల్లోకి గట్లు తెంపుకుంటూ, ప్రవహించే నీళ్ళలా పొద్దున్నే ఏదో నవ్యోత్సాహంతో లేవాలనిపించేది.దీనికి తోడు అప్పటికే దేవాలయాలపై నుండి భక్తి గీతాలు కూడా వినిపించేవి.

నేను మా ఊళ్ళో ఉన్నంత వరకూ మూడు కాలాల్లోనూ సూర్యోదయాన్ని చూసే అదృష్టం కలిగేది. పొద్దున్నే ఆ నల్లని మేఘాలెంత వేగంగా నడిచేవో, అంత కంటే వేగంగా

అనేకసార్లు దూరపు ఊళ్ళలో పని కోసం మా వాళ్ళతో పాటూ నేనూ నడిచేవాణ్ణి కదా అనిపించేది.

★★★

నాకు తెలిసినంతవరకూ *గ్రామమంతా కులాల దొంతరగానే ఉంటుంది.* ఫలానా వాళ్ళని గుర్తించాలన్నా ఆ కులంతోనే సూచిస్తారు. ఆ పూజారి గారబ్బాయనో, ఆ పంతులుగారనో పిలుస్తారు. ఆ రాజుగారనో, ఆ కోమటాయననో, ఆ కాపు గారనో, ఆ కంసాలోడో, ఆ మంగలోడో, ఆ మాలోడో, ఆ మాదిగోడో ... ఇంకా కాస్త స్పష్టంగా తెలియడానికి పేర్లని కూడా జత చేస్తుంటారు.

అందుకే బడిలో పాఠాలు చెప్పే ఉపాధ్యాయులది ముందుగానే వాళ్ళదే కులమో చిన్న పిల్లలకి కూడా తెలుస్తుంది.

గున్నేపల్లి నుండి కాపు కులానికి చెందిన త్రినాథరావుగారు, అదే కులానికి చెందిన శ్రీమతి ఆకులు రామలక్ష్మిగారు మా ఊళ్ళోనే ఇల్లొకటి అద్దెకు తీసుకొని ఉండేవారు.మా ఊళ్ళోనే ఉండే శెట్టి బలిజ కులానికి చెందిన మట్టా వెంకట్రావుగారు, వీరితో పాటు ఆది ఆంధ్ర (మాల) కులానికి చెందిన ఒకరు ... ఆయన జెల్లగుంట నుండి మాకే వెంకటరెడ్డి గారు వచ్చేవారు.

అలాగే, ఆ పంతుళ్ళు కూడా తాము పాఠాలు చెప్పే పిల్లలు ఎవరెవరు ఏ కులం వాళ్ళో, వాళ్ళ తల్లిదండ్రులు ఏయే వృత్తులు చేస్తారో ముందే తెలుసుకుంటారు. ఆ పిల్లల్ని తిట్టాలన్నా, ఒకవేళ మెచ్చుకోవాలన్నా ఆ కులాలు, ఆ కులవృత్తులకు అవేవీ దూరంగా ఉండవు.

నేను చదువుకున్న ప్రాథమిక పాఠశాలలోనే నేను వాటిని గమనించాను. నాకు ఆ చిన్న వయసులో ఆ పంతుళ్ళలా ఎందుకన్నారో తెలిసేది కాదు. కానీ, వాటినిప్పుడు గుర్తు చేసుకుంటుంటే ఆ మాటల్లోని అంతరార్థం కొంచెం కొంచెం బోధపడుతుంది.

మా ఊళ్ళో, మా పేటకు, మా ఇంటికి దగ్గరలోనే ప్రాథమిక పాఠశాల ఉందని ఇంతకుముందే చెప్పాను కదా. నేను దానిలో చదువుకొనేటప్పటికి ముగ్గురు ఉపాధ్యాయులు ఉండేవారు. వాళ్ళ పిల్లల్ని, అంత చిన్న పిల్లలు ఉంటే వాళ్ళని కూడా తమతోపాటు అదే పాఠశాలకు తీసుకొచ్చేవారు. అందరితోపాటు కూర్చోబెట్టేవారు.మేమంతా వాళ్ళతో కూడా కలిసి ఆడుకొనేవాళ్ళం. అయినా, మా మాస్టారుగారి పిల్లలని కొంచెం వాళ్ళతో జాగ్రత్తగానే ఉండేవాళ్ళం.

రాజులు, కోమట్లు, కాపులు, శెట్టి బలిజలు, మాల, మాదిగలు ... ఇలా అంతా కలిసే చదువుకొనే వాళ్ళం. వాళ్ళే కులాలో వాళ్ళే చెప్పేవారు. ఒకవేళ ఒకరిద్దరు చెప్పకపోయినా వాళ్ళ తల్లిదండ్రుల్ని బట్టి మాకు తెలిసిపోయేది.

ముగ్గురు ఉపాధ్యాయులూ నన్ను బాగానే చూసేవారు. కానీ, వెంకటరెడ్డి మాస్టారు మాత్రం నన్నెందుకో ప్రత్యేక అభిమానంతో చూసేవారు.

ఆయన ఇంటి దగ్గర నుండి వచ్చేటప్పుడు క్యారియర్ తెచ్చుకునేవారు. దానితోపాటు రెండు అరటి ఆకులు కూడా తెచ్చేవారు. నాలుగు అరలతో ఉండేదా క్యారియర్. ఒకటీ లేదా రెండింటిలో అన్నం, ఒకదానిలో పప్పు లేదా ఏదొక కూర, మరొక దాంట్లో మజ్జిగో, సాంబారో లేదా ఏదైనా స్వీటో ఉండేది.

సాధారణంగా మధ్యాహ్నం బెల్ కొట్టిన వెంటనే మా ఇళ్ళకు వెళ్ళి భోజనం చేసి వచ్చేవాళ్ళం. అందరి ఇళ్ళూ దగ్గరదగ్గరే కదా. మేడమ్ గారు, వెంకట్రావు మాస్టారు కూడా మా ఊళ్ళోనే ఉండేవారు గనుక, భోజనాలకు వెళ్ళి వచ్చేవారు. త్రినాథరావు మాస్టారు ఉదయమే ఇంటి దగ్గరే తినేసి వచ్చేవారు.

వెంకటరెడ్డి మాస్టారు మాత్రం క్యారియర్ తెచ్చుకునేవారు.మధ్యాహ్నం భోజనాలు చేయడానికి ఒక చిన్న గదిలోకి వెళ్ళి భోజనం చేసి వచ్చేవారు.

ఒకరోజు నేను మధ్యాహ్నం భోజనానికి మా ఇంటికి వెళ్ళకుండా నాలాగే ఇంకొంతమంది పొద్దున్నే తినేసి వచ్చేసిన వాళ్ళమంతా కలిసి ఆడుకుంటున్నాం. అప్పుడు వెంకటరెడ్డి మాస్టారు నన్ను పిలిచి, "*నా క్యారియర్ లో అన్నం ఉంది. ఒక అరిటాకు ఉంది. దానిలో పెట్టుకొని తిను.*"అన్నారు. ముందు వద్దనీ, తినివచ్చాననీ చెప్పాను.

"*ఫర్లేదు తిన్నా... ఎంతో లేదులే... మంచి కూరుంది... తిను ... పొద్దున్నెప్పుడో తిన్నావు కదా... తిను.*"అన్నారు. మారు మాట్లాడకుండా ఏదో సంతోషంతో వెళ్ళి తిన్నాను.

ఆ క్యారియర్ ని నుయ్యి దగ్గరకు పట్టుకొనివెళ్ళి, కడిగేసి, మళ్ళీ అదింతకుముందెక్కడ ఉందో అదే బ్యాగ్ లో పెట్టేశాను.

ఆ రోజు ముద్ద పప్పు, ఆవకాయ ముక్కతో మాస్టారి క్యారియర్ తిన్నాను. తర్వాత మజ్జిగ కూడా వేసుకున్నాను. మాస్టారికి మనసులోనే కృతజ్ఞతలు చెప్పుకున్నాను. కానీ, వాటిని ఆయనకెలా చెప్పాలో నాకు తెలియలేదు.

తిన్నానండీ ... అంటూ మాత్రం ఆయన ముఖంలోకి చూస్తూ తడిసిన నా కళ్ళను మాత్రం తుడుచుకున్నాను. ఆయన నన్ను దగ్గరకు పిలిచారు. భుజమ్మీద చేయివేసి, దగ్గరకు తీసుకొని, తలమీదకు చేయి పోనిచ్చి, నిమురుతూ... '*రేపటి నుండి రోజూ మధ్యాహ్నం నా దగ్గరే తిను ... ఇంటికొద్దులే*'అన్నారు. అలాగే నండీ అనడానికి బదులు తలూపాను.

ఆ రోజు జరిగిందంతా మా ఇంట్లో చెప్పాను. "*ఆయన తినమంటే మాత్రం అలా తినేయడమేనా?*"అంది మాయమ్మ. "*పోనివ్వే... ఆయనకేదో పెట్టాలనిపించింది... వాళ్ళ కొడుకులా అనుకున్నారేమో...*"అన్నాడు నాన్న.

వెంకటరెడ్డి మాస్టారు నన్నెంతో ప్రేమగా చూసేవారు. నన్ను పెద్ద చదువులకోసం కాకినాడ, రాజమండ్రి, హైదరాబాద్ ఇలా పెద్దపెద్ద పట్టణాలు, నగరాలు పేర్లు చెప్పి అక్కడకి

పంపిస్తాను అనేవారు.

ఆ పట్టణాల్లో, ఆ నగరాల్లో ఎప్పుడెప్పుడు వెళ్ళి చదువుకుంటానా ...అని కలలు కనేవాణ్ణి.

ఆ రోజుల నాటికే కోస్తా ప్రాంతంలో దళితుల్లో బాగా చైతన్యం వస్తూ ఉంది. ఒకవైపు క్రిష్టియన్ మిషనరీల వల్ల చాలామంది విద్యావంతులయ్యారు.

కమ్యూనిస్ట్ ఉద్యమాలు వల్ల భూమి కోసం పోరాటాలు జరుగుతున్నాయి.

మరొకవైపు మా ప్రాంతంలో బొజ్జాఅప్పలస్వామి, పొలమూరి బాలకృష్ణ, డి.బి.లోక్, ఎన్.ఎమ్.ఋషి వంటి వారు అంబేద్కరిజాన్ని వ్యాపింపజేస్తున్నారు. అప్పటికే కుసుమ ధర్మన్న రచనలు, ఆది ఆంధ్ర ఉద్యమం, బోయి భీమన్న పాలేరు నాటకం వంటి వాటి వల్ల మాల, మాదిగ కులస్థులు చాలామంది చదువుకోవడం, *కావాలనే రావు, శాస్త్రి, రెడ్డి వంటి విశేషణాలతో తమ పేర్లు పెట్టుకోవడం కనిపిస్తుంది.*

ఆ ప్రభావంతో వచ్చిన పేరే ఆ మాస్టారికి పెట్టిన *వెంకటరెడ్డి* కావొచ్చు. ఆ ప్రభావంతోనేనేమో నా పేరు కూడా వెంకటేశ్వరరావు అయ్యింది. నన్ను బడిలో వేసేదాకా ఆగకుండా ఒక కోయిల ముందే కూసినట్లు నాకు నేనుగా బడిలోకి వెళ్ళిపోయినా, ఆ తర్వాత మా అమ్మ బడిలో చెప్పి మరీ నాపేరు అలా రాయించానని చెప్పింది.

ఆ చైతన్యం వల్లనే దళితుల పేర్లెలా రాయమంటారని కూడా ఆయా పాఠశాలల్లో తల్లిదండ్రుల్ని ఆయా హెడ్మాస్టర్లు అడిగేవారేమో. ఇంత చైతన్యం ఉన్నా విద్యార్థులతో వాళ్ళ కులాల్ని బట్టే సందర్భోచితంగా వ్యవహరించేవారనిపిస్తుంది.

నేను ప్రాథమిక పాఠశాలలో చదువుకునే రోజుల్లో స్వాతంత్ర్య దినోత్సవం, రిపబ్లిక్ డే, ఇతర ముఖ్యమైన కార్యక్రమాలు జరిగేటప్పుడు విద్యార్థుల్ని ఊరేగింపుగా ఊరంతా నినాదాలు చేయించుకుంటూ తిప్పేవారు.

ఒకసారి స్వాతంత్ర్య దినోత్సవం రోజున జెండాలు పట్టుకొని ఊరేగుతున్నాం. విద్యార్థులకు కొన్ని కరపత్రాల్ని ఇచ్చి, పంచమనేవారు కూడా. ఆ ఊరేగింపు ప్రధాన వీధుల్లోనే జరిగేది. మా పేటల్లోకి వచ్చేది కాదు.నేను అప్పుడు నాల్గో, ఐదో తరగతో చదువుతున్నాను. సరిగ్గా గుర్తులేదు.

మా తరగతికి నేను క్లాసు లీడర్ని. సాధారణంగా క్లాస్ లీడర్స్ అంతా జెండాలు పట్టుకొని, ముందు నడవాలి. వాళ్ళ వెనుక ఆ తరగతులలోని మిగతా విద్యార్థులంతా వాళ్ళను అనుసరిస్తూ నడవాలి. మాలో ఒకరికి మరేదైనా ముఖ్యమైన పని ఉంటే చెప్పేవారు. అంటే కరపత్రాలు పంచడం, పప్పు బెల్లాలు పంచడం, ఆ గ్రామ పెద్దలు ఏమైనా ఇస్తే తీసుకోవడం వంటివి.

మా క్లాసులో లీడర్ని. అందువల్ల జెండా పట్టుకొని నేనే ముందు నడవాలి. అలా కాకపోతే ఊళ్ళో వాళ్ళకి మా పాఠశాలలో ఇచ్చిన స్వీట్స్ పంచాలి. మరికొంతమంది

కరపత్రాలు ఇవ్వాలి. ప్రతీ సంవత్సరంలాగే నేను ఆ పాఠశాలలో చదివిన ఒక సంవత్సరం పాఠశాలలో పోటీలు పెడుతున్నామని, ఊరి పెద్దల్ని రమ్మని ఆ కరపత్రాల్ని ఇవ్వాలి.

నన్ను ఈ పనులేవీ చెయ్యొద్దన్నారు. మేష్టార్లు నన్ను నినాదాలు ఇవ్వమన్నారు. ఆ రోజు వెంకటరెడ్డి మేష్టారు రాలేదు. మిగతా మేష్టార్లు నన్ను జై కొట్టమన్నారు.

క్లాస్ లో సరిగ్గా చదవలేని వాళ్ళు ముందుకొచ్చారు. నన్ను చూసి, వాళ్ళు నవ్వుతూ, నన్ను వెనుక నిలబడమన్నట్లు అనిపించింది.

మనసంతా శత్రువులెవరో పండిన పంటను కాల్చేస్తున్నంత బాధగా మూలిగింది. లేత అరిటాకు మీద వేడివేడి భోజనం పెట్టి, తినడానికి కూర్చున్నప్పుడు అక్కడ నుండి లేపేసినట్లనిపించింది. ఆ మొవ్వు అరిటాకునెవరో మంటల్లో తగలబెట్టినట్లో, ఆ లేత ఆకులాంటి గుండెల్నెవరో చీల్చేస్తున్నట్లనిపించింది.

నా ప్రమేయం లేకుండానే నా కాళ్ళూ, చేతులు వాళ్ళిచ్చే నినాదాలకు యాంత్రికంగా మాత్రమే పనిచేశాయి. కన్నీళ్ళు మనసులోనే గడ్డకట్టించుకొని బరువుగా ఆ కార్యక్రమమంతా మోసినట్లనిపించింది.

ఆ రోజు జెండా పండుగ నాకిచ్చిన విషాదాన్నంతా కళ్ళల్లోనే మూటకట్టుకొని, ఇంటికొచ్చాను.

ఎప్పటిలాగే ఇంటి దగ్గరెవరూ లేరు. అమ్మానాన్నాలు పనికెళ్ళి, ఇంటికొచ్చేసరికి చీకటి పడుతుంది. రోజూ అలాగే చీకటి పడుతుందనగానే వస్తారు. కానీ ఆ రోజెందుకో వాళ్ళంతా తొందరగా వచ్చేస్తే బాగుణ్ణుననిపించింది. మా చెల్లికి పాలో, మజ్జిగ బువ్వో పెట్టాను. సరదాగా ఆడిస్తూ పెడితేనే తినే మా చెల్లి నా మనసులోని బాధను గ్రహించిందేమో... ఏమీ మాట్లాడకుండా ఏమి పెట్టినా అలాగే తినేసింది.

అమ్మ పొద్దంతా పొలంలో పనిచేసి అలసిపోయి వస్తుంది. అందువల్ల వాకిలి తుడిచేసేవాణ్ణి. కుండలు కడిగేసి అన్నం కూడా వండేసేవాణ్ణి. అమ్మ వచ్చి కూర వండేది. కానీ, ఆ రోజు ఏమీ చెయ్యబుద్ధి కాలేదు.

ఈ లోగా మా చెల్లికి కునుకుపాట్లు వస్తున్నాయి. దాన్ని గమనించి, తాటాకు చాప వేసుకొని, దానిమీద దుప్పటి కప్పుకొని, కళ్ళుమూసుకొని, పడుకున్నాను. కానీ ఆరోజు నన్ను మొదటి వరుసనుండి తప్పించి, వెనుక నిలబడమన్న మాటలే వినిపిస్తున్నాయి.

మనకిష్టం లేనివారి స్పర్శ ఎంత అసహ్యంగా అనిపిస్తుందో "నువ్వక్కడి నుండి వెనక్కెళ్ళు" అనే మాటలంత చిరాకుని కలిగిస్తున్నాయి. మా చెల్లి పడుకొని, ఎందుకో మూలుగుతుంది.

నా కష్టం మరిచిపోయాను. పక్కనే పడుకొని, చేయివేసి, బొజ్జోపెడితే పడుకుంది. నాకు కూడా ఎప్పుడు నిద్ర పట్టిందో నిద్రపోయాను.

నాగుండెల్లో బాకులు గుచ్చిన 'జెండా పండుగ'

ఆ యేడాది జెండా పండుగ నా గుండెల్లో బాకులు గుచ్చినట్లనిపించింది. ప్రతి సాయంత్రం తాను పడుకోవడానికి ఆ మేఘాల్ని కప్పుకున్నట్లనిపించే సూర్యుడు ఆరోజు నాకు కందిన ముఖంతో, కోపంతో, కళ్ళలో ఎర్రని కాంతిపుంజాల్ని వెదజల్లుతూ అస్తమించినట్లు అనిపించింది.

క్లాస్ లీడర్లంతా ముందు నిలబడినట్లే ఆరోజు నేనూ నిలబడ్డాను. కానీ నన్నెందుకు వెనక్కి వెళ్ళమన్నారు? నా బట్టలు బాగాలేవా? నేనేమైనా స్నానం చెయ్యలేదా? నేనేమైనా తల దువ్వుకోలేదా? నాకేమైనా మాట్లాడ్డం చేతకాలేదా? నాకేమైనా నత్తి ఉందా? నాకేమైనా అవయవాల లోపముందా?

ఇలాంటి ప్రశ్నలెన్నో వేగంగా దూసుకొస్తూ బాణాల్లా నాకు గుచ్చుకుంటున్నట్లు అనిపించింది. ఆ రోజు జరిగిన విషయాన్ని ఎవరికి చెప్పుకోవాలి?

అమ్మకి చెప్తే, పెద్ద పెద్ద కేకలేసుకొంటూ మాస్టర్లను తిట్టేస్తుందేమో...

అలా కాకపోతే ...నాకొడుకునెందుకలా వెనక్కి నెట్టేశారని అడుగుతుందేమో...

నాకొడుకుని అలా అవమానించారేమిటని ఏడ్చేస్తుందేమో...

నాలో నేనే ప్రశ్నలూ సమాధానాలయ్యాను.

చివరికో నిర్ణయానికొచ్చాను.నాన్నకి చెబుదామనుకొన్నాను.

ఆరోజు జరిగినదంతా సాయంత్రం నాన్నకు వివరించాను.

''నువ్వేమైనా అల్లరి చేశావా?'' అని అడిగాడు నాన్న. లేదన్నాను.

''నువ్వు జెండా సరిగ్గానే పట్టుకున్నావా?''

''పట్టుకున్నాను. బాగానే పాడాను''

*''అయితే నేను అడుగుతాను లే.''*అన్నాడు.

ఆ మాట నాకెంతో ధైర్యాన్నిచ్చింది. ఒక కొత్త ఉత్సాహమేదో వచ్చినట్లు... నా కళ్ళ నిండా కొత్త వెలుగులు విరజిమ్మాయి. ఎక్కడలేని ఆనందంతో గంతులేయాలనిపించింది.

పిల్లలకు నాన్నెపుడూ ఒక ఆత్మవిశ్వాసమే.

నాన్నెపుడూ కొండంత అండగా ఉన్నాడనే ధైర్యమే.!

నాన్నెప్పుడూ పిల్లలకు ఆదర్శమే

అది మంచికైనా, చెడుకైనా!

చిన్నప్పుడు నాన్న చేతులతో పట్టుకొన్నాడంటే చాలు, చుట్టూ బొంగరంలా చిన్న పిల్లలు తిరుగుతుంటారు. చేతులు వదిలేసి, సరదాగా కిలకిల నవ్వుతూ క్రిందికీ, ప్రక్కకీ

ఒరిగి పోతుంటారు. నాన్న 'అరే పడిపోతావురా...' అంటున్నా వినరు. ఇంకా రెచ్చిపోయి ఆడుతుంటారు. పడిపోకుండా రెండు చేతులతో పట్టుకుంటుంటాడనే నమ్మకం. ఇంకా ఉత్సాహంగా నవ్వుతూ కావాలనే కిందికి పడిపోయినట్లు ఆ పిల్లలు జారిపోతుంటారు. పసిపిల్లలకు అదంతా వాళ్ళ నాన్న ఉన్నాడనే నమ్మకం. తమకేమీ కాదనే ఆత్మవిశ్వాసం.

అది పైకి చెప్పలేకపోవచ్చు. కానీ వాళ్ళ గుండెల్లో అదే కొండంత ధైర్యం. అలాంటి ధైర్యమే నాకు కూడా ఆనాడు వచ్చిందనుకుంటాను.

ఇక అలా ఎందుకు వెనక్కి వెళ్ళమన్నారో, నాన్న అడుగుతాడులే అనుకొన్నాను. మామూలుగానే మర్నాడు బడిలోకి వెళ్ళిపోయాను. కానీ, ఆ రోజు క్లాసు లీడర్ గా నేనేమీ పట్టించుకోలేదు. అయితే, అంతకుముందు రోజు ఏమీ జరగనట్లే మాస్టారు నన్ను పిలిచి, పాఠం ఒప్పజెప్పుకొన్నారు.నా పాఠాన్ని ఒప్పజెప్పేశాను.క్లాస్ లో అందరి పాఠాలు ఒప్పజెప్పించుకోమన్నారు.

ఎప్పటిలాగే ఎవరైనా పాఠాల్ని కొన్ని తప్పులతో ఒప్పజెబితే స్కూల్ బయిట నిలబెట్టి చదివించాలి. అన్నీ తప్పులు చెబితే వంగోబెట్టి చదివించాలి. చాలామంది అలా రోజూ నవ్వుతూ వంగొని చదివించాల్సి వచ్చేది. ఆ రోజు కూడా రోజూలాగే చదవని వాళ్ళని వంగోబెట్టాను. నేనే వాళ్ళకి పాఠాల్ని చదివి నేర్పించేవాణ్ణి.

మర్నాడు మా తరగతికి చెందిన ఒకమ్మాయి వాళ్ళ నాన్నగారు మా స్కూల్ కి వచ్చారు.

*"మా అమ్మాయికి జ్వరం వచ్చిందని చెప్పినా వినకుండా ఎండలో వంగోబెట్టి ఎవరో అబ్బాయి చదివించాడట ... నిజమేనా? "*అని అడిగారు.

వాళ్ళమ్మాయి మా క్లాస్మేట్. ఆయన అప్పటికే గవర్నమెంట్ ఉద్యోగం చేస్తున్నాడు. వాళ్ళ పేర్లు నాకింకా గుర్తున్నాయి. ఆ అమ్మాయి పేరు కూడా మర్చిపోలేదు. కానీ ఇక్కడ రాయట్లేదు. తండ్రి పేరు సూర్యుణ్ణి తలపించేలా ఉంటుంది. కూతురు పేరు ఒక అమ్మవారి పేరు.

ఆ పిల్లనీ, వాళ్ళ తండ్రినీ చూసి, నేను చాలా భయపడ్డాను. నన్ను కొడతారేమోనని ఏడుపొచ్చేస్తుంది. నా గురించి కూడా మానాన్న ఇలాగే అడగడానికొస్తే బాగుండును కదా అనిపించింది. మాస్టారేమంటారో...

గుండెల్లో గుబులు గుబులుగా ఉంది. కుందేలు పిల్లలా చెవుల్ని చాచి, బెదురుతున్న కళ్ళతో తనని వేటాడ్డానికొచ్చిన వాళ్ళను చూస్తున్నట్లుంది నాపరిస్థితి.

"మీ అమ్మాయికి నిజంగా జ్వరం వస్తే నాకు గానీ, ఆ అబ్బాయికి గానీ చెప్పాలి కదండీ... ఏమ్మా... చెప్పావా?" అని ఆ అమ్మాయి వైపు చూస్తూ అడిగారు హెడ్మాస్టర్. ఆయనే అంతకు ముందు రోజు నన్ను వెనుకకు వెళ్ళి నిలబడమని చెప్పింది కూడా.

*"లేదు'*అన్నట్లు తల అటూ ఇటూ తిప్పింది ఆ అమ్మాయి.

నిజం చెప్పినందుకు ఆ అమ్మాయి పట్ల నాకు గౌరవభావం ఏర్పడింది.

"అయినా పిల్లల్ని పాఠాల్ని ఒప్పజెప్పించుకోమనడమేమిటండీ?" అని ఆ పేరెంట్ హెడ్మాస్టర్ ని నిలదీసినట్లు, ఏదొకటి అడగాలన్నట్లు అడిగాడు. తర్వాత వాళ్ళేదేదో మాట్లాడుకున్నారు. ఇంక నాకా మాటలతో పనిలేదనుకున్నాను. వాళ్ళేమి మాట్లాడుతున్నారో నేను వినిపించుకోలేదు. నాకు మాత్రం ఆ సమయంలో నా నెత్తిమీద పడే పెద్ద పిడుగేదో తప్పిపోయినట్లు మాత్రం అనిపించింది. కానీ, హెడ్మాస్టర్ నన్నేమన్నా తిడతారో, కొడతారోనని నాకైతే మర్నాడు దాకా ఆ భయం పోలేదు.

నాకెందుకో చదువంటే పిచ్చి.

కనిపించిన కాగితమల్లా చదివేవాణ్ణి.

ఏ పనిచేస్తున్నా , నా ధ్యాసంతా చదువు మీదే ఉండేది. అందువల్ల ఒకటి, రెండు సార్లు చదివితే ఆ పాఠం నాకొచ్చేసేది. పాఠమెవరైనా ఒప్పజెప్పకపోతే, వాళ్ళకి నన్ను చూపించి, మా హెడ్మాస్టర్ ఆ విద్యార్థుల్ని తిట్టేవారు. *"వీళ్ళమ్మా, నాన్నలు మీలాగా ధనవంతులేమీకాదు. ఏరోజుకారోజు పని చేసుకొంటూనే చదివిస్తున్నారు. అయినా వీళ్ళు బాగా చదువుతున్నారు. మీకన్నీ ఉన్నా చదువు మాత్రం రావట్లేదు."* అని తిట్టేవారు.

ఇంచు మించు ఈ భావానికి దగ్గరున్న మాటలే నన్ను చూపిస్తూ ఆ వచ్చిన పేరెంట్ తో హెడ్మాస్టర్ చెప్పడం నేను విన్నాను. ఆ తర్వాత కూడా హెడ్మాస్టర్ నన్నేమీ అడగలేదు. నన్నేమీ అనలేదు.

మా నాన్న బడిలో కొచ్చి, ఆయన్ని అడగక పోయినా ఫర్వాలేదనిపించింది.ఆ సాయంత్రమే మా నాన్న నాతో చెప్పాడు. తాను మాస్టార్లను అడిగాననీ, పొడుగ్గా ఉండడం వల్ల వెనక్కి వెళ్ళమన్నారట. అంతే తప్ప *"నిన్నేమీ తక్కువ చెయ్యడానికి కాదట."* అని !

ఏ కారణం లేకుండా నన్ను వెనక్కి వెళ్ళమనలేదనే ఒక నమ్మకంతో పాటు, ఆయన పట్ల ఏదో గౌరవభావం కూడా పెరిగింది.

అంతే కాదు, బాగా డబ్బున్న వాళ్ళకు చదువు రాదేమో అనుకొనే వాణ్ణి.

బడిలో మేము వేమన, నీతి శతకాల్లోని పద్యాలు పోటాపోటీగా చదివేవాళ్ళం. నాతో పోటీగా ఒక అమ్మాయి చదివేది. ఆమె పేరు పద్మ అనుకుంటాను. వాళ్ళకు కిరాణా కొట్టుండేది. సరుకులు అమ్మే పనిలో వాళ్ళ నాన్నకి సహాయం చేస్తూనే, కొట్టులో కూర్చొని చదివేది. అప్పుడప్పుడు సరుకులు కొనడానికి వెళ్ళినప్పుడు చూసేవాణ్ణి.

నేనేమో మా అమ్మకి వంటలో సాయం చేస్తూ, పొయ్యి దగ్గర కూర్చొని చదువుకొనేవాణ్ణి. అప్పుడప్పుడూ నేను సరుకులు తేవడానికి వెళ్ళేవాడిని. కాగితం మీద పద్యాల్ని రాసుకొని, జేబులో పెట్టుకొని టైమ్ ఉన్నప్పుడల్లా ఏ రోజుది ఆ రోజే పట్టేసేవాణ్ణి.

ఒక్కోసారి నేను *'రేపటి పాఠం చదివేశాను తెలుసా!'* అని, మళ్ళీ ఆమెకు చదివి వినిపించే వాణ్ణి. అంతే... వాళ్ళ నాన్న ఆ అమ్మాయిని చదువుకోమని చెప్పేవాడు.

అలా నా పాఠాల్ని ఆ కిరాణా కొట్టు దగ్గర ఒప్పజెప్పడం వల్ల తనని వాళ్ళ నాన్న సహాయం చేయమని అడగట్లేదని ఆమె నాకు థాంక్స్ చెప్పేది.

మా క్లాసులో నాకంటే ముందున్న సీనియర్స్ అంతా అలా లీడర్షిప్ చేస్తుంటే, నాకు కూడా అలా చేయాలనిపించేది. దాన్ని సాధించాలంటే ఏం చెయ్యాలో జాగ్రత్తగా గమనించే వాణ్ణి. ముందు బాగా చదవాలి. అన్నింటిలోనూ చురుగ్గా పాల్గొనాలి.అందర్నీ ప్రేమగా కలుపుకుపోవాలి.

మనం ప్రేమతో ఉన్నా కొంతమంది మన ప్రేమను స్వీకరించడానికి సిద్ధంగా ఉండరు. అది అనేకసార్లు అనుభవంలోకి వచ్చేది. అయినా ఓ పిచ్చి నవ్వు నవ్వుకొని, మళ్ళీ ఎప్పటిలాగే అందరితో ప్రేమగా ఉండేవాణ్ణి.నాకు ప్రేమించడమే తెలుసు.

క్లాస్ లీడర్ అయ్యాను. నాకు అనుభవంలోకి వచ్చిన రెండు, మూడు సంఘటనలు మాత్రం, లీడర్షిప్ కూడా కొన్ని సమస్యలు తెచ్చిపెడుతుందేమో అనిపించింది. అటు దూరంగా ఎవరో అంధబిక్షువు ఓ పాటేదో పాడుకుంటూ వెళ్తున్నాడు.

''కంటికి కనిపించేదే నిజమనుకోకు
కంటికి కనిపించని నిజముందని మరిచిపోకు...''

ఆ రహస్యమేమిటో తెలిసిపోయింది

మా బడి ఎదురుగా ఒక ఇంట్లో మిఠాయి తయారు చేసేవారు. మేము పాఠాలు వింటున్నా, అక్కడ తయారు చేసే రకరకాల మిఠాయిల నుండి మాకు తీయని వాసనలు వస్తుండేవి.

ఆ బడికి కుడివైపున ఒక కమ్మరి కొలిముంది. దానిలోనుండి ఆ ఇనుమును కాల్చి, దానిపై సుత్తితో కొట్టే శబ్దాలు మా చెవుల్లో గులుముని ఎప్పటికప్పుడు బయటకొచ్చేసేలా చేసేవి. ఇంటర్వెల్ బెల్ కొట్టారంటే చాలు మాలో చాలా మంది పిల్లలమంతా పూల నుండి తేనెను గ్రోలడానికి పరుగుపెట్టే తుమ్మెదల్లా ఆ మిఠాయి బడ్డీ దగ్గరకెళ్ళే వాళ్ళం.

అక్కడ జీళ్ళు, జిలేబీలు, జంతికలు, గవ్వలు, లడ్డూలు, మైసూరు పాక్ ముక్కలు, కారపు బూంది, కొబ్బరి లవుజు ఉండలు, బెల్లం కొమ్ములు, ఇలా రకరకాల మిఠాయిలు తయారు చేసేవారు. నేను జీళ్ళు, కొబ్బరి లవుజు ఉండలంటే ఎంతో ఇష్టపడే వాణ్ణి.

అప్పుడు ఒక పావలా పెడితే నాలుగైదు జీళ్ళు వచ్చేవి. ఒకటి నోట్లో వేసుకుంటే చాలు- చాలాసేపు దాన్ని చీకుతూ, నములుతూ, ఊరించుకుంటూ ఆ తీయదనాన్ని ఎంతసేపో ఆస్వాదించవచ్చు.

మిగతావాటిలోఒకటో రెండో మా స్నేహితులకిచ్చి, మిగతా వాటిని జేబులో వేసుకొనేవాణ్ణి. క్లాస్ జరుగుతున్నా, నెమ్మదిగా మాస్టార్లకు తెలియకుండా నోటిలో వేసుకొని, దాని రసం నోట్లో కొద్ది కొద్దిగా ఊరుతుంటే 'ప్రపంచంలో దీనికంటే తియ్యనైనదేమైనా ఉంటుందా!' అనుకొంటూ ఆస్వాదిస్తుండేవాణ్ణి. ఒక్కోసారి నా తన్మయత్వాన్ని గమనించి, పాఠం చెప్తూనే మధ్యలో మాస్టారు నాకో ప్రశ్న వేసేవారు.

ఆ సమయంలో నా పరిస్థితిని ఏమని చెప్పను?
బుగ్గ పక్కని పెట్టుకుందామనుకుంటే తెలిసిపోతుంది.
తెలియకుండా మింగేద్దామంటే గొంతులో దిగదు.
పాలుతాగడానికొచ్చిన పిల్లి నాలుగు గోడల మధ్య ఇరుక్కుపోయినట్లనిపించేది.
బిక్కమొహంతో నోట్లో పెట్టుకొనే నిలబడి,
ఏమీ మాట్లాడకుండా మౌనముద్ర వహించే వాణ్ణి.

''*క్లాస్ అయ్యే దాకా కూడా ఆగలేకపోతున్నావ్రా వెధవ ... బయిటికెళ్ళు ... తినేసి రా..*''అని, బెత్తంతో ఒక్కటిచ్చుకోవడమో చేసేవారు.

నవ్వుకుంటూ బయటకెళ్ళి, దాన్ని తినేసి, మళ్ళీ ముసిముసి నవ్వులతో వచ్చి కూర్చొనేవాణ్ణి. అప్పుడు "నేను చెప్పనాండీ?" అనే వాణ్ణి, విప్పారిన ముఖంతో అమాయకంగా ... ఆనందం ఎగిసిపడే కెరటంలా...

"వద్దులే కూచో..." అనేవారు మాస్టార్లు.

క్లాసులో మిగతా వాళ్ళంతా వాళ్ళలో వాళ్ళే బయటకు కనపడనీయని నవ్వుల్ని వాళ్ళ కళ్ళల్లో మెరిపించేవారు. నాలాగే చాలామంది చేసేవారు.

మేమంతా ఆ రోజుల్లో కుందేలు పిల్లల్లా భయపడుతూనే చెంగు చెంగున గంతులేసుకుంటూ అల్లరి చిల్లరి పనులతో హాయిగా గడిపేసేవాళ్ళం.

ఆడపిల్లలు, మగపిల్లలు, వాళ్ళ కులాలతో సంబంధం లేకుండా, కాకి ఎంగిలి చేసుకుంటూ, జీళ్ళని ముక్కల్ని చేసుకుని తినేవాళ్ళం. మగపిల్లలైతే చొక్కా కింద జీడిని పెట్టి, నోటిలో పన్నుతో కొరికి, ముక్కలు చేసుకొనే వాళ్ళం.

ఆడపిల్లలు కొరికేటప్పుడైతే పరికిణీ గుడ్డక్రింద పెట్టి కొరికిచ్చేవారు.

అలా గుడ్డక్రిందలో ఆ పదార్థాన్ని పెట్టి నోటితో కొరికివ్వడం వల్ల ఎక్కువగా ఎంగిలి కాదు. ఇలా ఆ పదార్థాన్ని కొరికి, ముక్కలుచేసి, పంచుకోవడాన్నే కాకి ఎంగిలి అంటారు.

కాకి ముక్కు పొడవుగా ఉంటుంది. అది ఏదైనా పదార్థాన్ని ముట్టుకున్నా, ఒకటి కంటే ఎక్కువసార్లు లోనికి అనుకోవాలి. అప్పుడు మాత్రమే ఆ పదార్థాన్ని లోనికి, అంటే నోటిలోకి వెళ్తుంది. కాబట్టి కాకి ఏదైనా ముక్కని పట్టుకున్నా దాని ఎంగిలి వెంటనే పట్టదు. పట్టినా చాలా తక్కువగానే పడుతుంది. కాకి అంటే అల్పం అని కూడా అర్థం చెప్తారు. గుడ్డను పూర్తిగా కప్పి, దాన్ని కొరికిచ్చే దాన్ని కాకి ఎంగిలిగా ప్రాచుర్యంలోకి వచ్చిందేమో.

ఈ అర్థ తాత్పర్యాలు నాకు ఆనాడేమీ తెలియవు. కానీ, కాకి ఎంగిలితో మాత్రం నాకు పరిచయం ఉంది.

రోజూ డబ్బులివ్వడమంటే మా అమ్మా నాన్నలకు కష్టం. నాకేమో జీళ్ళంటే ప్రాణం. నాకు చిన్నప్పుడు, ప్రాథమిక పాఠశాలలో చదువుకునేటప్పుడు ఇంచుమించు ప్రతీరోజూ జీళ్ళే కలలోకి వచ్చేవి.

జీళ్ళ వర్షం...!

"నేను పడుకున్నాను. ఒక అర్ధరాత్రి అమాంతంగా మా ఇంటి కప్పుకు పెద్ద రంధ్రం పడిపోయింది.జీసస్ పుట్టిన పశువుల పాకలోకి రెక్కలున్న తెల్లని వస్త్రాలు ధరించిన దేవతలు...

వాళ్ళు వచ్చే ముందు పెద్ద కాంతి కిరణాలు...

అలాగే వెదజల్లుకుంటూ వచ్చినట్లు మా ఇంటి పైకప్పు నుండి ఒక పెద్ద వెలుగు వచ్చింది.

గాఢంగా నిద్ర పోతున్న నాపై ఆ వెలుగు పడగానే మెలకువ వచ్చేసింది.

ఒక్కసారిగా భయమేసి గట్టిగా కేకలేయబోయాను. నా నోటినెవరో మూసేస్తూ 'నీకోసమే నేస్తం ... నీకు కావలసిన జీళ్ళెన్నో తీసుకొచ్చాం' అని తియ్యగా చెప్పినట్లనిపించింది.

అంతే నాకెలాంటి మాటలూ నా నోట్లో నుండి రాలేదు.

నాకళ్ళన్నీ ఆ జీళ్ళెక్కడనే వెతుకుతున్నాయి. అంతే ఒక్కసారిగా ఒకటి, రెండు, మూడు, ... వర్షంలా కురుస్తున్నాయి. నా మంచమ్మీద ...మా ఇంటిలోఎటుచూసినా జీళ్ళే ... ఎక్కడ చూసినా జీళ్ళే ...బెల్లం జీళ్ళు...నువ్వుల జీళ్ళు...చిన్న చిన్నవీ...పెద్ద పెద్దవీ...

క్రిస్మస్ తాత వచ్చి, మనకేమి కావాలో వాటినిచ్చి వెళ్ళినట్లు...

చేతులూపుకుంటూ... జీసస్ లా ...

మళ్ళీ ఆకాశంలోకి వెళ్ళిపోయారు.

మా ఇంటి రంధ్రం అమాంతంగా మూసుకుపోయింది."

నాకు మెలకువ వచ్చేసింది.

మంచమ్మీద చూశాను.

మంచం కింద చూశాను.

మంచం చుట్టూ చూశాను.

ఒళ్ళంతా వెతికాను.

ఒక్క జీడి కూడా లేదు. ఏడుపొచ్చేసింది. తొందరగా తెల్లవారి పోతే బావుణ్ణు. *"కానూరు వాళ్ళింటి కెళ్ళి కొన్ని జీళ్ళు తెచ్చుకోవచ్చు"* అనుకున్నాను.

ఇంక నిద్ర పట్టలేదారాత్రి.

ఇలాంటి కలల రాత్రులెన్నో ...

ఆ కలల్లో నన్ను నిలువెల్లా ఘుమఘుమలాడుతూ తడిపిన జీళ్ళెన్నో!

ఒక్కోసారి ఆ జీళ్ళు కొనుక్కుందామంటే నాకు డబ్బులు ఉండేవి కాదు. నా ఫ్రెండ్సేమో జీళ్లు కొనుక్కునే వారు. నాకు కూడా కాకి ఎంగిలి చేసి, ఒక్కో ముక్క ఇచ్చేవారు.

ఒక్క ముక్కేమి సరిపోతుంది. ఒక్క జీడైనా తినాలనిపించేది.అలాంటప్పుడు ఒక్కోసారి మిఠాయిలు చేసేవాళ్ళ ఇంటికెళ్ళి, ఆ జీళ్ళు చేస్తుంటే, చూస్తూ నిలబడి చూస్తుండిపోయేవాణ్ణి.

ఆ చేసే విధానం చాలా బాగుంటుంది. బెల్లాన్ని ముక్కలు చేసి, కొద్దిగా నీళ్ళుపోసి, పాకం వచ్చేదాకా వండుతారు.

కానూరు వాళ్ళకి పెద్ద ఊకపొయ్యి ఉండేది. ధాన్యాన్ని మిల్లులో ఆడించగా బియ్యంనుండి దాని పొట్టు వేరేగా వచ్చేస్తుంది. దాన్నే ఊక అంటారు. దాన్ని పొయ్యిలోకి, ఇటుక కాల్చే ఆమల్లోకి వాడతారు. ఆ ఊక అంటుకొని, మండేదాకా ఒకటో రెండో కట్టెలు పెట్టి, మండించేవారు. ఆ పొగ బయటకు వెళ్ళిపోవడానికి ఇటుకలతో పెద్ద ఎత్తున గొట్టంలా కట్టేవారు. ఒక ఊస తీసుకొని, కాలిన ఊకను అటూ ఇటూ కదిలించేవారు.

ఆ ఊక కాలిపోయిన వెంట వెంటనే ఊక పొయ్యిలోకి వేస్తుండాలి. ఒకవైపు పొయ్యి దగ్గర కూర్చొని వండుతూ, ఊక అయిపోతుందనగానే గబగబా దిగి, ఊసని పొయ్యి రేకు రంధ్రాల్లో పెట్టి, అటూఇటూ ఊపి, కాలిపోయిన బూడిదను కిందికి వెళ్ళేలా చేసి, పైనున్న ఊక కొద్దికొద్దిగా కిందికొచ్చేలా చేసి, మళ్ళీ ఒక డబ్బా ఊక పొయ్యిలో వేసి, మళ్ళీ గబగబా పొయ్యి పైకి రావాలి.

అలా చేయడం నిజానికి చాలా ఓపిక ఉండాలి. అలాంటప్పుడు ఆయనకి విపరీతంగా చెమట పట్టేసేది. అదో పెద్ద ఎక్సర్సైజ్ లా అనిపించేది.

ఇవన్నీ గమనించే వాణ్ణి.

కానూరి వాళ్ళది పెద్ద కుటుంబం. అబ్బాయిలు, అమ్మాయిలు ఆ ఇంట్లో చాలామందే ఉండేవారు. వాళ్ళలో ఒకతను మాతోనే చదువుకొనేవాడు కూడా. ఆ స్నేహంతో కూడా వాళ్ళింటికెళ్ళి, ఆ మిఠాయిలు చేయడం చూస్తుండేవాణ్ణి.

నాకు ఆ ఇతర పిండి వంటలెలా ఉన్నా గానీ, ఆ జీళ్ళు చేసేటప్పుడు మాత్రం బాగా చూడాలనిపించేది. ఆ బెల్లం ఉడికించేటప్పుడు, అది పాకమైన తర్వాత ఒక స్తంభానికి ఒక పెద్ద మేకు వేసి, దానిపై పాకాన్ని లాగుతుంటే వచ్చే వాసన కమ్మగా అనిపించేది. ఆ పాకాన్ని బాగా లాగగా లాగగా పొడవుగా సాగేది. అప్పుడు దాన్ని చూడాలీ...బంగారంలా మెరిసిపోతుంది. దాన్ని పొడవుగా సన్నగా ఒక రూళ్ళ కర్రంత సన్నగా... పొట్లకాయంత పొడవున కనికలుగా చేస్తారు.

అప్పుడు ఒకరు ఆ ముదురు పాకాన్ని గబగబా ఆ బలమైన పొడవైన ఇనుప మేకుకి వేసి, కిందికీ పైకీ లాగుతుంటారు. వాటితో చివరగా కొన్నికొన్ని సైజుల్లో చిన్నచిన్న

కనికలుగా చేస్తారు. వాటిని మరొకరికిస్తారు. వాటిపై కొద్దిగా పిండి చల్లి, ఒక కట్టెపై పెట్టి, పదునైన చాకు లాంటి కత్తితో ముక్కలు ముక్కలుగా చేస్తారు.

కొన్నింటిపై కొద్దిగా, మరికొన్నింటిపై ఇంకొంచెం ఎక్కువగా ఆ పిండిని చల్లుతారు. మరికొన్నింటిపై వేపిన నువ్వులు చల్లుతారు.

జీళ్ళు గట్టిగా ఉండాలంటే ఒకస్థాయిలోను, త్వరగా మెత్తబడి కొరికితే సోంపాపిడిలా పంటి కింద పడగానే మెత్తగా నలిగిపోయేటట్లు రకరకాలుగా వాటిని తయారుచేస్తుంటారు. ఆ జీళ్ళ కనికలను కొట్టేటప్పుడు అన్నీ ఒకేసైజులో కట్ చేస్తుంటారు. అలా ఒకే సైజులో కట్ చేయాలంటే ఎంతో ఏకాగ్రత, నైపుణ్యం కావాలి. ఏదైనా ఒక్కటైనా పెద్దదో చిన్నదో వస్తుందేమో కనిపెట్టాలని ఆ కట్ చేసేటప్పుడు నేను కూడా దాన్నొక అద్భుతంగా, ఏకాగ్రతతో దాన్నే చూస్తుండే వాణ్ణి. ఎప్పుడైనా ఎవరితోనైనా మాట్లాడుతూ తన ఏకాగ్రత కొద్దిగా కోల్పోయినా, ఆ ముక్క చిన్నగానో, పెద్దగానో కట్టయ్యేది. "*అదిగో పట్టేశాను... ఆ తేడాని*" అనాలనిపించి, పెద్దగా నవ్వేస్తుంటే, నాకళ్ళల్లో పెద్దపెద్ద దీపాలేవో వెలుగుతున్నట్లనిపించేది.

అప్పుడు ఆ జీళ్ళు కట్ చేసే ఆయన ముఖంలో దీపాలన్నీ ఆగిపోయినట్లు, కమ్ముకొనే చీకటిలా మాడిపోయేదా ముఖం. ఆయన ఓడిపోయి నన్ను చూస్తున్నట్లు అనిపించేది. అలా కనికి ముక్కలు ముక్కలుగా చేస్తే, చివరిలో చిన్న చిన్న ముక్కలు మిగిలిపోతుంటాయి. వాటిని అక్కడకొచ్చే పిల్లలకు గానీ, పనిచేసే వాళ్ళకు గానీ ఇచ్చేస్తుంటారు.

నేను చూడ్డానికి వెళ్ళినప్పుడు అలాంటి వాటిని నా చేతిలోనూ పెట్టాలనుకునేవారు. కానీ, నేను తీసుకొనేవాణ్ణి కాదు. తింటే మంచి జీడే తినాలి. తినకపోయినా ఫర్లేదు. కానీ అటూఇటూ కానీ ఆ పిసరు ముక్కలు నాకెందుకనిపించేది.

అలా మిఠాయిలు తయారుచేసే విధానాన్ని నేను దగ్గరగా గమనించేవాణ్ణి.ఆ మిఠాయిలకు కావలసిన పిండిపదార్థాలు– పాకం, జిలేబీ... ఇవన్నీ వండేటప్పుడు పొయ్యి దగ్గర అప్పుడప్పుడూ ఊక అయిపోయేది. అంటే వేగంగా కాలిపోయేది. అది పూర్తిగా అయిపోతే పొయ్యి ఆరిపోతుంది. వాళ్ళెంతమంది ఉన్నా వాళ్ళంతా రకరకాల పనుల్లో నిమగ్నమవ్వాల్సిందే.

అలాంటప్పుడు ఆ ఊక అయిపోవడం చూసి, నేను ఆ డబ్బాతో గానీ, ఆ చిన్న తట్టతోగానీ, ఆ పెద్ద రేకు చేటతోగాని ఊకను తెచ్చి, పొయ్యిలో వేసేవాణ్ణి.

వాళ్ళడగకపోయినా ఊక అయిపోతుందనగానే నేను పట్టుకొని వెళ్ళివేస్తూ, అక్కడే నిలబడి వాటినెలా చేస్తున్నారో చూస్తుండేవాణ్ణి.

సాధారణంగా ఆ మిఠాయిలు చేసేటప్పుడు బయటివాళ్ళను చూడనివ్వరు. నన్ను మాత్రం వెళ్ళిపొమ్మనేవారు కాదు.

పైగా అలా సాయం చేస్తున్నందుకు నన్ను మెచ్చుకుంటూ డబ్బులివ్వబోయేవారు.

నేను డబ్బులు తీసుకొనేవాణ్ణి కాదు.

జీళ్ళివ్వమనేవాణ్ణి!

అవి కూడా, చాలా సేపు నోట్లో ఉండి సాగే వాటినే ఇవ్వమనేవాణ్ణి.

అలా తాజాగా తయారైన జీళ్ళు తినడమెలాగో తెలిసిపోయింది. అంతే, ఇక ఇంటి దగ్గర అమ్మానాన్నాలు డబ్బులిచ్చినా, ఇవ్వకపోయినా నా జీళ్ళెలా సంపాదించుకోవాలో నాకు ఆ రహస్యం తెలిసిపోయింది. ఒక్కోసారి ఇంటర్వెల్ సమయంలోను...బడి అయిపోయాక...సెలవుల్లోనూ... పొయ్యిలో ఊక పొయ్యడం...

నాకు కావాల్సిన జీళ్ళు సంపాదించుకొని తినడం...ఇలా సాగిపోయేది నా ప్రాథమిక పాఠశాల బాల్యమంతా!

అయినా నేను ఏనాడూ నా పాఠాల్ని సరిగ్గా చదవని రోజు లేదు. ఇంట్లో చేయాల్సిన పనులేనాడూ మాననూలేదు. కానీ, నేనిలా చేయడాన్ని మా నాన్నొకరోజు గమనించాడు. అప్పుడు నన్నేమీ అనలేదు. వాళ్ళనీ ఏమీ అనలేదు. ఇంటి దగ్గర పనుందని వాళ్ళకి చెప్పి, నన్ను తీసుకొచ్చేశాడు.

"మీకోసమే కదా నేను పని చేస్తున్నాను...మీకేమి కావాలో నన్నడగండి... ఇంకెప్పుడూ అలా చెయ్యొద్దు..." ఇంకా ఏవో చెప్పాల్సిన మాటలున్నా, మధ్యలోనే వాటిని ఆపేసినట్లనిపించింది. తన తలకి చుట్టుకొని ఉన్న తువ్వాలు తీసి ముఖం తుడుచుకున్నాడు.

నాన్న తన ముఖాన్ని పక్కకు తిప్పుకొని
అలా చెమటే తుడుసుకున్నాడో, కన్నీళ్ళే తుడుసుకున్నాడో
ఆ దృశ్యాన్ని మాత్రం నేను ఎప్పటికీ మర్చిపోలేకపోతున్నాను!

మూగవేదనల పేగు బంధం

మాకు ఇంటర్వెల్ బెల్ కొట్టినప్పుడు, కిలకిలమంటూ మా పిల్లలంతా పంజరంలోని చిలుకల్లా ఉరుక్కొంటూ బయటకొచ్చే వాళ్ళం. మాలో కొంతమందేమో ఆడుకొనేవారు. ఇంకొంతమందేమో బయట కానూరి వాళ్ళ మిఠాయి కొట్టువైపు వెళ్ళేవారు.

అలా మా పిల్లల కళ్ళల్లో మెరుపులు మెరుస్తూ ఆడుకొంటుంటే, బడి ఎదురుగానే ఉన్న ఒక ఇంటిలో ధనమ్మగారు కూడా గబగబా బయటకొచ్చి మమ్మల్నే చూస్తుండేవారు.

ఆమె కళ్ళల్లో మమ్మల్ని చూసినప్పుడల్లా ఏదో కోల్పోయిన వెలితికొట్టొచ్చినట్లు కనబడేది.

మళ్ళీ బెల్లవగానే మేము క్లాసులోకి వెళ్ళిపోతుంటే...

ఆమె మాత్రం మమ్మల్నే చూస్తూ... భారంగా లోపలికెళ్ళేది.

ఆమెను అలా చూసినప్పుడల్లా నాకు మా అమ్మ చెప్పిన మాటలు గుర్తొస్తుండేవి. తెలియని వాళ్ళెవరైనా పిలిస్తే వెళ్ళొద్దనీ, పిల్లల్ని ఎత్తుకుపోయి అమ్మేస్తారని చెప్పిన మాటలు నా చెవుల్లో పదేపదే గింగర్లు తిరిగేవి.

అందరూ బడిలోకి వెళ్ళేదాకా ఆమెనే చూస్తూ నేనూ లోనికెళ్ళిపోయేవాణ్ణి. కానీ, నా ఆలోచనంతా ఆమె అలా ఎందుకు చేస్తుంది? ఆమె ఎందుకలా చూస్తుంది? ఆమె నిజంగా పిల్లల్ని ఎత్తుకొనిపోవడానికే చూస్తుందేమో!

ఒకరోజు మా అమ్మకు చెప్పాను. ఆమె అలా ఎందుకు చేస్తుందని అడిగాను.

ఆమెకు పిల్లలు లేరనీ, వాళ్ళాయన ఆమెను వదిలేశాడనో, చనిపోయాడనో చెప్పింది.

ఆమె మహా పిసినారనీ, గయ్యాళనీ అందరూ చెప్పుకుంటారు.

ఆమెకెవరూ బంధువులు కూడా లేరని అమ్మ చెప్పింది.

ఆ మాటలు విన్న తర్వాత నాకెందుకో బాధనిపించింది. ఆ మర్నాడు ఇంటర్వెల్ సమయంలో ఓ తూనీగను పట్టుకొంటూ పట్టుకొంటూ వాళ్ళింటికెదురుగా వెళ్ళిపోయాను.

నన్ను చూసి, ఆ ధనమ్మగారు దగ్గరకు రమ్మని పిలిచారు.

ఆ మాట నాచెవుల్లోకి చేరిందోలేదో నాకు ఒక్కసారి గుండెల్లో ఏదో గుబులనిపించింది.

భయం భయంగా ఆమె వైపు చూస్తున్నాను. కానీ, అక్కడ నుండెలా పారిపోవాలని నాకళ్ళేమో పక్కదారులన్నీ వెతుకుతున్నాయి.

ఇంతలోనే "*ఇటు రమ్మన్నానా...*" ఆ గర్జించినట్లనిపించిన గొంతు.

ఆ మాట వినేసరికి నాకు తెలియకుండానే నాకాళ్ళు ఆమె దగ్గరకు నడిచి వెళ్ళిపోయాయి.

"*ఏమీలేదబ్బాయ్...నాకో వడ్డీ లెక్క చేసిపెట్టాలి. నీకేమైనా వచ్చా?*" అని అడిగారామె నా కళ్ళల్లోకే చూస్తూ!

"*ఆ కొన్ని లెక్కలొచ్చండీ...కానీ, అన్నీరావు*" అన్నాను నెమ్మదిగా.

ఎవరెవరికో వంద, రెండు వందలు, ఐదువందలు, వెయ్యి రూపాయలు చొప్పున ఇచ్చారట. ముందు ఆ పేర్లన్నీ ఓ కాగితం మీద రాయించుకున్నారు.

ఇంటర్వెల్ అయిపోందన్నట్లు, బెల్ మళ్ళీ కొట్టారు. గబగబా మళ్ళీ మా బడిలో కి వచ్చేశాను. 'అమ్మయ్య' అనుకొంటూ ఒక నిట్టూర్పు విడిచాను.

ఇక ఆరోజు నుండీ ఆమె టైమున్నప్పుడల్లా నన్ను ఆమె పిలిచి, లెక్కలు రాయించుకొనేది.

నేనెవరో ఆమెకు తెలుసు.

"*మీ నాన్నెంత మంచోడో... మిమ్మల్ని బాగా చదివిస్తున్నాడు...* అంటూ ఇంట్లో నుంచి ఏదైనా తినడానికి తెచ్చేవారు. నాకు తినాలంటే భయమేసేది.

ఆ సంగతిని గమనించి "నేనేమీ మందుపెట్టెయ్యలేదురా... ఇదిగో నేను కూడా తింటున్నాను ... *చూడు*"అంటూ కొంచెం తాను కూడా తినేది.

దానితో నాకు నమ్మకమొచ్చి, నేనూ తినేవాణ్ణి.

నేను తింటున్నంతసేపూ ఆమె కళ్ళల్లో కొత్త కాంతులేవో కనిపించేవి. "*రోజూ రా...రా...లెక్కలు చెయ్యడానికే కాదులే...ఏమైనా తిని వెళ్ళవుగానీ...*" అంటున్నప్పుడల్లా ఆమె ఎంతో ఉద్వేగంతో, సంతోషంగా కనిపించేది.

ఆమెను చూసినప్పుడల్లా దేవుడామెకు పిల్లల్నెందుకు లేకుండా చేశాడోనని మనసంతా ఏదో బాధగా మూలుగుతున్నట్లనిపించేది. వాళ్ళింటి దగ్గర నుంచి నేను వచ్చేస్తుంటే ఆమె కళ్ళల్లో అనురాగ బంధాలేవో నావైపే ప్రవహిస్తున్నట్లనిపించేది.

అమ్మతనానికి కుల మతాలతో సంబంధమే ఉండదేమో!

మాకు హెడ్మాస్టర్ త్రినాథరావుగారు లెక్కలు చెప్పేవారు. ఆయన చెప్పేవిధానం మాకు బాగా నచ్చేదీ. ఎప్పుడన్నా చాక్ పీసులు లేవంటే మేము అప్పుడప్పుడూ దాచుకొనేవి తెచ్చి ఇచ్చి మరీ లెక్కలు చెప్పించుకొనేవాళ్ళం.

నేను లెక్కలు రాయడాన్ని ఆ ధనమ్మగారు చాలా మందికి చెప్పేది.

ఒకసారి ఆ లెక్కల్ని మా త్రినాథరావు మాస్టారు గారి దగ్గరికొచ్చి చూపించారు కూడా. ఆయన వాటిని చూసి నన్ను దగ్గరకు రమ్మని పిలిచి మెచ్చుకున్నారోసారి.

ఇహ ఆ రోజు నా సంతోషానికి అవధుల్లేవంటే నమ్మండి..

అలాంటి సంతోషమే మా మేనత్త సత్తెమ్మకు ఓ ఉత్తరం కార్డు వచ్చినప్పుడు, నన్ను చదివి వినిపించమన్నప్పుడు పొందాను..

అది చదివిన తర్వాత నన్ను ముద్దులు పెట్టేసుకొని *"మా మేనల్లుడు ఉత్తరం చదివేస్తున్నాడు తెలుసా..."* అని అక్కడున్న వాళ్ళకందరికీ ఎంతో సంతోషంగా చెప్పింది.

ఆమెకు కూడా పిల్లలు లేరు.

మా నాన్నకి ఆమె స్వయానా చెల్లెలు. అలా మాకు నలుగురు మేనత్తలు ఉన్నారు. వాళ్ళందరినీ ఇంచుమించు మా ఊరులో, మా పేటలోనే ఇద్దరినిచ్చి పెళ్ళి చేశారు. మరొకరిని మా ఊరికి దగ్గరలోనే సోమిదేవరపాలెంలోనూ, ఇంకొకరిని నంగవరంలోనూ ఇచ్చి పెళ్ళి చేశారు.

మిగతా వాళ్ళలో మా ఇంటికి పడమర వైపు మూడు ఇళ్ళ తర్వాత మా మేనత్త సత్తెమ్మనూ, మా ఇంటికి తూర్పు వైపు ఐదు ఇళ్ళ దూరంలో వెర్రమ్మ అత్తనూ ఇచ్చి పెళ్ళి చేశారు. మా పెద్దమేనత్త సత్తెమ్మకు తప్ప మిగతా వాళ్ళందరికీ పిల్లలు ఉన్నారు.

మా ఇంట్లో ఏదైనా కార్యక్రమం జరిగితే వాళ్ళందరూ వచ్చేసేవారు. మా పేటలో ఉన్నవాళ్ళు కూడా ఇంచుమించు మాకు బంధువులే. మా మేనత్తలకు ఆడపిల్లలు, మగ పిల్లలు ఉండేవారు. మా వెర్రమ్మ అత్తకు ఇద్దరు మగపిల్లలు, ఒక ఆడపిల్ల. మా ఇళ్ళన్నీ దగ్గరే కావడం వల్ల వాళ్ళింటికి మేమూ, మా ఇంటికి వాళ్ళో వచ్చి, ఆడుకుంటూ ఉండేవాళ్ళం.

కానీ మా పెద్ద మేనత్త సత్తెమ్మకు పిల్లలు లేకపోవడంతో నాన్న చాలా బాధపడేవాడు. మా అందరిలో కంటే నన్నెందుకో ఆమె బాగా చూసుకొనేది. నన్ను వాళ్ళింటిలోనే పడుకోమనేది. అప్పుడప్పుడూ పడుకొనే వాణ్ణి కూడా. నన్ను మా మేనత్త ఒడిలోనే వేసుకొని, నాకు అవి తెస్తామనీ, ఇవి తెస్తానని చెప్పేది. మంచి మంచి బట్టలు తెస్తాననేది.

సరే అనే వాణ్ణి.

కానీ, మా కుటుంబం నుండి నన్నెవరో దూరం చేస్తున్నట్లనిపించేది. మధ్య రాత్రిలో మా చెల్లినెవరో ఎత్తుకుపోతున్నారని ఏడ్చేవాణ్ణి. నేను అర్జెంటుగా మా చెల్లిని చూడాలని కూడా ఏడ్చేసేవాణ్ణి. అప్పుడది అర్ధరాత్రి పూటైనా సరే మళ్ళీ మా ఇంటికి తీసుకొచ్చి, ఒప్పజెప్పి, వెళ్ళేవారు.

అంతే నాకెంతో సంతోషం ... మా చెల్లి, తమ్ముడు... మేమంతా ఒకే దుప్పట్లో దూరి, ఏవేవో కథలు చెప్పుకునేవాళ్ళం, నవ్వుకునే వాళ్ళం, గిచ్చుకునేవాళ్ళం, కొట్టుకునే వాళ్ళం.

అదో ఆనందం.

అదో అద్భుతమైన ప్రపంచం.

అందుకే నేను వాళ్ళింటిలో పడుకోవాలంటే మా అమ్మనీ, నాన్ననీ, చెల్లినీ, తమ్ముణ్ణీ, అన్నయ్యవాళ్ళనీ వదిలేసి, ఒంటరిగా పడుకో బుద్ధేసికాదు.

కానీ, పిల్లలులేని వాళ్ళను చూస్తేమాత్రం వాళ్ళింటిలోనే ఉండిపోతే బాగుంటుందేమో అని కూడా అనిపించేది.

నేను క్రమేపీ మా మేనత్త ఇంట్లోకి అలవాటు అవుతున్నాననిపించుకొని, మా అమ్మ నన్ను వాళ్ళింటికి వెళ్ళొద్దని చెప్పేది. నా గురించి మా అమ్మకూ, మా మేనత్తకూ ఎప్పుడూ ఏదొక విధంగా గొడవలైపోయేవి.

"నెమ్మదిగా నాకొడుక్కి అదీ ఇదీ పెట్టి ఎరేసి, నాకు దూరం చేద్దామనుకుంటున్నావేమో... అవేమీ సాగవు. నాకు ఐదుగురు పిల్లల్లో ఒక్కళ్ళు దూరమైనా నాకు ఐదుగురూ లేనట్టే అనిపిస్తుంది. నాకొడుక్కేమి మందు పెట్టేస్తున్నావో... నీ ఆటలేవీ సాగవు.." అంటూ నన్ను సంకని వేసుకొని మా ఇంటికి తీసుకొచ్చేసేది మా అమ్మ.

మా మేనత్త కూడా తగ్గేది కాదు. *"వాడు నా మేనల్లుడు. నా అన్నయ్యకొడుకు. నా అన్నయ్యే ఏమీ అనట్లేదు. నువ్వేంటి... నీదే అంతా హక్కు అన్నట్లు మాట్లాడుతున్నావ్"* అంటూ నన్ను లాక్కొనేది.

వాళ్ళ గొడవలు నాకేమీ అర్థమయ్యేవి కాదు. నాన్న కూడా మౌనంగా ఋషిలా చూస్తుండిపోయేవాడు.

తల్లికాని తల్లి యశోద దగ్గర పెరుగుతున్న చిన్ని కృష్ణుణ్ణి చూసి కన్న తల్లి దేవకీదేవి ఎలా ఫీలయ్యిందో తెలియదు కాని, మా అమ్మ మాత్రం నన్ను విడిచి ఉండలేకపోయిందనేది మాత్రం నిజం.

ఒకవైపు పేగు బంధం, మరొకవైపు పేగు బంధం కాలేకపోయిన వారి మానసిక సంఘర్షణను మాటల్లో చెప్పగలమా!

నేనూ– మా నారింజచెట్టూ

మా ఊరిలో ఉన్న ప్రాథమిక పాఠశాలలో ఐదవతరగతి వరకే ఉంది. అది మా ఇంటి వెనుకనే ఉండడం వల్ల నాకెంతో అనుకూలంగా ఉండేది.నాకూ మా ప్రాథమిక పాఠశాలకు విడదీయరానంత అనుబంధం ఉంది.

ఇక్కడ నాతో పాటే అంబటి సత్యనారాయణ సుబ్రహ్మణ్య శాస్త్రి (ఎ.ఎస్.ఎన్.ఎస్. శాస్త్రి), గిడ్డి శ్రీరాములు, గిడ్డి చంటిబాబు, దంగేటి రామకృష్ణ మొదలైన వాళ్ళు నా బాల్యమిత్రులు.

మాకు మా తాతగారింటి ముందు ఒక నారింజ చెట్టు ఉండేది. దాని ఒళ్ళంతా కళ్ళున్నట్లు గుత్తులు గుత్తులుగా కాయలు కాసేవి. దాని కాయలు నేను కోసుకొని బడికి పట్టుకొని వెళ్ళేవాడిని. మా మిత్రులకు వాటినిస్తుండేవాణ్ణి. వీళ్ళతోపాటు ఇంకా కొంతమంది ఉండేవారు.

ఇంటర్వెల్ సమయంలోను, స్కూలు అయిపోయిన తర్వాత మా ఇంటికొచ్చి వాటిని కోసుకొని వెళ్ళేవారు. చాలా తియ్యగా ఉండేవి ఆ నారింజపండ్లు. ఒక్కొక్కరూ ఒక్కో రకం పండ్లు అప్పుడప్పుడూ తెచ్చేవారు. వాటిని పంచుకొని మేమంతా తినేవాళ్ళం.

ఎ.ఎస్.ఎస్.ఎన్.శాస్త్రి కూడా దళితుడే. కానీ, అతను ఎర్రగా ఉండడం వల్ల శాస్త్రి అని పేరుపెట్టారు. అతడూ నేనూ మంచి ఫ్రెండ్స్ గా ఉండేవాళ్ళం. అలాగే మిగతావాళ్ళతో కూడా ఉండేవాణ్ణి.

శాస్త్రి కెప్పుడైనా నారింజపండ్లు తినాలనిపిస్తే ''*నాకే గనుక ఒక చెట్టుంటే*, *నేను కావలసినన్ని కోసుకోమనేవాణ్ణి.*''అనేవాడు. వాళ్ళకు బొప్పాయి చెట్లు, ఒక మామిడి చెట్టు ఉండేవి.

అలా అన్నప్పుడల్లా ఆ కాయలు కోసుకొని ఉప్పు, కారం పెట్టుకుని తింటుంటే ఆ రుచే వేరు... ఇద్దరం బాగా కలిసిమెలిసి ఉండేవాళ్లం. అతను బాగా చదివేవాడు.

ఆ నారింజ చెట్టుతో నాకు, మా ఫ్రెండ్స్ కి ఎంతో అనుబంధం ఉంది. ఆ నారింజపండ్లు కోసం వాళ్ళంతా మా ఇంటికొస్తుంటే నాకెంతో సంతోషంగా ఉండేది.

ఒకసారి మా ఇంటి దగ్గర పక్కనే ఉండే లంక నాగేశ్వరరావు కూతురు మరియమ్మ నారింజకాయలు కోసుకోవడానికి చెట్టు ఎక్కింది. నేను స్కూలు అవుతుండగానే

ఇంటికొచ్చాను. అప్పటికే ఆమె చెట్టు ఎక్కేసి చెట్టుమీదే ఉంది. నన్ను చూసి దిగితే తెలిసిపోతుందని అలాగే ఉండిపోయింది.

నేనేమో ఆ చెట్టుకిందే మా చెల్లితో పాటు ఆడుకొంటూ ఉండిపోయాను.చీకటి పడిపోయింది. అమ్మా, నాన్నా ఇంకా రాలేదు. అందువల్ల ఆ చెట్టుకిందే ఆడుకుంటూ ఉండిపోయాం. అంతే ఒకేసారి చెట్టుమీద నుండి కిందకి పడిపోయిన శబ్దం. ఎవరని చూస్తే మరియమ్మ. ఆమె ఒకటే ఏడుపు.

తర్వాత కొన్నాళ్ళకు చెప్పింది. మేము రావడంతో ఆ చెట్టుపైనే ఉండిపోయి, కిందికి దిగకుండా చాలా సేపు ఉండి, నిద్ర వచ్చిందని చెప్పింది. మేమంతా ఒకటే నవ్వు.

మా మిత్రుడు దంగేటి రామకృష్ణ చెల్లెలు కూడా ఆ స్కూల్ లోనే చదివేది. మా చెల్లి కూడా నాతోపాటే వచ్చి చదువుకొనేది. ఆ విధంగా వాళ్ళిద్దరూ మంచి ఫ్రెండ్స్ అయ్యారు.

మా పేటలో ఒక పాస్టర్ గారు వచ్చేవారు. ఆయన మా పేటలోని వాళ్ళకు బైబిల్ బోధిస్తుండేవారు. దానికోసం మా వాళ్ళంతా కొంత స్థలం ఇచ్చి, ఒక దేవాలయాన్ని కట్టించారు. చాలామంది ఆ చర్చిలోకి వెళ్ళేవారు. ఆ చర్చివల్ల ఎంతోమంది త్రాగుడు అలవాటు మానుకున్నారు. ఇతర చెడు వ్యసనాలకు దూరమయ్యారు. ఇవన్నీ చూసి ఇతర కులస్థులు కూడా మా చర్చికి వచ్చేవారు.

ఆ రోజుల్లో క్రిస్టియన్స్ కి విదేశాల నుండి మంచి బట్టలు వచ్చేవి. ఆ బట్టలు చర్చికి వెళ్ళేవారికీ, వాళ్ళకు తెలిసిన వాళ్ళకీ పాస్టర్ (Pastor) గారు ఇచ్చేవారు. అలా మా చెల్లికి చాలా ఖరీదైన ఒక స్కర్ట్ ఇచ్చారు. పాస్టర్ గారు మాకు బంధువు అవుతారు. అందువల్ల మంచి డ్రెస్ ఫ్రాక్ ఒకటి ఇచ్చారు.

అది మోకాళ్ళ వరకు ఉంటుంది. దాన్ని వేసుకొని మా చెల్లి స్కూల్ కి వచ్చింది. మా ఫ్రెండ్ రామకృష్ణ చెల్లి, మా చెల్లి డ్రెస్ ని కామెంట్ చేసిందని ఏడుస్తూ నా దగ్గరకు వచ్చింది.

నాకు ఆమె ఏడుపు చూసి తట్టుకోలేకపోయాను. వెంటనే వెళ్ళి ఆ పిల్ల చెంపమీద కొట్టేశాను. తర్వాత ఏమవుతుందని నేను ఆలోచించలేదు.

వాళ్ళన్నయ్య రామకృష్ణ అక్కడే ఉన్నాడు. చూసి, నన్నేమీ అనకుండా, వాళ్ళ చెల్లిని దగ్గరకు తీసుకొని, నావైపు కోపంగా చూస్తూ, ఓదార్చి ఇంటికి తీసుకొని వెళ్ళిపోయాడు.

కాసేపటికి వాళ్ళ నాన్నను తీసుకొచ్చాడు.

వాళ్ళ నాన్న మాస్టారికి నేను కొట్టిన చెంపదెబ్బకు పడిన నా చేతివేళ్ల ముద్రలతో కమిలిపోయిన ముఖాన్ని చూపించాడు.

నన్ను మాస్టారు పిలిచి, గట్టిగానే కొట్టారు. జాతి బుద్ధులెలా పోతాయంటూ ఏదేదో తిట్టుకూడా తిట్టారు.

మా చెల్లి డ్రెస్ ని చూసి హేళన చేసిందని, దాని గురించి కూడా అడగమన్నాను. కానీ, దానికి ఆయనేమీ అనలేదని ఆయనపై నాకు చాలా కోపం వచ్చింది. మా చెల్లిని

తీసుకొని ఇంటికొచ్చేసి, నన్ను కొట్టినందుకు మాస్టారుపై ఎలాగైనా పగ తీర్చుకోవాలనిపించింది.

వెంటనే ఏడుస్తూ ఇంటికొచ్చేశాను.

మా చెల్లిని మా తమ్ముడికి ఒప్పజెప్పి, నాకు పనుందని చెప్పి, మానాన్న ఉపయోగించే ఒక కత్తిని తీసుకొని, మాస్టారు వచ్చే దారిలో ఒక ఇంటి దగ్గర దాక్కున్నాను.

ఆ దారిలో వచ్చేటప్పుడు కత్తితో ఆయన్ను వేటు వేసేద్దామనుకున్నాను.

నేను అలా దాక్కోవడాన్ని ఆ ఇంటి మనిషి బూసమ్మ గమనించింది. చేతిలో కత్తి ఉందని పెద్దపెద్ద కేకలేసుకొంటూ మా ఇంటికెళ్ళి, కొంతమంది పెద్దోళ్ళను తీసుకొచ్చేసింది.

నేనేమో మాస్టారెప్పుడు వస్తారా? ఆయనపై నా పగ ఎలాతీర్చుకోవాలా? అని ఎదురు చూస్తున్నాను. నేను కత్తి పట్టుకొని ఎదురు చూస్తున్న అరగంటలోపే నన్ను వెతుక్కొంటూ మా పేటలోని పెద్దోళ్ళు కొంతమంది వచ్చేశారు. నన్ను పట్టుకున్నారు. విషయమడిగారు. చెప్పాను.

ఎవరో నా చెంపమీద ఒకటివ్వడం, కత్తి మరొకరెవరో లాక్కోవడం క్షణాల్లో జరిగిపోయాయి. ఈ విషయం మా ఇంటిలో చెప్పారు.

మా నాన్న ఊరుకుంటాడా? ఆ రోజు నన్ను చాలా గట్టిగానే కొడతాడని నాకు తెలుసు. మా నాన్నకు కోపం వస్తే మామూలుగా ఉండదు. అందువల్ల ఆ దెబ్బలెలా తప్పించుకోవాలి? ధాన్యం దాచుకోవడానికి మాకు ఒక గాది ఉండేది. ఆ గాదిలో కొంతసేపు దాక్కున్నాను.

అది వెతుకుతారనిపించింది. మళ్ళీ మా నారింజచెట్టు ఎక్కి కూర్చున్నాను. చాలా సేపు అలాగే కూర్చుండిపోయాను.

దాహం వేస్తుంది. నోరు ఆరిపోతుంది. ఆకలి వేస్తుంది. కడుపులో నొప్పి మొదలయ్యింది.

ఏమి చెయ్యాలి?

నీరసం వచ్చేస్తుంది. అప్పుడక్కడ ముళ్ళున్నాయనే సంగతే మర్చిపోయాను. గుబురుగా ఉన్న ఆకులు కొమ్మలపై అలాగే పడుకున్నాను. ఒంటికి గుచ్చుకుంటున్న ముళ్ళకంటే గుండెల్లో గుచ్చుకున్న బాధే ఎక్కువగా నొప్పి అనిపిస్తుంది.

మా నాన్న, అమ్మా ఇంటికొచ్చాక, విషయం తెలుసుకొని నన్ను వెతికారు. వాళ్ళంటున్న మాటలన్నీ నేను చెట్టు పైనుండే వింటున్నాను.

శరీరమంతా వణికిపోతున్నది. ఏమి చెయ్యాలో తెలియడం లేదు. చీకటి పడిపోయింది. మా అమ్మ పిల్లోడెక్కడికి వెళ్ళిపోయాడోనని ఒకటే ఏడుపు.

అర్ధరాత్రి అయిపోయింది. ఊరంతా వెతికారు. మా అమ్మ గట్టిగా ఏడుస్తోంది. ఆ ఏడుపు చూసి చెట్టు దిగి రావాలనిపించేసింది. కొడితే కొడతారులే... కానీ మా అమ్మ ఏడుపు తట్టుకోలేకపోయాను.

చెట్టుదిగి వచ్చేశాను.

అమ్మ దగ్గరకు తీసుకుంది. *"ఎందుకలా చేశావు. మాకు చెప్పొచ్చు కదా..."* అంటూ దగ్గరకు తీసుకుంది.

కానీ, నాన్న ఊరుకోలేదు. గుదితో కొట్టాడు. తునగాలు కూడా తీసి కొట్టబోయాడు.

మా అమ్మా, మా అన్నయ్య వాళ్ళు నన్ను కొట్టకుండా ఆపారు. *మేము చెప్తాంలే* అని సముదాయించారు.

ఆ క్షణంలో మా నాన్న నా కళ్ళకు యముడిలా కనిపించాడు.

ఒకసారి అలాగే ఏదో విషయంలో కోపం వచ్చి, కాళ్ళు పట్టుకొని ఎత్తి గోడకేసి కొట్టబోయాడు. నేలకేసి కొడతానన్నాడట. ఆ సమయంలో మా వాళ్ళు అడ్డుకున్నారు. అలా కొడితే అప్పుడే చచ్చిపోయి ఉండేవాణ్ణి.

నాకు నాన్న కొట్టడమంటే అదే గుర్తుకొస్తుంది. ఆ రాత్రి నిద్రపోవాలంటే భయమేసింది. భయం భయంగానే ఆ రాత్రి గడిసిపోయింది.

మర్నాడు బడిలోకి వెళ్ళాలనిపించలేదు.

నన్ను మాస్టారు కొట్టినందుకు బాధనిపించలేదు. *నన్ను తిడుతూ నా కులం పేరు పెట్టి మా వాళ్ళందరినీ కూడా తిట్టారు. ఆ మాట నన్నెవరో నిలబెట్టి, నిలువునా రంపంతో కోస్తున్నట్లనిపించింది.*

హెడ్మాస్టర్ త్రినాథరావుగారుగానీ, వెంకటరెడ్డిగారు గానీ, రామలక్ష్మి మేడమ్ గారు గానీ అయితే, నన్నే కాదు, ఎవ్వరినైనా కొట్టినా, తిట్టినా కులాన్నంతటినీ తిట్టినట్లు నాకు గుర్తులేదు. ఇలాంటి వాళ్ల ఆప్యాయతతోనే నా కులం వల్ల కలిగే అవమానాల్ని అధిగమించాను. ఈ స్థాయిలో నిలబడగలిగాననిపిస్తుంది. మాటల్లో చూపిన గౌరవం కంటే, ఆప్యాయతలకంటే మనస్సులో కనబరిచే మంచితనమే ముఖ్యం.

ఈయనది మా ఊరే. ఎప్పుడూ చిరాకు పడుతుండేవాడు. నా పట్లే కాదు, అందరి పట్లా అలాగే ఉండేవాడు.

ఆ రోజు బడికి వెళ్లిన మా చెల్లీ, రామకృష్ణగారి చెల్లీ మళ్ళీ నవ్వుకుంటూ ఆడుకొంటూ కనిపించారు. ఇదేనేమో బాల్యం–బాల్య స్నేహం మచ్చలేనిదని చెప్పటానికి.

నాకు వాళ్ళని చూసి, చాలా ఆశ్చర్యమేసింది. కానీ, మనసులో *'పోనీలే కలిసి ఆడుకుంటున్నారో'*నిపించింది.

రామకృష్ణ దగ్గరు వెళ్ళాను. సారీ చెప్పాను.

'నేనే అనవసరంగా దీన్ని పెద్దది చేశాను. మా నాన్నకు చెప్పకుండా ఉండాల్సిందేమో...' అంటూ నాతో చెయ్యి కలిపాడు.

చివరి రోజున ఐదో తరగతి ఫలితాలు ప్రకటిస్తుంటే నా గుండె లబ్ లబ్ మంటూ ఎంత స్పీడ్ గా కొట్టుకుందో నాకే తెలుసు. ఆ పసివయసులో ఫలితాల కోసం ఎదురుచూస్తూ... ప్రొమోటెడ్ అనే పదం వినాలని నా చెవుల్ని మాస్టార్ల పెదవుల దగ్గర ఎలా పెట్టుకున్నానో నాకే తెలుసు.

నా గురించెవరైనా ఏమైనా చెప్తే నన్ను పాస్ చెయ్యకుండా ఆపేస్తారేమోనని నేనెంత భయపడ్డానో...

నా పేరు పిలిచి 'ప్రొమోటెడ్' అన్నారు. హమ్మయ్య అనుకున్నాను. ఇంకే పేర్లూ నాకు వినపడలేదు. తొందరగా ఇంటికెళ్ళి నేను పాసయ్యానని చెప్పాలనిపించింది.

ఐదో తరగతి ఉత్తీర్ణుడనయ్యాను. ఒక్కసారిగా కళ్ళన్నీ ఆనందంతో తడిసిపోయాయి. ఆ విషయం ఇంటికొచ్చి చెప్పాను. విచిత్రం... కుటుంబ సభ్యులంతా అదేమి పెద్ద విషయమే కాదన్నట్లు చూశారు.

పెద్దన్నయ్య మాత్రం సంతోషపడ్డాడు. అమ్మ కూడా కొద్దిగా సంతోషపడింది.వీళ్ళందరి కంటే మా మేనత్త ఎగిరి గంతేసినట్లు సంతోషపడింది. మా పేట వాళ్లు సంతోషపడ్డారు. ఉత్తరాలు ఇంకా బాగా రాస్తాడనీ, ఉత్తరాలు చదివిపెడతాడనీ, ప్రామిసరీ నోట్లు చదివి వినిపిస్తాడనీ...వాళ్ళంతా సంతోషపడ్డారు.

బాల్యం కొంతమందికి ఆటల పల్లకీ.
బాల్యం కొంతమందికి పూలపరిమళం.
కానీ, నా బాల్యం అలా సాగలేదు.
ఒక్కోసారి నిప్పుల కుంపటి.
ఒక్కోసారి ముళ్ళకిరీటం.
కనురెప్పల చప్పుడులా
ఎప్పుడేమి వచ్చిపడుతుందో అన్నంత మెలకువగా మసలవలసినట్లు కొనసాగింది.

కొన్నేవో తీపిజ్ఞాపకాలు ఉన్నా, వాటన్నింటినీ మించిన బాధల గాథలున్నాయి. ఐదో తరగతి పూర్తయ్యింది. చివరిరోజున ఇంక్ పెన్నులో జిల్లేడు పాలు వేసి, ఇంకా రకరకాల పాలు దానిలో కలిపేవారు.

ఆ ఇంక్ బట్టల మీద చల్లుకుంటూ ఎవరింటికి వాళ్ళు వచ్చేశాం. ఆ ఇంక్ పడిన మచ్చలు బట్టలమీద ఎంత ఉతికినా పోవు. ఆ రోజుని అలా గుర్తుంచుకోవడానికి ఇంక్ చల్లుకొనేవాళ్లం.

ఐదో తరగతి పాసైన తర్వాత ఆరవతరగతిలో చేరాలి. మాకు ఒకటి రెండు కిలోమీటర్ల దూరంలో చెయ్యేరు గ్రామం ఉంది. అక్కడ ఏడవ తరగతి వరకు ఒక పాఠశాల ఉంది. అక్కడ ఇంచుమించు ఆ పరిసర గ్రామాల్లో ఐదోతరగతి పూర్తి చేసిన వాళ్ళందరికీ సీటు ఇస్తారు.

మా పెద్దన్నయ్యకు మాత్రం సీటివ్వలేదు. మా ఉపకులంలో మొట్టమొదటసారిగా చదువుకుంటున్నది మాకుటుంబంలోనే.

మా పెద్దన్నయ్యతో పాటు చదువుకున్న మా దళితుల్లోని ఒక ఉపకులానికి చెందిన వాళ్ళందరికీ మాత్రం సీటిచ్చారు. కానీ, మా అన్నయ్యకు సీటులేదన్నారు.

అందువల్ల ఇంకో రెండు కిలో మీటర్ల దూరంలో ఉన్న భీమనపల్లి హైస్కూల్ లో చేరవలసి వచ్చింది. మా అన్నయ్యను ఎవరు చేర్పించారో నాకు తెలియదు.

నేను ఐదో తరగతి పాసైనాకానీ, నాకు సీటు వస్తుందో లేదోనని అన్నయ్య అనుమానం వ్యక్తం చేశాడు.

నాతోపాటు చదివిన మా దళితుల్లోని ఇతర ఉపకులానికి చెందిన వాళ్లకు సీటిచ్చారు.

నాకు కూడా అన్నయ్యకు ఇవ్వలేనట్లే సీటు లేదన్నారు.

నాతో పాటు చదువుకున్న మా దళిత ఉపకులాలకు చెందిన మిత్రులు ''*నీకు సీటివ్వరని చెప్పాం కదా... రాదంతే...*''అన్నారు.

''*నీకెలా తెలుసు?*'' అన్నాను.

''*మా అన్నయ్య వాళ్ళు వాళ్ల ఫ్రెండ్స్ తో కలిసి నవ్వుకుంటూ ముందే చెప్పారు.*'' అన్నాడు.

నేనేమీ అనకూడదనుకుంటూనే ''*మీ అన్నయ్య, మీ నాన్న, మీ బంధువులంతా చదువుకున్నారు. ఉద్యోగాలు చేస్తున్నారు. మీవాళ్ళు పంచాయితీ మెంబర్లుగా కూడా ఉన్నారు. అందుకే మీకు సీటు వచ్చిందేమో... పోనీలే... నేను ఇంకోచోట చదువుకుంటాను.*''అన్నాను బాధపడుతూనే.

నన్ను మా నాన్న మా ఊరుకి ఐదారు కిలోమీటర్ల దూరంలో ఉన్న కాట్రేనికోన హైస్కూల్ లో చేర్పించాడు. అక్కడ సీటు దొరికింది.

మా కుటుంబంలో వాళ్ళు నేను ఐదోతరగతి పాసయ్యానని చెప్పినా వాళ్ళెందుకు సంతోషపడలేదో నాకప్పుడు కొద్దిగా అర్థమవ్వసాగింది.

దళితుల్లోని ఒక ఉపకులంపై మరొక ఉపకులం ఒక పథకం ప్రకారం అప్రకటిత నిషేధాలు విధిస్తున్న సంగతి మా పెద్దన్నయ్యకు, నాకూ ఆరో తరగతిలో సీటు దొరక్కపోవడమే నిదర్శనమనిపించింది.మా దళితుల్లోని ఒక ఉపకులం అప్పటికే తొలితరం వాళ్ళు చదువుకొని, రెండవతరం వాళ్ళు చదువుకోవడం ప్రారంభించారు.

మేము అప్పుడే బడిలోకి వెళ్ళడం మొదలు పెట్టిన తొలితరం వాళ్ళం. నా తర్వాత మా తమ్ముడు, చెల్లికి కూడా ఆరో తరగతిలో సీటులేదన్నారు. నేనూ, మా పెద్దన్నయ్య కలిసి మా పంచాయితీ ప్రెసిడెంట్ రాంబాబుగారు (రాజుగారు) దగ్గరకు వెళ్లాం. ఆయన హెడ్మాస్టార్ని పిలిచారు. విషయమడిగారు. హెడ్మాస్టర్ ఏదో నసుగుతూ చెప్పబోయారు.

ఏం జరుగుతుందని ప్రెసిడెంట్ గారు గట్టిగా అడిగారు. వాళ్ళని ఎవరెవరు ప్రభావితం చేస్తున్నారో చెప్పారు. ఇకపై అలా చెయ్యొద్దనీ, ఈ ఊరు వాళ్ళకి ఈ ఊరులో సీటివ్వకపోతే పక్కఊరు వాళ్ళెందుకిస్తారు. ముందు వాళ్ళకు సీటివ్వమన్నారు. ఇంకెప్పుడూ ఇలా జరగకూడదని హెచ్చరించారు.

ఆ విధంగా మా తమ్ముడు, చెల్లికి మా ఊరు చెయ్యేరులోనే ఆరో తరగతిలో సీట్లు సాధించాం.

వీటన్నింటికీ సాక్షీభూతంగా నిలిచిన ఆ నారింజ చెట్టు బోదిగట్టుకి దగ్గరలో ఉండేది. ఆ బోది తవ్వగా తవ్వగా వేళ్ళు బోదిలోకి వచ్చేసి, వేగంగా వెళ్ళే ఆ నీళ్ళు ఉన్న కాస్త మట్టీ కొట్టుకుపోయేలా చేసింది.

నాకు ఐదో తరగతి పూర్తవ్వగానే మా నారింజచెట్టు కూలిపోయింది. మా నారింజ చెట్టు , దానితో ముడిపడిన నా జ్ఞాపకాలు, మా మిత్రుల్లాగే ఒంటరిగా ఉండలేక కూలిపోయిందేమో అనుకున్నాను.

ఆ చెట్టు కూలిపడిపోయినప్పుడు నేనే కూలబడిపోయినట్లనిపించింది.

దానికి పచ్చగా ఉన్న ఆకులు వడిలిపోతుంటే,

నాలోని ఆశలు ఆవిరై నలిగిపోతున్నట్లనిపించింది.

ఇప్పటికీ నేను మా ఊరు వెళ్ళినప్పుడల్లా ఆ నారింజ చెట్టు ఉండే చోటులో కాసేపైనా నిలబడాలనిపిస్తుందెందుకో...!

పప్పు సార్!

ఆరో తరగతి చదువుకోవడానికి ఎలాగోలా నన్ను మా వాళ్ళు మండలకేంద్రంలో ఉన్న కాట్రేనికోన హైస్కూల్ లో చేర్చారు. ఆ స్కూల్ కి వెళ్ళాలంటే ప్రతి రోజూ ఏడు కిలోమీటర్లు నడుచుకుంటూ వెళ్ళాలి. మరలా ఏడు కిలోమీటర్లు నడుచుకుంటూ ఇంటికి రావాలి.

మొదట్లో ఏదోలా వెళ్ళి వచ్చేసేవాణ్ణి.

ఒక్కొక్క మైలురాయినీ దాటేస్తున్నానులే అనుకొంటుండేవాణ్ణి.

నడవలేనప్పుడు నన్ను నేనే ఓదార్చుకొంటూ,

నన్ను నేనే ఉత్సాహ పర్చుకొంటూ
రోడ్డు ప్రక్కన కనిపించే మైలు రాళ్ళు లెక్కపెట్టుకొంటూ
ప్రతిరోజూ స్కూలుకి వెళ్ళి వస్తుండేవాణ్ణి.

మధ్యలో అంటే గొరగనమూడి దాటి, సావరం వెళ్ళేసరికి నాతోపాటు మరికొంతమంది నడిచి వెళ్ళేవాళ్ళు కలిసేవారు. కొన్నాళ్ళకు వాళ్ళతో పరిచయం ఏర్పడ్డం వల్ల అక్కడికెళ్ళేసరికి నడక పెద్ద భారమనిపించేదికాదు. బాటసారులు ఒకరి బరువు మరొకరు తీరుస్తారేమో.

ఉదయం పదిగంటలకు స్కూల్ ప్రారంభమవుతుంది. ఆలస్యమైతే రానివ్వరు. టైమ్ టేబుల్ ప్రకారం ఫస్ట్ పిరియడ్ లెక్కలు గానీ ఇంగ్లీష్ గానీ ఉండేది.లెక్కలు చెప్పే మాస్టార్లు ఇద్దరు ఉండేవారు.

ఒకాయన పేరు రాజుగారు. ఆయన అయినాపురం నుండి వచ్చేవారు.ఇంకొకరు సాంబశివరావు గారు. ఆయన కాట్రేనికోనలోనే ఉండేవారు. ఆయన లెక్కలతో పాటు ఇంగ్లీష్ కూడా చెప్పేవారు. ఇద్దరూ కోపిష్టులే.

కానీ, సాంబశివరావుగారి కొన్ని మాటలు నాకు ఎంతగానో నచ్చేవి. వాటిని వెంటనే ఆచరణలో పెట్టేవాణ్ణి కూడా! ఆయన మమ్మల్ని ప్రతిరోజూ టెక్స్ట్ బుక్ తీసుకొని రావాలనేవారు. ఎవరైనా తమ తల్లిదండ్రులు కొనివ్వలేదంటే, ఒకపూట అన్నం తినడం మానేయమనేవారు. *''రెండు మూడు రోజులకు మీరు భోజనం మానేయడం వల్ల వచ్చే డబ్బులతో పుస్తకం కొనివ్వమని...''* అడగమనేవారు.

నేను మా ఇంట్లో ఒకసారి అలాగే చెప్పాను.

మా అమ్మానాన్న ఒకరినొకరు చూసుకొని *'సరేలే రేపు కొనుక్కొస్తాము'* అని చెప్పారు. అప్పుడు *''నాకు పుస్తకం కొనడానికి ఈవేళ నుండీ ఒకపూట తినడం మానేస్తాను. ఎన్నిరోజులు మానేస్తే నా పుస్తకాలన్నీ వస్తాయి?''* అని అడిగాను.

''నువ్వేమీ మానక్కర్లేదు... మేము కొంటాంలే'' అన్నారు.

ఆ మాటలు నాకెంతో సంతోషాన్ని కలిగించాయి.

ఆ రాత్రి కలలో కూడా ఆ కొత్త పుస్తకాలతో బడిలోకి వెళ్ళినట్లే కల వచ్చింది.

అలా ఆయన మాట నా మనసులో బాగా ముద్ర పడిపోయింది. తర్వాత ఆ పద్ధతిలోనే యూనివర్సిటీ కొచ్చిన తర్వాత కూడా నేను ఎన్నో కొనుక్కోగలిగాను. ఒక పూట టిఫిన్, మరోపూట భోజనం... ఇలా మానేస్తూ నేను అనేక పుస్తకాలు, పెన్నులు కొనుక్కున్నాను. వాటితో పాటు అనేక బట్టలు కూడా కొనుక్కోగలిగాను.

ప్రాథమిక పాఠశాలలో త్రినాథరావుగారు మాకు చెప్పేటప్పుడు లెక్కలంటే ఎంతో ఇష్టంగా ఉండేది. హైస్కూల్లో చేరిన తర్వాత మాత్రం లెక్కల కంటే, ఆ మాస్టార్లు తిట్టే తిట్లే

ఎక్కువగా గుర్తుండేవి. ఒక్కోసారి ఐదు నిమిషాలు ఆలస్యమైనా క్లాసుకి వెళ్ళాలనిపించేది కాదు. రకరకాలుగా తిట్టేవారు. కథలు చెప్పొద్దని కొట్టేవారు కూడా!

రాజుగారు ఒకరోజు, బహుశా అది ఆయన తొలిక్లాసు అనుకుంటాను.ఆ క్లాసులో మీరేమేమి అవ్వాలనుకుంటున్నారని మమ్మల్ని అందరినీ అడిగారు. పోలీసు, ఉపాధ్యాయుడు, కలెక్టర్, డాక్టర్... ఇలా మా క్లాస్మేట్స్ తలోమాటా చెప్పారు.

నన్ను కూడా అడిగారు.

నేను ప్రొఫెసర్ అవ్వాలనుకుంటున్నానని చెప్పాను.

ఆయన పెద్దగా ఒక వికటాట్టహాసం చేస్తూ ఒక నవ్వు నవ్వారు.

నేనేమైనా తప్పు చెప్పానేమో అనుకున్నాను.

నేనేమి చెప్పానో మళ్ళీ గుర్తు చేసుకున్నాను. మా పెద్దన్నయ్య నన్ను అలా అవ్వాలని చెప్పేవాడు. అప్పటికి నాకు ప్రొఫెసర్ అంటే ఏమిటో తెలియదు. అదే పెద్ద మాస్టారు ఉద్యోగం అని అన్నయ్య పదేపదే చెప్పిన మాట మాత్రం గుర్తు.

మరి మాస్టారెందుకలా నవ్వారని పంచాయతీ వాళ్ళు మా ఊరుకి వేసిన కరెంట్ స్తంభాలకు ఉండే వోల్టేజీ బల్బ్ లా నా ముఖం మాడిపోయినట్లయ్యింది.మా క్లాస్మేట్స్ కి ఏమర్థమైయ్యిందో వాళ్ళు కూడా నన్ను చూసి నవ్వారు.

ఆ రోజు నుండీ హాజరు వేసేటప్పుడు మాస్టారు నన్ను పిలిచేటప్పుడు "పప్పు సార్ ... వచ్చావా?" అనేవారు వెటకారంగా.

నేను అనవసరంగా అలా చెప్పానేమో, నేను కూడా ఏదో వాళ్ళంతా చెప్పినట్లు చెప్పేస్తే ఈ అవమానం ఉండక పోవునేమో అనుకునేవాణ్ణి. నేను బాధ పడుతుంటే మా క్లాస్మేట్ మోకా అప్పాజీ నన్ను ఓదార్చేవాడు. తర్వాత మరికొంతమంది నన్ను దగ్గరకు తీసుకున్నారు.మా క్లాస్మేట్స్ లో చాలా మందిని వాళ్ళ పేర్లనూ వంకరగా పిలవడం, హోం వర్క్ లెక్కలు చెయ్యకపోతే కొట్టడంలాంటి వాటి వల్ల ఆ మాస్టారంటే కోపంగా ఉండేవారు.

అయినా ఆయన్ని చూస్తే అందరికీ భయం భయంగా ఉండేది. నాకైతే ఆ లెక్కలు సబ్జెక్టు తీసేస్తే బాగుండేదనిపించేది. ప్రతి రోజూ స్కూల్ కి బయలు దేరిన దగ్గరనుండి వెళ్ళేవరకూ ఆ లెక్కల మాస్టార్లే గుర్తొచ్చేవారు. అలాంటప్పుడు ఒక్కోసారి ఆకాశంలో ఎగిరే పక్షుల్ని చూస్తూ, నాకు కూడా రెక్కలుంటే బావుణ్ణనుకునేవాణ్ణి.

ఆ మాస్టార్ల తిట్లు తప్పేవనుకునేవాణ్ణి. అంతలోనే తెలుగు మాస్టారు శ్రీకంఠం లక్ష్మణమూర్తిగారి కమ్మని పద్యం గుర్తొచ్చేది. ఆతుకూరి లక్ష్మణరావు గారి ప్రోత్సాహం కొత్త ఉత్సాహాన్నిచ్చేది. అయినా అప్పుడప్పుడూ మళ్ళీ నాకు కూడా మా పంచాయితీ పరిధిలోనే సీటు దొరికితే నాకిన్ని కష్టాలు వచ్చేవి కాదు కదా అనిపించేది.

సీటు నాకే ఎందుకు దొరకలేదనిపించేది. నాతో చదివిన మా ఊళ్ళోని మిగతా వాళ్ళందరికీ దొరికి నాకే సీటెందుకు దొరకలేదనే ప్రశ్న నేను నడవలేనప్పుడల్లా నాకనిపించేది.

వాళ్ళు నా ఆశల్ని
మొగ్గలోనే తుంచేయాలని చూశారు
నేనేమో నా ఆశల్ని
ఆకాశమంత ఎత్తుఎగరేయాలనుకున్నాను
నేను నేలకు కొట్టిన బంతినై
పైపైకెళ్ళేలా ప్రయత్నించాను
వాళ్ళు నన్ను ఎదగనీయకుండా
ఏ ముళ్ళపొదల్లో విసిరేయాలనుకున్నారు
నేనేమో
ఆ ముళ్ళ పొదల్నే
రక్షణకవచాలుగా చేసుకొని
ఓ పూలమొక్కనై పచ్చగా పరిమళించాను

జుట్టు కటింగ్ – చెంబు ఇస్త్రీ

ఎలిమెంటరీ స్కూల్ వరకూ తల క్రాఫింగ్ గురించి నాకెలాంటి ఇబ్బందీ లేదు. మా నాన్నే నాకు, మా తమ్ముడికి కూడా గుండు చెయ్యడమో, కటింగ్ చేయడమో జరిగేది. అలా మా పట్ల మా నాన్న జాగ్రత్తలు తీసుకొంటున్నాడని గర్వంగా కూడా ఉండేది.

హైస్కూల్ కి వచ్చిన తర్వాత క్లాసులో కూర్చున్నప్పుడు వెనుక నుండెవరెవరో అప్పుడప్పుడూ నా తల వెంట్రుకలు పట్టుకొని లాగేవారు. నాకు క్లాస్ వినడానికి చాలా ఇబ్బంది అయ్యేది. ఎవరో ఒకరు నా తలవెంట్రుకలు లాగడం... నేను కోపంగా, అసహనంతో వెనక్కి చూడ్డం... లాగిందెవరో తెలియక బిక్కమొహం పెట్టడం...క్లాసంతా గొల్లుమని నవ్వడం...బ్లాక్ బోర్డు మీద రాస్తున్న మాస్టారు వెనక్కి తిరిగి చూడ్డం...ఆయన కళ్ళకి నేనే ఏదో చేస్తున్నట్లు అనిపించడం...ఆయన నన్ను తిట్టడం...అన్నీ నిమిషాల్లో జరిగిపోయేవి.

ఇంతమందిలో నన్ను మాత్రమే ఎందుకిలా ఏడిపిస్తున్నారని కూడా అనిపించేది. ఒక్కోసారి కోపంతో వెనక ఉన్న వాళ్ళని కొట్టేసేవాణ్ణి. వాళ్ళు మేము కాదనేవారు. అయితే లాగిందెవరో చెప్పమనేవాణ్ణి.

వాళ్ళు ఒక్కోసారి చెప్పడం, కొన్నిసార్లు చెప్పకపోవడం...ఆ వాతావరణమంతా చాలా చిరాగ్గా అనిపించేది. ఈ బాధ తట్టుకోలేక కొన్నిసార్లు చివరి బెంచీలో గోడకి ఆనుకొని కూర్చునేవాణ్ణి.
నాకేమో మొదటి బెంచీలో కూర్చోవాలని ఉండేది.

క్లాస్ అయ్యాక నాకు బాగా ఫ్రెండ్స్ లా ఉండే వాళ్ళని వివరాలు అడిగేవాణ్ణి. చెప్పడానికి మొహమాటం పడినవాళ్ళు చెప్పేవారు కాదు. కానీ 'వాళ్లతో గొడవ పెట్టుకోవద్దు. ఏదో సరదాగా అలా ఆడిస్తున్నారంతే...' అని సలహా ఇచ్చేవారు.

ఆ విధంగా ఏడిపించడానికి కారణం నీ తల వెంట్రుకలు పైకి నిలబడి ఉంటున్నాయి. అందుకోసమే ఉంటుందని వివరించిన వాళ్ళున్నారు.ఆ మాట విన్నప్పటి నుండీ నాకు అనుమానం మొదలైంది. నాన్నే తల కత్తిరింపు చెయ్యడం వల్ల సరిగ్గా చెయ్యట్లేదేమో.అందుకే అలా వేళాకోళం చేస్తున్నారనిపించింది.

మరలా నెలకి కటింగ్ వెయ్యాలనీ, తల వెంట్రుకలు పెరిగిపోయాయని నన్ను మా నాన్న కటింగ్ వెయ్యడానికి రమ్మన్నాడు.నేను రాననీ, ఈ సారి మంగలాయనతోనే చెయ్యించుకుంటానని అన్నాను.

'మనకి మంగలాయన కటింగ్ వెయ్యడానికి రారు. అందుకనే నేను మీకు చేస్తున్నాను' అన్నాడు మా నాన్న.

''మరి మా ఫ్రెండ్స్ కి అందరికీ వాళ్ళ ఊళ్ళో వాళ్ళింటికొచ్చి మరీ కటింగ్ వేస్తారట. మనకెందుకు చెయ్యరు? '' అని అడిగాను.

'అదంతే. మనకి చెయ్యరు. ఎవరైనా మనకి కటింగ్ వేసినట్లు తెలిస్తే ఊరంతా ఆ మంగలిని వెలేస్తారు. అందుకు చెయ్యరు' కొంచెం కోపంగానే సమాధానం చెప్పాడు చిరాగ్గా.

ఆ మాట విని కొంచెం భయమేసింది.

మళ్ళీ ఇంకో సందేహం అన్నట్లు ''*మనకెందుకు చెయ్యరు?*'' అన్నాను నెమ్మదిగా.

మనం వాళ్ళని ముట్టుకోకూడదంట. మనం అంటరానివాళ్ళమంట. మనకే కాదు, మన తాత ముత్తాతలకీ వాళ్ళు తల కత్తిరింపు వెయ్యలేదు. మనవాళ్ళే ఆ పనినేర్చుకున్నారు. మనవాళ్ళకి మన వాళ్ళే మంగలి పనీ, వీరణాన్ని వాయించే పనీ వాళ్ళు చేసే పనులన్నీ మనవాళ్ళే చేస్తారు...'' చెప్పుకుపోతున్నాడు.

ఆకాశంలో మేఘాలన్నీ వేగంగా కదులుతున్నాయి. సూర్యుడు నడినెత్తి మీదుండి అగ్గి నిప్పులు కురిపిస్తున్నాడు.

నేనేమో అయోమయంగా ఏమర్థం కానట్లు నాన్నవైపే చూస్తున్నాను. ఇంకా నాన్న మాట్లాడుతునే ఉన్నాడు.

''... *నువ్వడిగావు కనుక, రేపో, ఎల్లుండో మళ్ళీ దీన్నీ అడుగుతావని ముందే చెప్తున్నాను. మీకు అమ్మగానీ, నేను గానీ లేదా మీరే గాని బట్టలు ఉతుక్కుంటున్నాం కదా. ఎందుకో తెలుసా? మనకి చాకలివాళ్లు (రజకులు) కూడా బట్టలు ఉతకరు. పోనీ, ఇస్త్రీ చెయ్యమంటే అదీ చెయ్యరు. అందుకనే అప్పుడప్పుడూ మీకు బట్టలు శుభ్రంగా ఉండాలని, చెంబులో నిప్పులు పోసి, దానితో ఇస్త్రీ చేసిస్తాం. అది పిసినారితనమని మీరంటున్నారు. మేమెందుకు చేస్తున్నామో మాకే తెలుసు...''* చెప్పుకుపోతున్నాడు.

నాన్న ముఖాన్ని చూస్తుంటే, పైన సూర్యుడు మా నాన్న కళ్ళల్లోకి వచ్చాడేమో అన్నట్లనిపించింది.

''...అందుకే ఆ పనీ ఈ పనీ అని కాకుండా అన్నీ మనమే చేసుకోవాలి. అందుకే మీరూ చెయ్యమని చెప్తున్నాను.''

ఆ వేగాన్ని ఆపలేకపోయినా, నాకొచ్చిన అనేక సందేహాల్లో కొన్నింటిని ప్రశ్నలుగా మార్చాను.

'మరి వాళ్ల పొలంలో మనం పనిచేస్తున్నాం. వాళ్ళ తోటలో నువ్వు కొబ్బరి కాయలు దింపుతీస్తున్నావు. వాళ్ళ ఇంటికి తాటాకు కొడుతున్నావు. ఇవన్నీ మనం

ముట్టుకోకుండా జరిగిపోతున్నాయా? అలా ముట్టుకునేటప్పుడు మనం అంటరానివాళ్ళమని వాళ్ళకు తెలియదా?''

ఈ సారి నాన్న ముఖంలో ఒక ఆనందం తొంగిచూసినట్లనిపించింది. ఒక చందమామేదో నాన్న కళ్ళల్లో చేరినట్లనిపించింది. నాన్న కళ్ళల్లో ఒక మెరుపు మెరిసినట్లయ్యింది.

వాతావరణమంతా చల్లగా మారిపోయినట్లనిపించింది.

ఒక చిరునవ్వు నవ్వుతూ నాన్న 'నీకివన్నీ తెలిసే రోజులు వస్తాయి. నీకు తెలిసి నువ్వు వాళ్ళని నిలదీసే రోజులు కూడా వస్తాయి. అది నీ ఒక్కడితోనే కాదు, అనేకమందిలో రావాలి. ఆ రోజు త్వరలోనే వస్తుంది. అంతవరకు మనం మన విధిని మనం నిర్వర్తించాలి... రా ముందు నీకు కటింగ్ వేస్తాను.''అంటూ దగ్గరకు తీసుకున్నాడు.

నేనూ ఓ సైకిల్ కి ఓనరైయ్యాను!

నేను స్కూల్ కి నడిచి వెళ్ళినన్నాళ్ళూ రోడ్లు నాతో మాట్లాడేవి. నేను రోడ్లుతో *మాట్లాడేవాణ్ణి అన్నట్లు సాగేది నా ప్రయాణం.*

బడిలో నుండి తెచ్చుకునే సుద్దముక్కలతో రోడ్డుమీద నాకిష్టమైన బొమ్మలేసుకొంటూ నాకు తోచిన రాతలేవో రాసుకుంటూ వచ్చేవాణ్ణి.

అలా నడిచి వచ్చే శ్రమనంతా మర్చిపోయేవాణ్ణి.

అక్కడక్కడా అలా ఎందుకు రాసేవాణ్ణో నాకే తెలియదు.

రాసేవాణ్ణి అంతే...

రెండు మూడు రోజుల తర్వాత నాలాగా ఇంకొంతమంది కూడా రాసేవారు.

అలా కొంతమంది నడకలో ప్రయాణమిత్రులు దొరికారు.

గొరగనమూడి దాటిన తర్వాత సావరం, ఉప్పూడి గ్రామాలకొచ్చేసరికి చాలామంది నడుచుకొంటూ వచ్చేవాళ్ళు. వాళ్ళతో నేనూ కలిసేవాణ్ణి.

అంతవరకు నాతో మాట్లాడిన రోడ్డు *'మీరూ మీరూ మాట్లాడుకోండిక...'* అంటూ మౌనంగా నిద్రపోయేది.

తురకసావరం అని సావరానికి ఉప్పూడికి మధ్య ఒక చిన్నగ్రామం ఉండేది. అక్కడ నుండి ఇద్దరు అమ్మాయిలు వచ్చేవారు. వాళ్ళు కూడా నడుచుకుంటూనే వచ్చేవారు. ఇద్దరూ నాకంటే పెద్దవాళ్ళే. అప్పటికే వాళ్ళలో ఒకరు ఎనిమిదో తరగతీ, ఇంకొకరు పదవతరగతీ చదువుతున్నట్లు గుర్తు.

వాళ్ళతోపాటు చాలామంది గుంపులు గుంపులుగా వచ్చేవారు. వాళ్ళెప్పుడూ నవ్వుతూ, నవ్విస్తూ ఉండేవారు. వాళ్ళతో మాలాంటి వాళ్ళందరమూ జాయిన్ అయ్యేవాళ్ళం. వచ్చేటప్పుడు నడిచి వస్తున్నట్లే అనిపించేదికాదు.

ఆ తర్వాత ఊళ్ళవాళ్ళు పెనుమెల్ల, బంటుమిల్లి, గొరగనమూడిల నుండి స్కూలు కి వచ్చేవారు పెద్దగా ఉండేవారు కాదు.

దూరం నుండి వెళ్ళేది నేనే కాబట్టి అక్కడ నుండి మళ్ళీ ఒంటరిగా ఉండడంతో నాతో మళ్ళీ రోడ్డో, రోడ్డుపక్కని చెట్లో, ఆ చెట్లపై ఉండే పక్షులో, ఆ రోడ్డుకిరువైపులా ఉండే కొబ్బరి చెట్లు, వరిచేలు... ఇలా చాలానే నాతో మాట్లాడేవి.

రోడ్డు పక్కనే చాలా కొబ్బరి చెట్లున్నాయి కదా. ఇవన్నీ ఎవరికి చెందుతాయి?

చెట్టునిండా కాయలు.

ఆ వైపూ ఈ వైపు రెండు బోదెలు...

ఎప్పుడూ ప్రవహించే నీళ్ళు...

రోడ్డు పక్కనే పశువులు, మేకలు, గొర్రెలు వేసే పేడ, రెట్టల వల్ల, మనుషుల మల మూత్రాల వంటివన్నీ ఎరువులుగా ఉపయోగపడ్డం వల్ల కొబ్బరిచెట్లు బలంగా కాసేవి. కొబ్బరి గెలలు నిండుగా ఉండేవి.

ఇవన్నీ ఎవరికి చెందుతాయి?

'ఒకవేళ ఒక కొబ్బరి కాయో, కొబ్బరి కమ్మో, ఆకులో పడితే మనం తీసుకొని వెళ్లవచ్చా' అని ఇంట్లో అడిగితే, అవి కొంతమంది పాటపాడుకుంటారనీ, పాట అంటే యేడాదికోసారి టెండర్ వేసి, ప్రభుత్వానికి కొంత డబ్బు చెల్లిస్తారనీ చెప్పారు.

అలా మనం కూడా పాడుకోవచ్చుకదా అంటే, అదెప్పుడు పాడతారో మనకెవరికీ తెలీదనేవారు. అవన్నీ రాజులో, కాపులో పాడుకునేవారు. బాగా డబ్బున్నవాళ్ళే దాన్ని దక్కించుకునేవారు.

చిత్రమేమిటంటే ఒక కొబ్బరి చెట్టు ఏడాదికిచ్చే కొబ్బరికాయల రేటు కూడా సంవత్సరానికి చెల్లించేవారు కాదని నాకు ఊహ వచ్చిన తర్వాత తెలిసి ఆశ్చర్యపోవడం నావంతయ్యేది.

ఆ విధంగా రోడ్డు ప్రభుత్వానిదే అయినా, రోడ్డుకిరువైపులా కొబ్బరి చెట్లు కూడా ప్రభుత్వానివే అయినా, వాటి కాయలు మాత్రం డబ్బున్నవాళ్ళింటికెళ్ళాల్సిందే.

ఒక కాయ కిందపడినా, ఒక ఆకు కిందపడినా వాటిని ఎవ్వరూ ముట్టుకోవడానికి వీల్లేదు. నడిచివెళ్లి వచ్చినప్పుడల్లా ఆ కొబ్బరి చెట్లు నాతో ఏవేవో చెప్పుకుంటున్నట్లనిపించేది.రోజూ బడికి నడిచి వెళ్లలేనంటే, ఇంట్లో పశువులున్నాయి కదా... వాటిని మేపమంటారని భయమేసి, ఆ కష్టాన్నెలాగోలా చెప్పాలనుకునేవాణ్ణి.

ఒకసారి ''*నేను అంతదూరం బడికి నడిచి వెళ్ళలేను. నాకు సైకిల్ కావాలి...*'' అన్నాను. వెంటనే అమ్మో, నాన్నో *గానీ ''నువ్వంత కష్టపడ్డమెందుకు... మనకున్న గేదెల్ని మేపు. చిన్న అన్నయ్యలాగే నువ్వూ ఎవరొకరిదగ్గర పాలేరుగా ఉండు. నీకే కష్టం ఉండదు కదా...*'' అన్నారు.

ఆ మాటలు గుర్తొచ్చి, నాకేదోలా సైకిల్ కొనిపించుకోవాలి. దాన్ని జాగ్రత్తగా అడగకపోతే మొదటికే మోసం వస్తుందనుకుని, ఆనాటి నుండీ జాగ్రత్తగా దాన్ని సందర్భం చూసుకొని ప్రస్తావించేవాణ్ణి.

అప్పటికే పెద్దన్నయ్య భీమనపల్లి హైస్కూల్ లో చదువుతున్నాడు. పెద్దవాడు. అమ్మానాన్నలకు గారాలపట్టి, కాబట్టి వాణ్ణి పెద్ద కలెక్టర్ చేయాలనేవారు. వాడేమి అడిగినా

కాదనేవారుకాదు. కానీ, నేను అడిగితే కోప్పడేవారు.నాకెలా కొత్తసైకిల్ సాధించుకోవాలో తెలిసేది కాదు.

ఆదివారం గానీ, సెలవురోజులుగానీ వస్తే, నేను కూడా పొలం పనికి వెళ్ళేవాడిని. నాకు కూడా కూలి పనికి జీతం ఇచ్చేవారు.

నాకు తెలిసి పెద్దన్నయ్య మాత్రం ఎవరికీ పనికి వెళ్ళలేదు. చివరికి సొంత పొలం పని కూడా చేసిన గుర్తులేదు. అయినా వాడంటే అమ్మానాన్నలకు గారాబంగా ఉండేది.

సాధారణంగా ఖరీఫ్ లో పొలం దున్నినప్పుడు నీటితో కూడిన ఆ మట్టి గుట్టలు గుట్టలుగా ఏర్పడుతుంది. దీనివల్ల చేనంతా కొన్ని చోట్ల పల్లంగాను, మరికొన్ని చోట్ల మెరకగాను తయారవుతుంది. అలాంటప్పుడు చేనులో నీళ్ళు సమానంగా ప్రవహించడానికి ఆ గుట్టలుగా ఏర్పడిన మట్టిని సరిచేయాలి. అలా సరిచేయడాన్ని *తొరాలు* వేయడం అంటారు.

బహుశా, నాగలి దున్నినప్పుడుగానీ, ట్రాక్టరుతో దున్నినప్పుడుగాని తొరాలు ఏర్పడతాయి. అంటే పెద్దపెద్ద ఖాళీలు ఏర్పడతాయి. ఆ స్థలంలోని మట్టి పక్కకో, దూరంగానో తీసుకొనిపోయి చిన్నచిన్న గుట్టలుగా పడిపోతుంది. వాటినే తొరాలు అని వ్యవహరిస్తుంటారు. వాటిని సరిచేయడానికి పెద్దవాళ్లకంటే నా వయసున్న వాళ్ళనే ఎక్కువగా పనిలో పెట్టుకోవడానికి రైతులు ఇష్టపడుతుంటారు. అందువల్ల ఆ పనులకు వెళ్ళేవాణ్ణి.

మొదట్లో తొరాలు వేయడం సరదాగా అనిపించేది. గబగబా ఆ తొరాలు సరిచేసేవాణ్ణి. మోకాళ్ళలోతు నీరు, దానిలో దిగబడిన కాళ్ళు లాక్కొంటూ, ఆ మట్టి ముద్దల్ని విడదీసి, అక్కడ నుండి పల్లంగా ఉన్న చోటులోకి విసిరేయాలి.

అలా విసరడానికి కుదరనప్పుడు, దూరంగా ఉన్నప్పుడు ఆ మట్టి ముద్దల్ని విడగొట్టి, అక్కడకు పట్టుకెళ్ళి వెయ్యాలి.ప్రతి రోజూ ఏడు కిలోమీటర్లు నడుచుకొంటూ, మళ్ళీ సాయంత్రం ఏడు కిలోమీటర్లు నడుచుకొంటూ రావడం చాలా కష్టమనిపించేది. ఎందుకొచ్చిన జీవితం రా భగవంతుడా.. అని కూడా అనిపించేది.

అయినా తప్పదు, సైకిల్ కొనుక్కోవాలి కదా.అందువల్ల కూలిపనికి వెళ్ళక తప్పదు. కానీ, అలా పనిలోకి వెళ్ళిన తర్వాత గంటకో, రెండు గంటలకో ఉన్న శక్తి నా అంతా అయిపోయేది. ఏదైనా తినడానికి ఉంటే బాగుండుననిపించేది.

ఆ సమయంలో తినడానికి *సద్దన్నం* తెచ్చుకొనేవాళ్లం. కేవలం చేతులు, ముఖం మాత్రమే కడుక్కొని, కాళ్ళుకూడా కడుక్కోకుండానే ఆ గట్టుమీదే కూర్చొని, గబగబా ఆ సద్దన్నం తినేసేవాళ్ళం. *దానిలో ఒక ఉల్లిపాయో, పచ్చిమిరపకాయో నంజుకుని తింటుంటే దానికి ఏ అమృతమూ సరిపోదనిపించేది.*

అలా రోజంతా పనిచేస్తే, సాయంత్రానికి పెద్దవాళ్ల కంటే మా వయసులోవాళ్ళకి మాత్రం తక్కువగా కూలి ఇచ్చేవారు. అది కూడా రోజుల తరబడి తిప్పుకొని తిప్పుకొని ఇచ్చేవారు. గట్టిగా అడిగితే, ఈ వయసులో వాళ్ళను కూలికి పెట్టుకోవడమే గొప్ప అన్నట్లు మాట్లాడేవారు.

అందువల్ల మాకివ్వవలసిన కూలి డబ్బులు రాబట్టుకోవడానికి కూడా గాజుబొమ్మను అందుకున్నంత జాగ్రత్తగా తీసుకోవలసి వచ్చేది.

తొరాలు వెయ్యడం, పొలంలోకి నీళ్ళు పెట్టే గుల్ల తోడటం వంటి వ్యవసాయం పనులతో పాటు, చేను చుట్టూ గట్టి పేరుకుపోతే దాన్ని బాగుచేసి, రంధ్రాలు మూసేయడానికి తెలిసేలా గట్టుకి పారతో లంకలు కొట్టడం, దాని చుట్టూ వరకట్టడం వంటి పనులన్నీ మా పొలంలోనే నేర్చుకున్నాను. దీనితోపాటు ఆకుమడి (నారుమడి)లో నారు జాగ్రత్తగా లాగడం, కట్టలు కట్టడం, వాటిని మోపులు కట్టి, పొలమంతా వేయడం వంటి పనులు కూడా నేర్చుకున్నాను.

అప్పుడప్పుడూ సరదాగా ఆడవాళ్ళు మాత్రమే చేసే ఊడుపు ఊడ్చటం (వరినాట్లు వేయడం) కూడా చేసేవాణ్ణి. తర్వాత కలుపుతీయడం, కోతలు కోయడం, పనపట్టికెళ్ళి మోపులు కట్టడం, కుప్పవేయడం, నూర్చడం, ధాన్యం కోసం పనలు కొట్టడం లేదా నూర్చడం వంటి పనులు కూడా నేర్చుకున్నాను.

కుప్ప నూర్చాక వచ్చే ధాన్యాన్ని ఎగరబోయడం (తూర్పారబట్టడం), ధాన్యాన్ని బస్తాల్లోకి వేసి వాటిని బండ్లు, ట్రాక్టర్లకు మోయడం వంటి పనులెన్నో నేర్చుకున్నాను. ఆ విధంగా నా సైకిల్ కొనుక్కోవడానికి నేను కొంత కూలి పని చేసుకుని సంపాదిస్తున్నాననే నమ్మకం కలిగింది.

అలా కొన్ని పనులు చెయ్యడం, దానికి కొద్దిగా డబ్బులు రావడం వల్ల నాకు సైకిల్ కొనమని అడిగే ధైర్యం వచ్చేది. అమ్మా, నాన్నవాళ్ళు కూడా పెద్దగా వ్యతిరేకతను వ్యక్తం చేసేవారు కాదు. కానీ, *''ఇంకా నీది చిన్నవయసు. దాన్ని తొక్కలేవు. ముందు బాగా నేర్చుకో... తర్వాత కొంటాంలే...''* అనేవారు.

ఒకవేళ సైకిల్ కొనుక్కున్నానే అనుకోనేను గానీ, తమ్ముడు గానీ సైకిల్ నేర్చుకోవాలంటే ఎలా? పెద్దన్నయ్యకు సైకిల్ ఉంది. కానీ దాన్ని ముట్టుకోనిచ్చేవాడు కాదు. దీనితో నాకు సైకిల్ నేర్చుకోవడం ఒక సవాలుగా నిలిచింది.

అప్పటి మా ఫ్రెండ్స్ కొంతమంది స్కూల్లో సైకిల్ వేసుకొని వచ్చేవారు. వాళ్ళతో జాగ్రత్తగా ఉండేవాణ్ణి. వాళ్ళదగ్గర సైకిల్ నేర్చుకున్నాను. దాన్ని పట్టుకోవడానికే నాకు బలం సరిపోయేది కాదు.

ముందు నడిపించమనేవారు. తర్వాత ఫెడల్ పట్టుకొని, తొక్కడం నేర్చుకున్నాను. నేను సన్నగా ఉన్నా, కొంచెం పొడవుగానే ఉండడం వల్ల తొందరగానే నేర్చుకున్నాను.

ఈలోగా మాకు హైస్కూల్ లో తెలుగు పాఠాలు చెప్పే శ్రీకంఠం లక్ష్మణమూర్తిగారు పరిచయమయ్యారు. ఆయన పెనుమెల్ల నుండి కాట్రేనికోన సైకిల్ మీద వచ్చేవారు. వాళ్ళమ్మాయి కూడా మా స్కూల్ లోనే చదువుతుండేది. అందువల్ల వాళ్లమ్మాయిని కూడా తన సైకిల్ పైనే తీసుకొచ్చేవారు.

ఆయన పాఠం చెప్తుంటే నాకెంతో సంతోషంగా అనిపించేది. పద్యం చదివినా, పాఠం చెప్పినా నాకు వెంటనే ఆ పద్యాన్ని చదవాలనిపించేది. క్లాసులో ఆయన పాఠం చెప్పి, మళ్ళీ పద్యాల్ని చదివించేవారు.

నేనొకసారి ఆయన రాగం తీసినట్లే పద్యాన్ని చదవడం మొదలు పెట్టి, అందరూ నవ్వేస్తే ఆపేసి, మామూలుగా చదివేసే ప్రయత్నం చేశాను. కానీ, లక్ష్మణమూర్తిగారు "*నీకు తెలిసినట్లే రాగంతోనే చదువు*" అన్నారు.

నాకేదో గొప్ప ఆత్మవిశ్వాసం మొదలైంది. ఆ క్లాస్ అయిన తర్వాత చాలా మంది మెచ్చుకున్నారు. ఆ విధంగా ఆయనంటే నాకు గౌరవం, ఆయన పాఠమంటే ఇష్టం ఏర్పడింది.

ఆ పద్యం చదివిన తర్వాత నుండీ నేను నడిచి వస్తుంటే, తన కూతురు తన సైకిల్ పై ఉన్నా ఆ అమ్మాయిని ముందుకూర్చోబెట్టుకొని, నన్ను వెనుక *కూర్చోబెట్టుకొని స్కూలుకి తీసుకొచ్చేవారు. నన్ను స్కూలు ఆవరణ లోపలి వరకూ కూడా అలాగే తీసుకొచ్చేవారు. దానితో నా క్లాస్మేట్స్ అంతా నన్ను మరింతగా గౌరవించేవారు.*

ఆయన బ్రాహ్మణుడనీ, అయినా నిన్ను ఎలా సైకిల్ ఎక్కించుకొస్తున్నారని కొంతమంది నన్ను అడిగేవారు. ఏమో నాకు *తెలియదనేవాణ్ణి.*

నాకు మాత్రం ఆయన పట్ల గౌరవం, ఆరాధనా పెరిగింది. ఆయన చదువు చెబుతున్న తెలుగు భాషపట్ల కూడా బాగా ఇష్టం పెరిగింది.

ఆయనతో పాటు మా ఊరికి ఇంకా మూడు కిలోమీటర్ల దూరంనుండి ఆతుకూరు లక్ష్మణరావుగారనే మాస్టారు వచ్చేవారు. ఆయన సోషల్ చెప్పేవారు. ఆయన రోజూ బోర్డు మీద ఆ రోజు ముఖ్యమైన వార్తల్ని రాయించేవారు. స్థానిక సమస్యల్ని పత్రికల్లో రాయడమెలాగో చెప్పేవారు. కొన్ని సామాజిక కార్యక్రమాల్లో పాల్గొనేలా ప్రోత్సహించేవారు. స్కూలు ఆవరణమంతా శుభ్రంగా ఉండడానికి ఎన్.ఎస్.ఎస్. కార్యక్రమాలు నిర్వహించేవారు. స్వయంగా ఆయన కూడా చిత్తుకాగితాలు ఏరేవారు. ప్లాస్టిక్ వస్తువుల్ని ఏరి, డస్ట్ బిన్ లో వేస్తూ, మాకూ నేర్పేవారు.

అలాంటి పనులు చేయడం తప్పుకాదనీ, అలాంటి పనులు చేసేవాళ్ళని, ముఖ్యంగా పాకీపని, రోడ్లు ఊడ్వడం వంటి పనులు చేసేవాళ్ళని గౌరవించాలనేవారు.ఆయన కూడా బ్రాహ్మణుడే. కానీ, అందర్నీ దగ్గరకు

తీసుకొనేవారాయన. రోజూ పత్రికలు చదవాలనేవారు. లైబ్రరీకి వెళ్ళాలనేవారు. రేడియో వినాలనేవారు.

ఆయన పనులు, ఆయన మాటలు నాకు భలే ఉత్సాహాన్నిచ్చేవి. నేను కూడా రోజూ కొంత సమయం కేటాయించుకొని, కాట్రేనికోన పంచాయితీ లైబ్రరీలో గడపడం మొదలు పెట్టేవాణ్ణి.

నేను చెయ్యేరు అగ్రహారం నుండి కాట్రేనికోన హైస్కూల్ కి నడిచి వస్తున్నానని ఆయన నన్ను ఒకసారి క్లాసులోనే మెచ్చుకున్నారు. అంతేకాకుండా, అప్పుడప్పుడూ ఆయన నన్ను సైకిల్ ఎక్కించుకొని, స్కూలుకి తీసుకొచ్చేవారు. అలా వచ్చేటప్పుడు రోడ్లు పాడైపోతున్నాయనీ, వాటి గురించి మనమంతా ప్రభుత్వం దృష్టికి తీసుకెళ్లాలనీ, అలాగే ప్రతి గ్రామంలోను మనమంతా గ్రంథాలయం కోసం కూడా ఇంటిపన్ను రూపంలో కొంత సొమ్ము చెల్లిస్తుంటామనీ, ఆ రశీదుని చూడమనీ చెప్పేవారు.

అందువల్ల ప్రతిగ్రామంలో ఒక లైబ్రరీని పెట్టాలనీ, అది ఆ గ్రామానికి ఉన్న హక్కనీ చెప్పేవారు. అందువల్ల ఆదివారం, సెలవురోజుల్లో నేను మా పంచాయితీ లైబ్రరీకి వెళ్ళి పత్రికలు అడిగేవాణ్ణి.

నా వయసులో వాళ్ళెవరూ అక్కడకు వచ్చేవారు కాదు. ఒక పంచాయితీ మెంబర్ ఎప్పుడూ అక్కడే ఉండేవాడు. అతని పేరు రామమూర్తి అని గుర్తు. ఒకసారి నన్ను పలకరించాడు. నాగురించి వివరాలడిగాడు. అప్పుడు లక్ష్మణరావుగారు చెప్పిన ఇంటిపన్నులో గ్రంథాలయం కోసం కూడా కట్టే పన్ను గురించి చెప్పాను. అయితే, నేను ఆయనకి నమస్కారాలు చెప్పానని చెప్పమనీ, ఆ రోజు నుండీ నాకు కూడా ఒక పత్రికను చదువుకోమని ఇచ్చేవాడు.

ఇలా కొన్నాళ్ళు కూలిపనికి వెళ్ళగా వెళ్ళగా అమ్మా, నాన్నా నాపై దయచూపారు. ఏడవ తరగతిలో నాకు సైకిల్ కొనిచ్చారు. నేను సైకిల్ కొనిపించుకోగలిగాను. కానీ, నాకు నేను సైకిల్ తొక్కడానికి ఏడాది పట్టింది.

మొదటి సంవత్సరం సీటు మీద కూర్చొని తొక్కలేక పోయేవాణ్ణి. ఎడమచేత్తో ఫెడల్, కుడిచేత్తో సీటు పట్టుకొని, తొక్కుకుంటూ వెళ్ళేవాణ్ణి.

నేను సైకిల్ తొక్కుకెళ్ళుతుంటే రోడ్డుమీద నన్ను వింతగా చూస్తూ, చాలామంది దూరంగా జరిగిపోతూ దారిచ్చేవారు.

ఎలాగైతేనేమీ నేనూ ఓ సైకిల్ కి ఓనరైయ్యాను.

నా సొంత సైకిల్ పై నేను స్కూల్ కి వెళ్లగలుగుతున్నానని గర్వంగా ఫీలయ్యాను.

ఆ విషయంలో రజకులే నాకు ఆదర్శం

రోజూ మా అమ్మా నాన్న ఎప్పుడు నిద్రపోతున్నారో, ఎప్పుడు నిద్రలేస్తున్నారో అనిపించేది. ఎప్పుడు చూసినా ఏదొక పనిచేస్తూనే ఉండేవారు.

నాకు మాత్రం పెందలకడనే నిద్రవచ్చేసేది. స్కూలుకి వెళ్ళి వచ్చి, ఇంట్లో పనులేమైనా ఉంటే చేసేవాణ్ణి. పొద్దున్నే మా పశువుల పాకలో పేడతీసి, అక్కడ శుభ్రం చేసి, మేత వేసి వచ్చేసి స్నానం చేసేవాణ్ణి.

అప్పటికే మా అమ్మో, నాన్నో నీళ్ళు కాసి రెడీగా ఉంచేవారు.

ఒక్కోసారి అమ్మా, నాన్న, చిన్నన్నయ్య పొద్దున్నే పనికి వెళ్ళిపోయేవారు. కాబట్టి మేము లేచేసరికే వంటలన్నీ చేసేసి, మమ్మల్ని లేపకుండానే చీకటి ఉండగానే పనులకు వెళ్ళిపోయేవారు.

మేము లేచి మా పనులు మేము చేసుకొని, సద్దన్నం తినేసి, మధ్యాహ్నానికి కొంచెం క్యారేజీలో కూర, అన్నం పెట్టుకొని వెళ్ళేవాళ్ళం.

మా తమ్ముడు, చెల్లి వాళ్లిద్దరూ తర్వాత బడికి వెళ్ళేవారు.ఒక్కోసారి అంత పొద్దున్నే నిద్ర లేవాలంటే బద్ధకంగా ఉండేది.

శీతాకాలమైతే మరీ లేవ బుద్ధేసేది కాదు. కానీ, అప్పటికే మా చెరువులో బట్టలు ఉతుకుతున్న శబ్దాలు మాత్రం వినబడేవి. అవి ప్రతిరోజూ తెల్లవారు ఝామునుండే మొదలయ్యేవి.

నా కలలన్నీ చెదరగొట్టేస్తున్నారనిపించేది.నా జీళ్లలోని రుచిని అమాంతగా లాగేసుకుంటున్నట్లనిపించేది. మా స్నేహితులతో కోతికొమ్మచ్చాట్లాడుతుంటే కొమ్మనెవరో విరిచేస్తున్నట్లు...

సైకిల్ టైరుల్ని దొర్లించుకుంటూ
క్రపుల్లతో కొట్టుకొంటూ
దానివెనుకే పరుగు పెడుతూ
ఒక పెద్ద బండినేదో నడుపుతున్నాననుకునే నా సంతోషాన్ని
ఎవరో చిదిమేస్తున్నట్లు ...

ముంజికాయలు తినేసి,
ఆ ఖాళీ కాయల్ని మూడు చక్రాల బండి చేసుకొని,
దానితో మా స్నేహితులతో పోటీపడి నడుపుకొంటుంటే
వాటినెవరో మధ్యలోనే విరగ్గొట్టినట్లు ...

బడిలో పిల్లలతో కలిసి,
గొడ్లమూడి ఆకులు, రావి ఆకులతో అల్లుకున్న కిరీటాలు ధరించి,
కొబ్బరి ఆకులతో చేసిన బూరల్ని ఊదుకొంటూ,
అరటి ఆకులతో పరుచుకున్న పరుపులపై కూర్చొని
మేమంతా ఆడుకునే మా చిన్ననాటి నాటకాల్ని మధ్యలోనే ఆపేస్తున్నట్లు...

తాటి ఆకుల్ని డ్రమ్ములుగా చేసుకొని,
దానిపై వెదురు బద్దలతో కొడుతూ
ఏవేవో చప్పుళ్ళు చేసుకొనే వాయిద్యాల్ని
మధ్యలోనే ఎవరో తగలబెడుతున్నట్లు...

పచ్చితాటిపొత్తుల్ని తెచ్చుకొని,
ఆ పొదుగులతో కాళ్ళకు చెప్పుల్లా వేసుకొని,
నడుస్తుంటే జారిపోవడమో,
కాళ్ళు పట్టక చిరిగిపోవడమో...
మళ్ళీ కొత్త పొత్తుల్ని తెచ్చుకోవడానికి వెళ్తే
ఆ యజమానులు పట్టేసుకొని కొట్టినట్లో...

ఆ రాయి మీద బట్టల్ని ఉతుకుతుంటే వచ్చే శబ్దాలు
నా చిన్ననాటి ఆనందాల్ని
మింగేస్తున్న కొండచిలువల్లా వచ్చే కలలన్నీ
ఆ శబ్దాలు చెదరగొడుతున్నట్లనిపించేవి...

మళ్ళీ అవే శబ్దాలతో
దేవతలెవరో నన్ను లేపి,
నాపై పూలు చల్లుతూ,
తెల్లని వస్త్రాల్నేవో నాకు బహూకరిస్తున్నట్లు...

ఎన్నో కలలు వచ్చేవి.
అందుకే ఆ శబ్దాలు మొదలయ్యాయంటే లేచిపోయేవాణ్ణి.
కొత్తబట్టల్నిచ్చి,
నాపై పన్నీరులా జల్లుతూ,
నాపై పువ్వులు జల్లుతున్నట్లు
కలలు వస్తుంటే మాత్రం నాకులేవబుద్ధే నేసేదేకాదు.

బట్టలు ఉతికి, ఇస్త్రీ చేసే వాళ్ళను చాకలి అనకూడదనీ, రజకులు అనాలనీ మా హైస్కూల్ లో సోషల్ మాస్టారు ఆతుకూరు లక్ష్మణరావుగారు చెప్తుండేవారు.

మాతోపాటే మా చెరువుగట్టు మీదే ఒకటో రెండో ఇళ్ళు రజకులవీ ఉండేవి.పొద్దున్నే బట్టలు ఉతికి, గంజిపెట్టి, నీలిమందు పెట్టి ఆరేసేవారు. తర్వాత వాటిని తీసి, ఇస్త్రీ చేసి, బ్రాహ్మలు, రాజులు, కోమట్లు, కాపులు, గౌండ్ల ఇండ్లకు పట్టుకెళ్ళి ఇచ్చేవారు. కానీ, వాళ్ళ ఇంటికి పట్టుకొచ్చి ఉతకమన్నా, ఇస్త్రీ చెయ్యండని అడిగినా మాల, మాదిగల బట్టల్ని తీసుకొనేవారు కాదు.మళ్ళీ మాతోనే ఉండేవారు.

మాతో వాళ్ళు, వాళ్ళు మాతో వరుసలు పెట్టి పిలుచుకోవడం, కలిసి వ్యవసాయం పనులు చేయడం మామూలుగానే ఉండేవి.

అప్పుడప్పుడూ ఎవ్వరూ చూడకుండా మాత్రం మా పెద్దన్నయ్య బట్టలు ఇస్త్రీ చేసిచ్చేవారు. ఆ బట్టల్ని ఇచ్చేటప్పుడు ఇంటి బయటకొచ్చి ఎవ్వరూ చూడటం లేదనుకున్నప్పుడు బ్యాగ్ లో ముందే పెట్టేసి గబగబా తీసుకెళ్ళమని ఇచ్చేసేవారు.

ఆ రజకుల కుటుంబంతో మానాన్నకు బాగా అనుబంధం ఉండేది. ఆ ఇంటి యజమాని పేరు రాముడు. అందరూ చాకలి రాముడు అని పిలిచేవారు. వాళ్ళకు తెలియకుండా మావాళ్ళూ అలాగే పిలిచేవారు. కానీ, వాళ్ళముందుమాత్రం ఏనాడూ అలా పిలిచేవారు కాదు.

''ఏమండీ... రాముడుగారూ...'' అనే పిలిచేవారు. మా నాన్న మాత్రం ఆయనతో సరదాగా పరస్పరం ''ఒరే ఒరే'' అని పిలుచుకునేవారు.

ఆయన దగ్గరే మా నాన్న వల వేయడం, చిరిగిపోతే దాన్ని బాగుచేయడం నేర్చుకున్నాడు. ఇద్దరూ జోక్స్ వేసుకుంటూ సరదాగా ఉండేవారు. వాళ్ళు మా ఇంటికీ, మేము వాళ్ళింటికి వెళ్తూ, వస్తుండడం మామూలుగానే జరిగిపోయేది.

మా నాన్నని వాళ్ళ పిల్లలు గౌరవంగానే అన్నయ్యా అనేవారు. అందువల్ల వాళ్ళు పిల్లల్ని మేము 'నాన్నగారు' అని పిలుస్తుండే వాళ్ళం.ఆ కుటుంబం చాలా పెద్దది. ఉమ్మడి కుటుంబం.వాళ్ళ ఇంటిలో నా వయసులో ఉన్న ఒక అబ్బాయితోపాటు మా పెద్దన్నయ్య, చిన్నన్నయ్య వయసులో ఉన్నవాళ్లు కూడా ఉండేవారు.

వీళ్ళతో పాటు నాకంటే కొంచెం పెద్దవయసులో ఒక అమ్మాయి ఉండేది. ఆమె పేరు 'దుర్గమ్మ' అనుకుంటాను. మేమెప్పుడన్నా నీళ్ళు తాగాలని అడిగితే గ్లాసుతో ఇచ్చేది. నా వయసులో ఉన్న వాళ్ళబ్బాయి 'రాధాకృష్ణ' కూడా మాతో పాటే బడికి వచ్చేవాడు. కానీ, ఎక్కువగా మానేసేవాడు. బట్టలు ఉతికేటప్పుడు ఆ ఇంటిలో వాళ్ళకి సాయం చేయడం, ఆ బట్టలు మళ్ళీ వాళ్ళవాళ్ళ ఇండ్లకు పట్టుకొని వెళ్ళడం వంటి పనులే అతనికి సరిపోయేవి.

ఆ చొరవతో మేము వాళ్లింటికి మేము, మా ఇంటికి వాళ్ళు వచ్చేవారు. దుర్గమ్మను నేను ఒక్కోసారి పిన్నిగారనీ 'అక్క' అనీ పిలిచేవాణ్ణి. ఆమెను మా పిల్లలు ఎవరైనా నీళ్ళు అడిగినప్పుడు అప్పుడప్పుడూ నిమ్మకాయ రసం, ఉప్పు కలిపి ఇచ్చేది. ఒకవేళ నిమ్మకాయ లేకపోతే కూడా ఉప్పు కలిపి ఇవ్వడం అలవాటైపోయింది.

నాకిప్పటికీ అది గుర్తే– అలా ఇవ్వడం వల్ల రుచిగా ఉంటాయనేది.ఆ గ్లాసుతోనే నీళ్ళు తాగేసి, దాన్ని కడిగేసి ఇచ్చేసేవాళ్ళం. మేమంతా బంధు వాచకాలతోనే పరస్పరం పిలుచుకొనేవాళ్ళం. ఆ ఇంటిల్లిపాదీ చెరువులో దిగితే నాలుగైదు బల్లలు వేసుకొని కొంతమంది ఉతకడం, మరికొంతమంది వాటిని తీసుకెళ్లిగంజి, నీలిమందు పెట్టి, ఆరేయడం...

చూడ్డానికి ఆ దృశ్యం ఎంతో అందంగా, సరదాగా ఉండేది. వాళ్ళ చుట్టుపక్కల ఎక్కడ చూసినా రంగురంగుల బట్టలే. దూరం నుండి వాటిని చూస్తుంటే భూమి అంతా రంగురంగుల బట్టలతో సింగారించుకున్నట్లనిపించేది. వాళ్ళెప్పుడన్నా ఊరెళ్ళాలంటే కొత్తబట్టల్లాంటివే వేసుకొనే వారు.

అవన్నీ వాళ్ళవి కాకపోయినా, ఎవరి బట్టలు వాళ్ళకిచ్చేవరకూ అవన్నీ వాళ్ళవే అనేవారు. అందుకనే వాళ్ళెప్పుడూ మెరుస్తున్న బట్టలే వేసుకొనేవారు. కొత్త బట్టలు కొనుక్కోనవసరం లేకుండానే ఖరీదైన కొత్తబట్టలు కట్టుకొనేవారు. అయితే, రాముడు కొడుకుల్లో మధ్య వాడు మాత్రం *"అవేసుకోవద్దు. మనమే కొనుక్కుని వేసుకుందాం... ఎవరెవరిచేతో మనమెందుకు మాటలనిపించుకోవాలి?"* అని అనేవాడు.

అంతేకాదు, అతను మంచి బట్టలు కొనుక్కునేవాడు. అతను బట్టలు ఉతకడం, ఇస్త్రీ చేయడం కంటే గుత్తగా వ్యవసాయ పనులు చేయడానికి బాగా ఆసక్తిని చూపించేవాడు.

నేను అప్పుడప్పుడూ వాళ్లని అడిగేవాణ్ణి– *"మీరు అంత పొద్దున్నే లేచి, బట్టలు ఉతుకుతారు కదా... రోజుకెంత వస్తుంది?"* అని.

ఒకటి, రెండు ఇళ్ళవాళ్లు తప్ప, మిగతా వాళ్ళంతా యేడాదికి ఒకసారి కొంత ధాన్యం ఇస్తారనీ, పండుగలకు బట్టలు పెడతారనీ, కొంతమంది వాళ్ళకు తోచినంత ఇస్తారనీ చెప్పారు. కొంతమందైతే పనిచేయించుకోవడమే తప్ప, ఏమీ ఇవ్వరని కూడా చెప్పేవారు. వాళ్ళకు పనిచెయ్యకపోతే ఏదొక గొడవలో ఇరికిస్తారనీ

ఒక్కోసారి వాళ్లిచ్చే డబ్బులు, వాళ్లిచ్చే ధాన్యం వాళ్ల బట్టలకు పెట్టే సబ్బులు, సోడా, నీలిమందులకే సరిపోవనీ, అయినా చెయ్యడం తప్పట్లేదనేవారు. అందుకనే వ్యవసాయం పనులకు వెళ్తున్నామని అనేవారు.

కొన్నిసార్లు *"మా కంటే మీరే నయం.. మీకు నచ్చితే పనిచేస్తారు. లేకపోతే మానేస్తారు. అసహ్యంగా తయారు చేసి ఇచ్చే బట్టల్ని కూడా మేము ఉతికిపెట్టాలి. వాళ్ళ బట్టలు గట్టిగా ఉండడానికి గంజి పెట్టాలి. అది తేవడానికి ఇల్లిల్లూ తిరిగి అడుక్కోవాలి. మేము వాళ్ల బట్టలు ఉతక్కపోతే మమ్మల్ని నానా బూతులూ తిడతారు. గర్వం వచ్చేసిందంటారు. చాకలోడికి చదువులెందుకంటారు. ఒక్కోసారి ఊరొదిలి పారిపోవాలనిపిస్తుంది..."* ఇలా వాళ్ళ బాధలు చెప్పుకొని బాధపడేవారు.

ఒకవిధంగా బయటకు ప్రకటించకపోయినా వీళ్ళు కూడా ఒక విధంగా వెట్టిపనినే చేస్తున్నారనిపించేది.

తెల్లవారకముందే వీళ్ళు లేవాలి. బట్టలన్నీ ఉతకాలి. అంత పొద్దున్నే లేచి పనిచేసినా అది ఆరోజుకి మాత్రమే. మళ్ళీ మర్నాడు మామూలే. ఆ పనికి తాలూకా ఫలితం ఆ రోజుకే తప్ప, మరలా మర్నాడికి కొనసాగదు. కానీ, పొద్దున్నే వాళ్ళు లేచినప్పుడే నేను కూడా లేచి, చదువుకొంటే, అది నా జీవితాంతం వరకూ ఉపయోగపడుతుందనిపించింది.

ఒక పద్యాన్నో, ఒక శ్లోకాన్నో ఒకసారి కంఠస్థం వచ్చేలా చదివేస్తే అది జీవితాంతం వరకూ మనకి ఉపయోగపడుతుంది.అదే ఒకసారి బట్టలు ఉతికినా మళ్ళీ మర్నాడు ఇంకొన్ని బట్టలు ఉతకవలసిందే.

వాళ్ళూ పనిచేస్తారు.

నేనూ పని చేస్తాను.

కానీ, నేను చేసిన పని నా జీవితాంతం వరకూ ఉపయోగపడుతుంది.

నన్ను నిలబెడుతుంది.

అందువల్ల వాళ్లతో పాటు నేను కూడా లేవాలి.

ప్రతిరోజూ ఉదయమే బాగా చదువుకోవాలి.

పొద్దున్నే లేవడానికి వాళ్ళనే

నేను వాళ్ళనే ఆదర్శంగా తీసుకోవాలనుకున్నాను.

ఆ నాటి నుండీ నాకు ప్రకృతి అందంగా కనిపించడం మొదలైంది. ఆనాటి నుండీ నాకు సూర్యోదయం కొత్తగా కనిపించేది. నాలో కొత్త జ్ఞానాన్ని తీసుకొస్తున్నట్లు, దానికోసమే నేను ఎదురు చూస్తున్నట్లనిపించేది.

శీతాకాలంలో మంచుతో కప్పిన వరిచేలపై
ఆ సూర్య కిరణాలు పడినప్పుడు
బంగారు చీరనెవరో పరిచినట్లనిపించేది.
అంతవరకూ నిద్రమత్తు కప్పుకున్న
ఆ మంచుదుప్పటి కరిగిపోయి
అమ్మ చనుబాలు తాగడానికి
పసిపిల్లాడు తల్లి ఎదను వెతుక్కుంటూ
దాహం తీర్చుకున్నట్లు
సరస్వతీ మాత ఒడిలో తన్మయత్వం చెందడం...
అంతవరకూ
కొబ్బరి ఆకులపై నుండి కారే మంచు చినుకులు
పొద్దున్నే లేవలేకపోతూ
ఏడుస్తున్నప్పుడు కారే
ఒకప్పటి నా కన్నీళ్ళులా కనిపించేవి.
అవే ఆనాటి నుండీ
యువరాజు పట్టాభిషేకానికి సిద్ధమవుతుంటే,
పన్నీరు చిలకరించే చెలికత్తెల చేతుల్లా
ఆ కొబ్బరి ఆకులు సంతోషంతో ఊగుతున్నట్లు మారిపోయాయి.

నాలో జ్ఞానబీజాల్ని మొలకెత్తించిన ఆ రజకులంటే నాకు గౌరవం మొలైంది.

నాలో నిత్యం జీవితమంటే యుద్ధమన్నట్లు
విజయభేరీ మ్రోగించే శబ్ద ధ్వనులేవో వినిపించిన
ఆ రజకులంటే
నిలువెత్తు శ్రమసంకేతాలన్నట్లనిపించింది
వాళ్ళు పనిపట్ల చూపే అంకితభావం
నాలో గొప్ప ఆత్మవిశ్వాసానికి ప్రేరణ కలిగించింది.
పొద్దున్నే పొద్దుని లేపే
వాళ్ళ సమయపాలన నాకో ఆదర్శాన్నిచ్చింది.

అమ్ముదామంటే అడవి...కొందామంటే కొరివి!

మాకు ఒక గేదె, రెండు మైసూరు జాతి ఎడ్లూ ఉండేవి. అవి చాలా ఖరీదైనా, నాన్నెంతో ఇష్టపడి వాటిని కొన్నారు. ఆ ఎద్దులకు పొడవైన కొమ్ములు సూదిగా ఉండేవి.

నాన్న బండి కట్టడానికి వాటిని ఆ బండి కాడి దగ్గరకు వెళ్ళగానే ఒక్కోసారి వాటికవే కాడిని పెట్టుకోవడానికి ప్రయత్నించేవి. మేమెవరైనా వాటి దగ్గరకు వెళ్తే అమాంతంగా కొమ్ములు విసురుతూ మీదకొచ్చేవి. అందువల్ల మేమెవరిమైనా మేటి నుండి కొంచెం ఎండుగడ్డి లాగి దాన్ని మాత్రమే వాటికి వేసేవాళ్ళం. వాటిని రోజూ బయటకు తోలుకెళ్ళకపోయినా పర్లేదు. పచ్చిగడ్డి వేసినా వేయకపోయినా, దాణా మాత్రం కచ్చితంగా పెట్టాలి.

ఉడకబెట్టిన ఉలవలు, వేరుశనగ పిండి అచ్చులు, ఊక, మెత్తని తౌడు నీటిలో కలిపి పెట్టడాన్నే దాణా పెట్టడం అంటారు.

ఆ దాణాలో వేసే ఉలవలు చాలా రుచిగా ఉండేవి. అందువల్ల వాటిని అప్పుడప్పుడూ కొన్ని తీసుకుని నేనూ తినేవాణ్ణి. . .గేదెలకు కూడా దాణా పెడతారు. కానీ, తౌడు, ఊక కలిపితే సరిపోతుంది. దీనితోపాటు ప్రతిరోజూ ఒక పూటైనా గేదెను మేపాలి. పచ్చగడ్డి వెయ్యాలి. స్కూల్ కి వెళ్ళేముందు గానీ, వచ్చిన తర్వాత గానీ దాన్ని తప్పనిసరిగా మేపాలి. అప్పుడు మాత్రమే రెండు పూటలా పాలు ఇస్తుంది.

ఆ గేదెని పొలాల్లోకి గానీ, కాల్వగట్టుకి గానీ తోలుకెళ్ళి మేపేవాణ్ణి. గేదెలను తోలుకెళ్తూ, ఒక పుస్తకం కూడా పట్టుకొని వెళ్ళేవాణ్ణి. అది మేస్తుంటే గట్టుమీద కూర్చొని పుస్తకం చదువుకుంటూ ఉండేవాణ్ణి.

ఆ పుస్తకంలో పడి ఒక్కోసారి ఆ గేదె ఎక్కడికి వెళ్ళిపోతుందో తెలిసేది కాదు. అది ఒక్కోసారి ఆ వరిచేలల్లో పడి మేసేసేది. దానితో ఆ పొలం రైతులు నన్ను తిట్టేసేవారు. కొంతమందైతే కొట్టడానికీ వెనుకాడే వారు కాదు.

మాకు ఎటువంటి పొలాలు లేవు. వాళ్ళ పొలాలు, భూముల దగ్గరే మేమంతా మేపేవాళ్ళం. కనుక, తిట్టినా, కొట్టినా ఏదో అనాలని ఎదిరించడం తప్ప, అవన్నీ మౌనంగా భరించాల్సి వచ్చేది. కానీ, గవర్నమెంట్ భూముల్లో...అంటే కాలువ గట్టు మీద మేపినా అలాగే తిడుతుంటే తట్టుకోలేక పోయేవాళ్ళం.

అయినా సరే తమ పొలాలు ఉన్న కాలువగట్టంతా తమదే అన్నట్లు వ్యవహరించేవారు. కొంతమందైతే ఆ గట్టుని చదును చేసేసి కొబ్బరిచెట్లు పాతేశారు. అలా ఆ
కాలువ గట్లు కూడా కొబ్బరి తోటలైపోయాయి.

అందువల్ల అక్కడ మా పశువుల్ని మేపాలంటే వాళ్ళతో గొడవపడాల్సి వచ్చేది. వాళ్ళతో గొడవలు పడలేక, మనకి భూమేమి లేనప్పుడు మనం పశువుల్నెలా మేపాలని , దానికంటే ఎవరోకరికి పనిచేస్తే గౌరవంగా ఉంటుందని మా ఇంట్లో గొడవపడేవాణ్ణి. నిజానికి ఆ పశువుల్ని మేపడానికి వెళ్ళినప్పుడల్లా ఏదోక సమస్య రావడం, దానివల్ల చదువు మీద మనసు లగ్నం చేయలేకపోవడం... ఇవన్నీ మా ఇంట్లో వాళ్ళకెలా చెప్పాలో తెలిసేది కాదు.

నాలో నేనే తిట్టుకొంటూ అలాగే కొన్నాళ్ళు తప్పదనుకున్నాను. కొంచెం ఎదిగిన తర్వాత పశువుల్ని మేపడానికే మా సమయమంతా గడిచిపోతుందని, దాని వల్ల గొడవలు వస్తున్నాయని మా అమ్మతో వాదించేవాణ్ణి.

అది వేసవి కాలమైతే వరికోసేసి, అపరాలు తీసేసిన తర్వాత చేలన్నీ ఖాళీగా ఉంటాయి. అలాంటప్పుడు ఆ పొలాల్లో ఎవరి పశువుల్ని మేపుకున్నా ఎవరూ ఏమనరు.పైగా అవి వేసే పేడవల్ల ఆ పొలాలకు బలమైన ఎరువు చల్లినట్లయ్యేది.

అలాంటప్పుడు గేదెలు, దున్నపోతులను, ఎద్దులు, లేగదూడలతో ఆ పొలాలన్నీ కళకళలాడుతుండేవి. ఒక్కోసారి మేము ఆ గేదెలమీద కూర్చొని మేపుతుండేవాళ్ళం.

మా గేదె మీద నేనూ ఎక్కి పడుకొని ఆకాశంలో చూస్తుండే వాణ్ణి. పశువుల్ని మేపడానికి వచ్చిన పిల్లలమంతా కలిసి రకరకాల ఆటలు ఆడుకునే వాళ్ళం.

కొన్ని చోట్ల చేలల్లో రెండో పంట వేసే వారు కాదు. అలాంటప్పుడు కొంతమంది వేరుశెనగ, జీలుగు, జనపనార వంటివాటిని వేసేవారు. ఆ జీలుగు మొక్కలు పెద్దగా పెరిగిపోయేవి. పశువులు ఆ జీలుగు చేల్లోకి వెళితే కనిపించేవి కాదు. లేత జీలుగుని తింటూ ఆ చేలల్లో ఉండే గడ్డిని మేసుకొంటూ కొన్నిసార్లు అవి ఎక్కడెక్కడికో వెళ్ళిపోయేవి.

మేమంతా ఆడామగా తేడా లేకుండా ఆ జీలుగు చేలల్లో దాగుడుమూతలు ఆటలాడుకొంటూ దాక్కొనేవాళ్ళం. కొంతమంది జంటలు జంటలుగా ఆ చేలల్లో మాయమైపోయి, చాలా సేపటికి గానీ కనిపించేవారు కాదు! అలాంటప్పుడు వాళ్ళని అనుమానిస్తూ ఆట పట్టించేవాళ్ళం. దాగుడు మూతల ఆటలతోపాటు గోణీబిల్ల ఆటలు ఆడేవాళ్ళం.

ఒక చిన్న కర్రపుల్లను కర్రమొదలు పట్టేంత గుంత మీద పెట్టి పైకి ఎగరేసి దాన్ని కర్రతో కొట్టాలి. ఎవరెంత గట్టిగా, దూరం వెళ్ళేలా కొట్టగలరో దాన్ని బట్టి పాయింట్లు

ఉంటాయి. అలా కొట్టేటప్పుడు ఎగిరి వచ్చే కర్రబిళ్ళను అందుకుంటే కొట్టేవాళ్ళు ఔట్. ఇది బాగా ఆడేవాళ్ళం. దెబ్బలు కూడా తగిలేవి. అలాంటప్పుడు మాలో మేమే గొడవలు కూడా పడేవాళ్ళం.

అలా మాలో మేము కొట్టుకొని, ఆ దెబ్బలాటలు పెద్దవాళ్ళ దగ్గరకీ వెళ్ళిపోయేవి.

నాన్న గానీ, చిన్నన్నయ్య గానీ మా గేదెలకు పాలుతీసేవారు. మా నాన్న పాలు తీసేటప్పుడే నేను కూడా తీస్తానని సరదా పడేవాణ్ణి.

ఆ పొదుగు పట్టుకొని పిండేవాణ్ణి. కానీ, పాలు వచ్చేవి కాదు. నేను ముట్టుకుంటుండగానే ఆ గేదెకెలా తెలిసిపోయేదో నా వైపు చూస్తూ, కాళ్ళు విదిల్చేది. పాలు తీసేముందూ, చివరలోనూ లేగదూడను తల్లి గేదె దగ్గర వదులుతారు.

మొదట కొన్ని పాలు తాగడానికి వదిలేసరికి పాలు సేపుకొస్తాయి. అప్పుడు ఆ లేగదూడను తీసేసి పాలు పిండేసి, కొంచెం పాలు ఉన్నాయనగా వాటిని తాగడానికి మళ్ళీ లేగదూడను తల్లిదగ్గర వదిలేస్తారు.

అప్పుడు మా నాన్న లేదా మా చిన్నన్నయ్య పాలు పట్టుకొని వెళ్లి పోయేవారు.నేను లేగదూడను కట్టేస్తానని, దానితో ఆడుకుంటూ, పాలు తాగేసాక గుంజకు కట్టేసేవాణ్ణి. అప్పుడప్పుడు మా నాన్న గానీ, చిన్నన్నయ్య గానీ చూడకుండా ఆ లేగదూడతో పాటు ఆ గేదె పొదగు దగ్గర కూర్చొని నేను కూడా ఒక సనుకట్టుని నోట్లో పెట్టుకొని పొదుగుదగ్గర నోరుపెట్టి పాలు తాగాలని ప్రయత్నించేవాణ్ణి.అంతే ఆ గేదెకెలా తెలిసిపోయేదో ఒక్కతాపు తన్నేది.

నేనెక్కడో పడేవాణ్ణి.

మళ్ళీ చాలా సేపటిదాకా ఆ గేదె నన్ను మళ్ళీ దగ్గరకు రానిచ్చేదికాదు.

మళ్ళీ నెమ్మదిగా గేదె గమనించకుండా పొదుగు దగ్గరకు వెళ్ళి నోటితో పీల్చుకోనివ్వకపోతే గ్లాసులో పాలు పిండుకొని ఆ పచ్చిపాలు సరదాగా తాగాలనుకునేవాణ్ణి. కొంచెం పాలు వచ్చేవో లేదో మళ్ళీ గేదె నన్ను గమనించి తన్నేసేది. అది భలే సరదాగా ఉండేది.

ఆ పాలు కొద్దివేడిగా ఉన్నట్లనిపిస్తూ, చాలా రుచిగా ఉండేవి. అందుకే నాన్న పాలు తీసే సమయానికి నేను కూడా లేచి, నాన్న చేతితో పాటు ఆ గేదె పొదుగుని నేనూ పట్టుకుంటాననేవాణ్ణి. పాలు తీసి మేము వాటిని మజ్జిగ, పెరుగు బాగా తిందామనుకుంటే, వాటిని అమ్మేసి కొద్దిగా ఉంచేవారు.

మాకు పాలు లేనప్పుడు మాకు పాలు కావాలంటే రాజులో, కాపుల దగ్గరకో వెళ్ళి తెచ్చుకోవాలి. కానీ మేము పాలు అమ్మాలంటే వాళ్ళ ఇండ్లకు పట్టుకొని వెళ్ళి ఇవ్వాలి. డబ్బులివ్వడానికి కూడా బాగా తిప్పుకొనేవారు. పాలల్లో నీళ్ళే ఉన్నాయని సరిగ్గా డబ్బులే ఇచ్చేవారు కాదు.

కానీ, మాకు కావాలంటే నీళ్ళెక్కువగా ఉండే పాలు పోసినా బ్రతిమాలి తెచ్చుకోవాలి. డబ్బులు కూడా ఎప్పటికప్పుడే ఇవ్వాలనే వారు. ఇదంతా నాకు బాధగా అనిపించేది. పాలు వాళ్ళింటికి నేను లేదా మా చిన్నన్నయ్యో, తమ్ముడో పట్టుకొని వెళ్ళి ఇవ్వాలి. అది మాకు రోజూ చేయాల్సిన ఒక పెద్దపనిగా అనిపించేది.

అలా మా సమయమంతా వృథా అయిపోతుందనీ, చదువుకోవడానికి టైముండడం లేదనీ, పోనీ అంత జాగ్రత్తగా పాలు పోసినా మనకివ్వవలసిన డబ్బులివ్వడం లేదనీ, అవి మనమే తాగితే ఆరోగ్యానికి ఎంతో మంచిదని ఇంట్లో వాదించాల్సి వచ్చేది.

అయినా నామాట పట్టించుకొనేవారు కాదు. చిత్రమేమిటంటే ఆ పాలు మేము కొందామంటే కరువు. అమ్ముదామంటే కొనే వాళ్ళు కూడా కరువే అన్నట్లుండేది. అలా ఎవరూ కొనుక్కోకపోవడం కూడా నాకు సంతోషమే అనిపించేది. అలాగైనా ఇంట్లోవాళ్లకి ఉపయోగపడతాయని తృప్తిగా అనిపించేది.

అలా పాలు మిగిలి పోతుంటే అమ్మ వాటిని కాచి తోడు పెట్టి గడ్డపెరుగు చేసేది. ఒక్కోసారి నన్ను తోడు వేయమని చెప్పేది. అప్పుడు పాలు కాచి, వాటిని చల్లార్చిన తర్వాత తోడు వెయ్యాలి. అలాంటప్పుడు ఆ పాల మీద మీగడ ఉండేది. అది భలే రుచిగా ఉండేది. మా పాలకి వెన్న చాలా వచ్చేది.

మజ్జిగ చిలకరించేటప్పుడు అమ్మ మాకు తినండని కొంచెం పెట్టేది. అది చాలా రుచిగా ఉండేది. దాన్ని ఒక ముంతలో వేసి కొంచెం ఎక్కువైన తర్వాత వేడిచేసి నెయ్యి చేసేది. ఆ నెయ్యి ఉట్టిమీద పెట్టేది. చల్లారిన తర్వాత అది తింటే కూడా చాలా రుచిగా ఉండేది.

నాకు చిన్నప్పటి నుండి పాల పదార్థాలు చాలా ఇష్టంగా తినేవాణ్ణి.ఇంట్లో వాళ్ళు నెయ్యి చాలా మంది ఇష్టంగా తినేవారు కాదు. నాకు మాత్రం అది చాలా ఇష్టంగా అనిపించేది. బాగా తినే వాణ్ణి. దాని కోసమైనా గేదెల్ని బాగా మేపాలనుకొనేవాణ్ణి. పచ్చగడ్డి కూడా కోసి వేసేవాణ్ణి.

పాలు అమ్ముదామంటే మాత్రం నా మనసు చివుక్కుమనేది.

మా ఇంటి కల్పవృక్షం

ఏ రోజుకా రోజు కడుపు నింపుకోవాల్సిన వాళ్ళు రకరకాల పనుల్ని నేర్చుకోవాలి. దీనికి తోడు అది పెద్ద కుటుంబమైతే, దాన్ని నిర్వహించడం ఆ కుటుంబ యజమానులకు మామూలు నరకం కాదు. తాతలనాటి నుండీ వారసత్వంగా వచ్చిన ఆస్తులేమీ లేనివాళ్ళకి, ఏలోటూ లేకుండా కుటుంబం గడవడమంటే మాటలు కాదు కదా మరి!.

అంతే కాదు, *పేదరికానికి కులం తోడైతే అది కొంతమందికి సమాజంలో ఆత్మగౌరవ సమస్యగా మారుతుంది.* ఇంకొంత మందికి ఆత్మగౌరవాన్ని కాపాడుకుంటూనే, ఆ కుటుంబాన్ని ముందుకి లాక్కెళ్ళాలంటే, వాళ్ళంతా ఏదోక పని చేయక తప్పని పరిస్థితి. *ఇది మా కుటుంబానికి కూడా అనుభవం నేర్పిన పాఠం లాంటిది.*

సూర్యుడితో పోటీపడి మరీ ఆ సూర్యుడికంటే ముందే లేచేవాడు నాన్న. ఆ సూర్యుడే అలసిపోయి సాయంత్రానికి విశ్రాంతి తీసుకునేవాడేమో కానీ, మా అమ్మా నాన్నా మాత్రం అవిశ్రాంతంగా ఏదొక పని చేస్తూనే ఉండేవారు.

అంతమంది పిల్లల్ని ఎందుకు కనాలి? అంత కష్టమెందుకు పడాలని ఎవరైనా అంటే మా అమ్మ గానీ నాన్న గానీ ఊరుకొనేవారుకాదు.

'పిల్లలంటే దేవుడిచ్చిన వరం. ఎంతోమందికి కావాలన్నా పిల్లలు పుట్టట్లేదు. మాపై దేవుడి దయ ఉంది. మాకంతమంది పిల్లల్నిచ్చాడు.' అనేవారు.

అది వాళ్ళ నమ్మకమో, అది వాళ్ళ అమాయకత్వమో నాకు ఆ వయసులో తెలిసేది కాదు.కానీ, అలా మమ్మల్ని ఎన్ని కష్టాలొచ్చినా కాపాడుకుంటామనే మాటన్నప్పుడల్లా అమ్మనీ, నాన్ననీ కౌగిలించుకొని వీళ్ళే నాకు పెద్ద అండ అన్నంత ఆత్మవిశ్వాసం కలిగేది.

అప్పుడు వాళ్ళెంతో ప్రేమగా ఎత్తుకొనేవారు. ఆ సందర్భంలో నాకు దేవుళ్ళూ, దేవతలూ వీళ్ళేనేమో అనిపించేది. మాకే కష్టం రాదనిపించేది. వాళ్ళేమి చెప్తే అది చెయ్యాలనిపించేది. వాళ్ళ మాటకెప్పుడూ ఎదురు చెప్పకూడదనిపించేది.

పొద్దున్నే లేచి నా చేయి నేనే చూసుకొనే నాకు అమ్మ ముఖమో, నాన్న ముఖమో చూడాలనిపించేది. అలా చూస్తే ఆ రోజంతా నాకే కష్టమూ రాదని నమ్మేవాణ్ణి. నిజాయితీగా కష్టపడే నిష్కల్మషమైన మనుషులే దేవుళ్ళు లాంటివారు. అమ్మా, నాన్నా మా అందరితోనూ నిజాయితీతో, నిష్కల్మషంగా వ్యవహరించేవారు.

ఏనాడైనా వాళ్ళకంటే ముందు నేనే లేచి వాళ్ళనే చూడాలనే కోరిక మాత్రం తీరేది కాదు. అయినా సరే లేచిన వెంటనే అమ్మనో, నాన్ననో మాత్రమే ముందుగా చూడాలనుకునేవాణ్ణి.

ఒక్కోసారి మేము పెందలకడనే లేవకపోతే నాన్న తువ్వాలుతోనో, గుదితోనో కొట్టి లేపినా, అలాగైనా ముందు నాన్ననే చూస్తున్నానులే అని మనసులో సంతోషడుతూ, పైకి మాత్రం ఏడ్చేవాణ్ణి.

క్రమేపీ హైస్కూల్ కొచ్చేసరికి మా ఊరి చెరువులో రజకులు బట్టలు ఉతుకుతుంటే వినబడే శబ్దాలకు లేవడం, అమ్మనో, నాన్ననో చూడ్డం, కాసేపు చదువుకోవడం, తర్వాత గేదెల దగ్గర బాగుచేయడం ప్రతి ఉదయం చేసే నా దినచర్యలో భాగంగా మారిపోయింది.

ఆ రోజుల్లో కొన్ని సంవత్సరాలపాటు వ్యవసాయంలో రెండుసార్లూ వరిపంట పండించడం సాధ్యపడేది కాదు. వర్షాధారంగానో, నీరు అందుబాటులో ఉన్న కాలంలోనో ఖరీఫ్ పంట పండించేవారు.

ఆ వరిపంట కూడా అక్కుళ్ళు, ఫాల్గుణ వంటి రకాలు నీటిని తట్టుకోవడం వల్ల వాటినే ఎక్కువగా పండించేవారు. మైసూరు, సన్నమైసూరు, గిద్దలు, చిట్టి ఒడ్లు వంటి రకాలు చాలా తక్కువగా వేసేవారు.వరదలు, తుఫాన్ వంటివి వచ్చినా, ఎక్కువగా నీళ్లు నిల్వ ఉన్నా అవి తట్టుకోలేవు. పంటంతా నాశనమై పోతుంది. అందువల్ల వాటిని తక్కువగా వేసే వారు. వాటిని రైతులు తినడానికి మాత్రమే ఉంచుకొనే వారు.

కూలీలకు మిగతా రకాల వడ్లు ఇచ్చేవారు. అక్కుళ్ళు బియ్యం లావుగా ఉండేవి.ఫాల్గుణ రకం బియ్యం కూడా పొడవుగా, కొంచెం లావుగానే ఉంటాయి. అన్నం పెద్ద రుచిగా ఉండదు. ఇంకొన్ని రకాల వరి పంటలు కూడా పండించేవారు.

ఆ బియ్యం వండితే అన్నం ఎర్రగా అయ్యేది. వాటినే కూలిపని చేసే వారికిచ్చేవారు.ఎవరన్నా తమ ఇంట్లో పండుగకో, పెళ్ళిళ్ళకో రుచి చూడ్డానికి అన్నట్లు సన్నగా ఉండే మైసూరు ధాన్యాన్ని బ్రతిమాలి తీసుకొనేవారు. కొనాలంటే చాలా ఖరీదు.

ఆ రోజుల్లో రెండు పూటలా బియ్యం వండుకొని అన్నం తినాలంటే పేదవాళ్ళకు సాధ్యమయ్యే పనికాదు. అందువల్ల ఒకపూట నూకలతో జావ కాసుకొనేవారు. మరొక పూట ఆ లావు బియ్యంతో అన్నం తినేవారు. మేము కూడా అలాగే చేసేవాళ్ళం.

పెద్దన్నయ్య, మా తమ్ముడు కృష్ణ మాత్రం ఒక్కోసారి జావను తాగేవారు కాదు. వాళ్ళకు మాత్రం కొంచెం అన్నం వండి, మిగతా వాళ్ళమంతా జావ తాగేవాళ్ళం.ఆ జావలో కొంచెం ఉప్పేసుకొని ఒక ఉల్లిపాయో, ఒక పచ్చిమిరపకాయో నంజుకొని తింటుంటే అమృతంలా అనిపించేది. అలాగైనా రెండు పూటలా తినాలంటే ప్రతిరోజూ పని ఉండాలి.

తాటికాయల రోజుల్లో మేము వాటితో రకరకాల వంటలు వండుకునే వాళ్ళం.కొన్ని తాటి పండ్లు తియ్యగా ఉంటాయి. కొన్నింటిని కాల్చుకొని తినేవాళ్ళం.

మేమే కాదు ఆ సీజన్ లో చాలా మంది తాటిపండ్లు తింటారు. కాల్చుకుని, దాని పేశం (గుజ్జు) నోటితో మామిడిపండు తిన్నట్టు తింటే చాలా బాగుంటుంది. పెద్దకాయలైతే వాటి గుజ్జుని కోసుకొని తినేవాళ్ళం. దాన్ని మేము గుంజు అంటాం.

కొంచెం దోరగా ఉండే తాటికాయలైతే వాటిని ముక్కలు కోసి, వాటిలో కొంచెం ఉప్పు వేసి, ఉడకబెట్టిన తర్వాత ఆ ముక్కల్ని తింటే ఎంతో రుచిగా ఉంటాయి.

తీపి తాటికాయలు దొరికినప్పుడు వాటి పేశం తీసి, దానిలో నూకల్ని గానీ, పిండిని గానీ కలిపి కుడుములు, రొట్టెలు వండుకుంటారు.

మేము అలా చాలాసార్లు వండుకొని తినేవాళ్ళం. మరీ ఎక్కువ కాయలు దొరికితే వాటి పేశాన్ని తీసి మామిడి తాండ్ర చేసేవాళ్ళం. కొన్ని రోజుల పాటు ఎండలో తాటాకు చాపమీద పూసి, దాన్ని జాగ్రత్తగా తీస్తే అది చాలా రోజుల పాటు నిల్వ ఉంటుంది. దాన్ని ముక్కలు ముక్కలుగా చేసుకొని నోట్లో వేసుకుంటే ఆ రుచే వేరు. అలా పేశం తీసేసిన టెంకల్ని భూమిలో కొంచెం లోతుగా మట్టి తీసి, దానిలో వాటిని పెట్టి, మరలా వాటిపై మట్టి వేసి కప్పెట్టాలి. అలా చేయడాన్ని పాతరవేయడం అంటారు.

అప్పుడప్పుడూ వాటి మీద కొన్నాళ్ళ పాటు కొంచెం నీళ్ళు వెయ్యాలి. అప్పుడు అవి మొలకలు వచ్చి, ఆ మొలకలు భూమిలోకి వెళ్తాయి. కొన్నాళ్ళ తర్వాత అవే *తేగలు* అవుతాయి. వాటిని జాగ్రత్తగా తవ్వి, ఒక్కో తేగనీ ఆ మట్టిలో నుండి బయటకు లాగాలి. మట్టి కొంచెం ఇసుకతో కూడిన ఒండ్రు లాంటిదైతే తేగలు బాగా ఊరతాయి. అంటే లావుగా తయారవుతాయి. వాటిని లాగి, దానికి ఉన్న టెంకను బుర్ర అంటారు.

దాన్ని తేగనుండి వేరు చేస్తారు. అంటే కత్తితో గానీ కొడవలితో గానీ వాటిని కొట్టేసి తేగను వేరు చేస్తారు. ఆ తేగలను కాల్చుకొని తింటే చాలా రుచిగా ఉంటాయి. తేగలను తెలంగాణాలో *గేగులు* అంటారు.

తేగలు మంచి పీచు పదార్థం. కాబట్టి మలబద్ధకం లేకుండా చేస్తుంది. కానీ, దగ్గు, ఆస్తమా ఉన్నవాళ్ళకు మంచిది కాదని మా తాత చెప్పేవాడు. తాత పేరు వీరాస్వామి.

'మీతాత వీరాస్వామి పెద్ద డాక్టరులా చెప్తాడు. జాగ్రత్తగా వినండి సుమా' అనేవారు మా గ్రామంలో కొంతమంది జనం. దానికి కారణం, తాత పసర్లతో వైద్యం చేసేవాడు. ఏవో మొక్కలతో గాయాల్ని తగ్గించే వాడని ప్రజలు మా తాత దగ్గరకు వచ్చేవారు.

పాతరేసిన తేగల్ని సరైన సమయంలో తవ్వుకోకపోతే మట్టలు పాతరమీద నుండి భూమి పైకి వచ్చేస్తాయి. అలాంటి వాటికి తేగలు ఉండవు. అందువల్ల తేగల్ని సరైన సమయంలో మాత్రమే తవ్వుకోవాలి. ముందుగా తవ్వితే అవెందుకూ పనిచేయవు.

కానీ, వాటి బుర్రలు కత్తితో రెండు బద్దలుగా కొడితే దానిలో తెల్లని గుంజు ఉంటుంది. దాన్ని తీసుకొని తింటే చాలా రుచిగా ఉంటుంది.

తేగలు తవ్వేటప్పుడు కొన్ని టెంకలు భూమి లోపలికి వెళ్ళలేవు. వాటిని మడదకొక్కులు అంటారు. వాటిని బద్దలుగా కొట్టుకొంటే తియ్యగా ఉండే గుంజు వస్తుంది. చాలా బాగుంటుంది. తియ్యగా రుచికరంగా ఉంటుంది.

అది తీసుకున్న తర్వాత కూడా ఆ టెంకను అంటిపెట్టుకొని సన్నని మీగడలాంటి పదార్థం ఉంటుంది. అది గోరుతో తీసుకొని, ఆ వేలుని నోట్లో పెట్టుకొని, చీకుతూ తింటే ఆ రుచీ, అది నోట్లో పెట్టుకొని గాలితో లోనికి పీల్చేటప్పుడు వచ్చే తీయదనాన్ని మాటల్లో చెప్పలేం. అది తిన్నవాళ్ళకే తెలుస్తుంది.

అందుకనే బుర్రలోని గుంజు తిన్న తర్వాత ఆ బుర్రచెక్కలో వేళ్ళు పెడుతూ, ఆ వేళ్ళకు ఆ గుజ్జు, రసము అంటుకునేది. ఆ వేళ్ళను నోట్లో పెట్టుకుని చీకుతూ దాన్ని వదల్లేక పోయేవాణ్ణి.

బుర్ర గుంజు సరిగ్గా నమలకపోతే మాత్రం కడుపు నొప్పి వస్తుంది. అలా నాకు చాలాసార్లు కడుపు నొప్పి వచ్చింది కూడా.

మా తేగలు పాత్ర చిన్నన్నయ్యో, నాన్నో తవ్వుతుంటే, నేను, మా తమ్ముడు దాని దగ్గరే కూర్చొని చూస్తుండే వాళ్ళం.మడదకొక్కులు కనపడితే ఒకటి నాకు, ఇంకొకటి నీకూ అంటూ పంచుకొనేవాళ్ళం. ఇప్పటికీ ఎప్పుడన్నా ఆ రోజుల్లో మా ఊరువెళితే మడద కొక్కులు తినాలనిపిస్తుంది.

తేగలు బాగా లావుగా ఊరితే దానికుండే బుర్రల్లో ఏ గుంజు ఉండదు. నీళ్ళే ఎక్కువగా ఉంటాయి.అటువంటి వాటిని నీలకచ్చికలు అంటారు. వాటిని తినకూడదని పెద్దవాళ్ళు చెప్పేవారు. తింటే జలుబు చేస్తుంది.

అలా గుంజు తీసేసిన తాటి బుర్రలు ఎండబెట్టి పొయ్యిలో పెడితే బాగా కాల్తాయి. కొంచెం పిడకల మధ్యలో వేస్తే చాలాబాగా మండుతాయి.

నీళ్ళు కాచుకోవడానికీ, చలికాలంలో కుంపటిలో వేసుకోవడానికీ అవి బాగా ఉపయోగపడతాయి.

తాటి ఆకులతో ఇంటిమీద కప్పు (రూఫ్) వేసుకుంటారు. అలా కట్టిన ఇండ్లను తాటాకు ఇండ్లు అంటారు. గ్రామీణ ప్రాంతాల్లో ఎక్కువగా తాటాకు ఇండ్లే ఉంటాయి.

కోనసీమ ప్రాంతంలో ఎటుచూసినా కొబ్బరి చెట్లు, తాటాకు చెట్లు పోటాపోటీగా కనిపిస్తుంటాయి.

కొబ్బరి చెట్లను ప్రత్యేకంగా పెంచుతారు.

తాటి చెట్లను ప్రత్యేకంగా పెంచనవసరం లేదు.

అక్కడక్కడా కొన్ని తాటికాయ టెంకల్ని పడేసినా అప్పుడప్పుడూ పడే వర్షంతో, వాతావరణంలో ఉండే తేమతో పెరిగిపోతాయి.

వాటిని రకరకాలుగా ఉపయోగించుకుంటారు. తాటి ఆకులతో ఇళ్ళు కట్టుకోవడంతో పాటు, ఆ ఆకుల్ని రకరకాలైన వాటికి ఉపయోగిస్తారు. ఒకప్పుడు తాటాకులమీదే కావ్యాల్ని రాశారనీ, వాటిని తాళపత్రాలు అంటారనీ ఎంతో మందికి తెలుసు కదా. ఆ తాటాకులతోనే మా నాన్న చేపల బుట్టలు అల్లేవాడు.

వర్షానికి తాటాకు గొడుగులు చేసేవాడు. నాన్న *బల్ల* కట్టినప్పుడు తన నిచ్చెనతో పాటు ఆ నిచ్చెనకు మనిషి ఛాతి వరకు పొడుగు ఉన్న ఒక బుట్ట కట్టుకుంటారు. ఎంతో నైపుణ్యంతో నాన్న కూడా నిచ్చెనబుట్ట అల్లేవాడు.

దానిలోనే మాకు ముంజికాయలు, కొబ్బరికాయలు, మామిడికాయలు వంటివన్నీ తెచ్చేవాడు. ముంజులు తినేసిన కాయల్ని తిన్న తర్వాత మేము చిన్నప్పుడు వాటితోనే మూడు చక్రాల బండి చేసి ఆడుకునేవాళ్ళం.

ఆలోచిస్తే తాడి చెట్టుని కలియుగ కల్పవృక్షమన్నారు. నిజమే గానీ, మా లాంటి పేదవాళ్ళకి నిజంగానే కల్పవృక్షమని అనుభవ పూర్వకంగా తెలుసుకున్నాను.

నాన్న కష్టపడి తెచ్చిన దాన్ని మా అమ్మ ఎలా మాకెవరెవరికి ఏమేమి కావాలో, ఎప్పుడెవరికేమి ఇవ్వాలో తెలిసిన కామధేనువులా నాకు అనిపించేది.

మనం జాగ్రత్తలు తీసుకోవాలని మంచి మంచి ఉపమానాలతో చెప్పేది. ***"మనం జాగ్రత్త చేసుకొనేటప్పుడు ఒక్కొక్క గింజనూ ఏరి సమకూర్చుకోవాలి. కానీ, తినేటప్పుడు ముద్దగా తినాలి. మనం ఉన్నదని ఒకేసారి ఖర్చు చేసేయకూడదు. లేదని మానేయకూడదు."***

మా అమ్మ చెప్పిన ఇలాంటి మాటలే మమ్మల్ని ఎవరి దగ్గరా చేయి చాచేలా చెయ్యకుండా కాపాడాయని మాత్రం నేను కచ్చితంగా చెప్పగలను.

పాలేరుతనం

'పాలేరు' అనే పేరు వినగానే చదువుకున్న వాళ్ళకి వెంటనే గుర్తొచ్చేది బోయి భీమన్న గారి 'పాలేరు' నాటకం. దీనిలోని వస్తువు కోనసీమ ప్రాంతంలో ఒకప్పుడు మాత్రమే కాదు, నేటికీ అది అవశేషంగా కనిపిస్తుంది.

పాలేరుతనమనేది ఒక రకమైన ఒప్పందం. అది ఈ ప్రాంతంలో డబ్బున్న వాళ్లంతా పెట్టుకునే హోదాకు ఒక చిహ్నం. భూస్వాములకు, పేదవాళ్ళకూ మధ్య ఏర్పరచుకునే ఆర్థిక లావాదేవీల నిర్దిష్ట కాలంపాటు ఒప్పందంగా దీన్ని చెప్పుకోవచ్చు.

ఇంటి యజమాని తాను గానీ లేదా తమ పిల్లల్ని గానీ కొన్నాళ్లపాటు (నెల, ఆరు నెలలు, సంవత్సరం, రెండేళ్ళు, ఐదేళ్ళు...) వారి దగ్గరే పనులు చేయడానికి, దానికి ప్రతిఫలంగా కొంత డబ్బు గానీ, ధాన్యం గానీ ముందుగానే తీసుకోవడంతో ఈ పాలేరు తనం మొదలవుతుంది.

పాలేరుగా వెళ్ళిన వ్యక్తిని తొలుత ఆ పనులు చేయించుకునే యజమానులు బాగానే చూస్తారు. తర్వాత తర్వాత తామెలా చూసినా పడి ఉండే పనిమనిషిగా, తమ బానిసగా ఆ పాలేరుని భావిస్తుంటారు. ఆ పాలేరు తమ ఒప్పందాన్ని మధ్యలో రద్దు చేసుకోవడానికి వీలు ఉండదు.

ఎవరైనా ఆ పాలేరుతనాన్ని ఒప్పుకున్న తర్వాత దాన్ని చెయ్యనని మానేస్తే, ఒప్పందం ప్రకారం రెట్టింపు చెల్లించేలా లేదా ఆ కుటుంబంలో ఎవరైనా ఆ పాలేరుతనం చెయ్యాలని పెద్దమనుషులు తీర్పు చెప్తారు.

సాధారణంగా ఆ పెద్దలంతా భూస్వాములకు అనుకూలంగానే వ్యవహరిస్తుంటారు. ఒకవేళ ఎవరైనా ఆ తీర్పుని వ్యతిరేకిస్తే వాళ్ళని ఊరు నుండి వెలేస్తారు. ఇక ఆ ఊరిలో వాళ్ళెవరూ ఆ కుటుంబం వాళ్ళతో మాట్లాడరు. వాళ్ళని ఏ పనికీ పిలవరు. సాంఘికంగాను, ఆర్థికంగాను వాళ్ళని నష్టపరుస్తూ, మానసికంగా శిక్షిస్తారు. బహిష్కరించిన వాళ్ళతో ఎవరైనా మాట్లాడితే పెద్ద ఎత్తున తప్పు వేస్తారు.

పాలేరుతనాన్ని ఒప్పుకున్న తర్వాత దాన్ని వ్యతిరేకించి, మరలా ఆ కుటుంబం ఆ గ్రామంలో బతకాలంటే ఎంతో సాహసంతో కూడిన పనే అవుతుంది. సాధారణంగా కేవలం వ్యవసాయ పనులు మీదే ఆధారపడేవాళ్ళు రైతుల దగ్గర రాబోయే పంట సమయంలో పని

చేస్తామని ముందుగానే కొంత డబ్బు, మరికొంత ధాన్యం ముందస్తుగా అప్పు తీసుకొనేవారు.

వ్యవసాయ పనులు మొదలు పెట్టిన తర్వాత వాళ్ళకి రోజువారీ ఇచ్చే కూలీరేటు డిమాండ్ చేయడానికి అవకాశం ఉండదు.

వాళ్ళు రైతులు ఎంతిస్తే అంతే తీసుకోవాలి. వ్యవసాయంలో దుక్కి దున్నడం, వరినాట్లు వేయడం వంటి పనులన్నీ ఇంచుమించు అందరికీ ఒకే సమయంలో వస్తుంటాయి. కాబట్టి కూలీలకు డిమాండ్ ఉంటుంది.

అయినా, ముందస్తుగా అప్పు తీసుకున్నవాళ్ళు రైతులు ఏ రేటు కడితే ఆ రేటుకే కూలి పని చెయ్యాలి. సాధారణంగా ఆ రోజుల్లో వ్యవసాయ పనులకు రోజుకి ధాన్యమైతే ఒక కుంచెడు, డబ్బులైతే పది నుండి పదిహేను రూపాయలు వరకూ ఇచ్చేవారు.

మగవాళ్ళకైతే ఒక కుంచెడు ధాన్యం, బేటాగా ఒకరూపాయో, అర్థరూపాయో అదనంగా ఇచ్చేవారు. బేటా అంటే, కూలికివ్వవలసిన రేటు కంటే ఆ రోజు ఆ కూలిచేసిన వ్యక్తి తాగడానికో, ఏదైనా కొనుక్కోవడానికో అదనంగా ఇచ్చే డబ్బులు.

పనిచేసిన జీతం (రోజువారీ కూలీ) వారానికి ఒకసారి ఇచ్చినా, బేటా మాత్రం ఆ రోజు సాయంత్రానికి ఇచ్చేసేవారు. దానితో కొంతమంది సారా తాగేవారు. మరికొంతమంది సిగరెట్లు, బీడీలు, పొగాకు... ఇలా ఏదో ఒకటి కొనుక్కొనేవారు. ఆ అలవాట్లు లేనివాళ్లు ఏదైనా మిఠాయి కొనుక్కోవడం గానీ, గోలీసోడా తాగడం గానీ చేసేవారు.

మా అమ్మా, నాన్న మాత్రం అలా ముందస్తుగా డబ్బులు గానీ, ధాన్యం గానీ ఎప్పుడూ తీసుకొనేవారు కాదు. ఇది మా కుటుంబ ఆర్థిక పరిస్థితికి దోహదకారే అయింది.

వ్యవసాయంలో ఏడాదికి అన్ని రోజులూ పనులు ఉండవని తెలిసినందువల్లనేనేమో, నాన్న వ్యవసాయేతర పనులెన్నో నేర్చుకున్నాడు. వాటి వల్ల వచ్చే గౌరవం, ఆర్థిక లబ్ధి మాకు ఎంతో మేలు చేసింది.

కొబ్బరికాయల దింపు తీయడం, తాటాకులు కొట్టడం, కమ్మర కొలుములో ఇనుముని సాగగొట్టడానికి పెద్దసుత్తితో కొట్టడం (సమ్మెట), ఇనుము కాల్చేటప్పుడు ఆ పొయ్యి మండడానికి గాలి వచ్చేలా ఏర్పాటు చేసిన చక్రాన్ని తిప్పడం వంటి పనులెన్నో చేసేవాడు మా నాన్న. తలచుకుంటే కళ్లు తడుస్తున్నాయి.

వాళ్ళు అడిగినా అడక్కపోయినా ఖాళీ ఉంటే కమ్మర కొలుము దగ్గరకు వెళ్ళేవాడు. వాళ్ళకు ఆయా పనుల్లో సాయం చేసేవాడు. దానికి ప్రతిఫలంగా వాళ్ళు ఎంతో కొంత ఇచ్చేవారు.

ఇన్ని పనులు చేస్తున్నా మేమెందుకు రెండు పూటలా అన్నం తినలేక పోతున్నామని అమ్మని అప్పుడప్పుడూ అడిగేవాణ్ణి.

"ఇప్పుడు ఉన్నాదని అంతా ఒకేసారి తినేస్తే, పని లేనప్పుడు ఎలా వస్తాయి? కొంత దాచుకోవాలి. మనం జాగ్రత్త పెట్టుకునేటప్పుడు ఒక్కోగింజచొప్పున పొదుపు చేసుకోవాలి. తినేటప్పుడు ఒక ముద్దగా నోట్లో పెట్టుకోవాలి." ఇలా పదేపదే చెప్పేది. అంతే కాదు,

"మనమూ మంచి ఇల్లు కట్టుకోవాలి.
ఈ గుడిసె బదులు మనమూ
ఎండా వానలకు తట్టుకునే
మంచి గోడల ఇల్లులో ఉండాలి
గోడల ఇల్లు పెంకిటిల్లు కావాలి
పెంకుటిల్లు డాబా ఇల్లుగా మారాలి
మీరంతా మహారాజుల్లా బతకాలి
మీకు పండగలకి కొత్త బట్టలు కొనాలి
పండుగకి మనమూ పిండి వంటలు వండుకోవాలి.
దీనితో పాటు పొలం కొనుక్కుంటే,
అప్పుడు మనమూ సన్నబియ్యం పండించుకొని రెండు పూటలా అన్నమే తినొచ్చు.
పైగా మనకేదైనా జబ్బు చేస్తే దబ్బులు అప్పుడికప్పుడెలా వస్తాయి?" అంటూ చెప్పేది.

ఆ డబ్బుల్ని మట్టితో చేసిన డిబ్బీలో కొంచెం కొంచెం తీసి దాచేది. ఆ డిబ్బీని ఇంటిలో ఒకచోట గొయ్యి తీసి, దానిలో పెట్టి, దానిపై ఎప్పుడూ కదపకుండా ఉంచే కుండనో, బిందెనో పెట్టేది.

మా అమ్మ చాలా తెలివైనదనీ, అమ్మ చెప్పిన మాటల్లో నిజముందని, ఏనాడూ ఇంక మన డబ్బులేమవుతున్నాయని గానీ, రెండు పూటలా అన్నమే కావాలని గానీ అడిగేవాణ్ణి కాదు.

ఆత్మీయంగా చెప్పే మాటలేవైనా మన రక్తంలో ఇంకిపోతాయేమో...అంతే...నాకు అలా ఇంకిపోయాయా మాటలు.

నాన్న మాకు అప్పుడప్పుడూ కాట్రేనికోనలో జరిగే శనివారం సంతలో పాతబట్టలు కొనుక్కొచ్చేవాడు. అవి కొంచెం రంగు వెలిసిపోయి ఉండేవి. ఆ బట్టలకు కొన్ని బటన్స్ ఉండేవి కాదు, మరికొన్ని చిన్న చిన్న చిరుగులు కూడా ఉండేవి.

కొత్త బట్టలకు కూడా బటన్స్ ఊడిపోవా? కొత్త బట్టలు కూడా ఆడుకొనేటప్పుడు చిరిగిపోయేవి కదా. మరి కొన్ని టీ, కాఫీలు పడి మరకలు పడిపోవా?అయినా వాటిని వేసుకొనేవాళ్ళం.

అసలు బట్టలేకుండా ఉండే కంటే, చిన్న చిన్న లోపాలుంటే నష్టమేంటనిపించేది. ఒక్కోసారి ఆ బట్టలు చాలా లూజుగా ఉండేవి. వాటిని వేసుకొని నేను పెద్దోణ్ణైపోయానంటూ గంతులేసేవాళ్ళం.

అలాంటప్పుడు మమ్మల్ని చూసి నాన్న నవ్వుతూ కళ్ళు తుడుచుకొనేవాడు. "*ఎందుకేడుస్తున్నావు నాన్నా...*" అని అడిగితే అవి "*మీ సంతోషం చూసి వచ్చే ఆనందబాష్పాలు రా...*" అనేవాడు.

కానీ, నాకెందుకో నాన్న కన్నీళ్ళే పెట్టుకుంటున్నాడనిపించేది.

ఈ పరిస్థితుల్లో ఇంట్లో గడవడం కొంచెం కష్టంగా ఉండేదని అర్థమవుతూనే ఉంది. ఆ రోజుల్లో చాలామంది పాలేరుతనం చేసేవారు.

తాము బతకాలంటే తమ కుటుంబంలో ఎవరో ఒకరు భూస్వాములు దగ్గర పాలేరుగా మారాల్సిందే. అలా పాలేరుతనం ఉంచితే యేడాదికి ఒక బస్తా ధాన్యం వస్తే, ఆ కుటుంబం ఆ కాలంలో బ్రతికి పోతుంది.

పాలేరు పొద్దున్నే ఆరు గంటల కంటే ముందే వెళ్ళి వాళ్ళకున్న పశువుల్ని మేపాలి. పచ్చ గడ్డి కోసి వెయ్యాలి. ఆ పశువుల్ని కడగాలి. పాలు తీసివ్వాలి. వాటితో పాటు వాళ్ళ పొలంలో పని చెయ్యాలి. పైగా ఖాళీ దొరికితే వాళ్ళు చెప్పిన పనులన్నీ చెయ్యాలి.

వాళ్ళే పిలిచి పొద్దున్నే సద్దన్నం, మధ్యాహ్నం భోజనం పెడతారు. సాయంత్రం ఏడు గంటల వరకూ వాళ్ళ పని చేసి మరలా సొంత ఇంటికి వచ్చి భోజనం చెయ్యాలి.

ఒకపూటైనా కాస్త అన్నం దొరుకుతుందని కొంతమంది, తమ ఇల్లు గడుస్తుందని మరికొంతమంది, తమ దగ్గర పిల్లలు మాట వినకుండా అల్లరి చిల్లరగా తిరుగుతున్న వాళ్ళని పాలేరుతనానికి పంపేసేవారు.

మా ఇంట్లో మా చిన్నన్నయ్య చిన్నప్పటి నుండీ పాఠశాలకు వెళ్ళేవాడు కాదు. చుట్ట కాల్చడం, సిగరెట్ కాల్చడం నేర్చుకున్నాడు. మా నాన్న చుట్ట కాల్చేవాడు.

అమ్మ కూడా చుట్ట కాల్చేది. అడ్డపొగ పెట్టుకొని మరీ పొగత్రాగేది. పొలంలో పనిచేస్తున్నప్పుడు ఆ చలికి, వర్షానికి అలా అడ్డపొగ పెట్టుకుంటే వేడిగా ఉండేదట.

వాళ్ళ నాన్న అంటే మా తాత నేర్పాడట. దగ్గు రాకుండా ఉండాలంటే కొద్దిగా చుట్టకాల్చమని డాక్టర్ చెప్పారనీ, అందుకే తనకి ఈ అలవాటు వచ్చిందని అమ్మ చెప్పేది.

ఇలా అమ్మా, నాన్నా ఇద్దరూ చుట్ట కాల్చేవారు.

చర్చికి వెళ్ళేవరకూ అలాగే కాల్చేవారు. చర్చికి వెళ్ళడం మొదలుపెట్టిన కొన్నాళ్ళకు ఇద్దరూ పొగతాగడం మానేశారు. దాని పొగ వాసనే గిట్టని స్థాయికి వచ్చారు. అమ్మా, నాన్నా పొగతాగేటప్పుడు వాళ్ళు అప్పుడప్పుడూ పొయ్యిలో నిప్పు పట్టుకొని రమ్మనేవారు. ఒక్కోసారి చుట్టని వెలిగించుకొని రమ్మనడం వంటి పనులు చిన్నన్నయ్యతో పాటు మేమూ చేస్తుండేవాళ్ళం.

అలాంటప్పుడు అమ్మా, నాన్నలు చూడకుండా చిన్నన్నయ్య ఆ చుట్టని తానూ నోట్లో పెట్టుకొని పొగపీల్చేవాడు. రింగులు రింగులుగా ఆ పొగని వదులుతూ సినిమాలో హీరోగారిలాగే వదులుతాను తెలుసా అనేవాడు. దీనికి తోడు పాఠశాలకు వెళ్ళనంటే పశువుల్ని మేత మేపుకొని రమ్మనే వారు ఇంటిలో.

అక్కడ వాళ్ళ స్నేహితులు గడ్డితోను, జీలుగు కర్రలు, జనుముతోను సిగరెట్ కాల్చినట్లు కాల్చేవారు. తర్వాత బీడీలు, సిగరెట్లు కాల్చడం, వాళ్ళతోపాటు చిన్నన్నయ్య కూడా జత పట్టి, ఆ అలవాట్లే నేర్చుకునేవాడు.

పశువుల్ని మేపుతూ సిగరెట్ ఖాళీ పెట్టెల్ని చింపి, వాటితో బెచ్చాలాటలు ఆడేవారు. సరదాగా మొదలైన ఆ ఆటల్లో ఎవరైతే ఓడిపోతారో వాళ్ళు పశువుల్ని ఏ పొలాల్లోకైనా వెళ్ళిపోతే వాటిని మరలా తోలుకొని రావాలి.

ఆ తర్వాత బెచ్చాల బదులు డబ్బులకి ఆటలాడేవారు. ఆ తర్వాత బెచ్చాలకు బదులు పేకాట కూడా ఆడేవారు. వీటన్నింటిలోనూ చిన్నన్నయ్య పాల్గొంటున్నాడని తెలిసి, తిడుతూ కొట్టేవారు. కానీ, ఆ జూదంతో చెడిపోతాడని భయపడుతూ వాణ్ణెలా దారిలో పెట్టాలో తెలియక తలపట్టు కొనేవారు.

ఈ పరిస్థితుల్లో కొన్నాళ్ళపాటు పాలేరుతనం పెడితేనైనా మనమాట వింటాడేమో... అప్పుడైనా స్కూల్ కి వెళతాడేమో అనుకున్నారు అమ్మానాన్నలు.

పెద్దపెద్ద పొలాలు ఉన్నవాళ్ళ దగ్గర పాలేరుగా పెడితే పిల్లాడు చెయ్యలేడు. ఆ కష్టాన్ని చూడలేకపోతామని, ఒక ఎకరం, రెండు ఎకరాల భూమి ఉండేవాళ్ళ దగ్గర పాలేరు తనం పెడితే మంచిదనుకున్నారు.

నానాజీ గారని ఒక కోమటి కుటుంబం ఉండేది. వాళ్ళకి ఒక ఆవు, ఒక గేదె ఉండేది. వాళ్ళకి ఒకటో రెండు ఎకరాలో వ్యవసాయ పొలం ఉండేది. దానితో పాటు కొద్దిగా కొబ్బరి తోట కూడా ఉండేది.

నానాజీగారెప్పుడూ తన కిరాణా కొట్టు, వారపు సంతలతో బిజీగా ఉండేవాడు. వాళ్ళ పిల్లలు చదువుకుంటున్నా, అప్పుడప్పుడూ కొట్టుమీద కూర్చొనేవారు.

చదువుతో పాటు కిరాణా వ్యాపారం కూడా నేర్చుకొనేవారు. ఎప్పుడన్నా మేము ధాన్యం అమ్మడానికి వాళ్ళ కొట్టుకి పట్టుకొని వెళితే ''అక్కా కుంచం తీసుకురా...'' అనేవారు. నానాజీ గార్రైతే ''పెద్దమ్మాయ్ కుంచం తీసుకురా...'' అనేవారు.

మాకు బియ్యం అమ్మడానికైతే ''చిన్నమ్మాయ్ మానిక తీసుకురా...'' అనేవారు. అప్పుడప్పుడూ నానాజీగారి తల్లి అమ్ములుగారు కూడా కిరాణా కొట్టు మీద కూర్చొనేవారు. ఆమెకు వయసులో ఉండగానే భర్త పోయారని చెప్తుంటారు.

ఆమె కోడల్ని బాగా ఏడిపించేదనీ, కొడుకు ఏమన్నా అంటే ఊరుకొనేది కాదనీ ఊరంతా చెప్పుకునేవారు. మేమేవైనా సరుకులు కొనుక్కోవడానికి వెళితే మాకు కూడా ఏదొక పని చెప్పేది. చెయ్యకపోతే మాకు కావల్సిన సరుకులు లేవనేది.

ఆ ప్రక్క నున్న కాపులతో కూడా ఎప్పుడూ గొడవలు పడేది. ఆమె ఆ ఇంట్లో మకుటం లేని మహారాణిలా వ్యవహరించేది.

ఆ ఇంట్లో మా చిన్నన్నయ్యని మా తల్లిదండ్రులు పాలేరుగా పెట్టారు.

యేడాదికి ఒక బస్తా ధాన్యం ఇస్తామన్నారు. రోజూ పాలేరుతనానికైనా ఇష్టంగా వెళ్ళేవాడు గానీ, స్కూల్ కి వెళ్తాననే వాడు కాదు.

ఆదివారం లేదా మాకు సెలవులు ఉన్నాయని తెలిసినప్పుడు మాత్రం తాను వెళ్ళననేవాడు. తనకి ఒళ్ళంతా నొప్పులనో, బద్ధకంగా ఉందనో మానేసేవాడు.

చిన్నన్నయ్య వెళ్ళకపోతే వాడికి బదులు మా ఇంట్లో ఎవరొకరు వెళ్ళాలి. లేకపోతే పెద్దమనుషుల్లో పెట్టి ఆ రోజుకి అయ్యే జీతానికి డబుల్ జీతం కట్టాలి. అలా కాకుండా ఉండాలంటే, ఇంట్లో ఎవరొకరు వెళ్ళి పని చెయ్యాలి.

మా పెద్దన్నయ్యని వెళ్ళమనేవారు కాదు. తమ్ముడు చిన్నవాడు కాబట్టి, వాణ్ణీ వద్దనేవారు. ఇక మిగిలింది నేనే.

అందువల్ల నేను ఆ పాలేరు పని చెయ్యడానికి వెళ్ళాలి.

ఆ పరిస్థితుల్లో ఒక ఆదివారం నాడు నేను పాలేరుతనానికి వెళ్ళాను.

నాకెలాగూ పశువుల దగ్గర పేడతీసి, పశువుల పాకను బాగు చేయడం అలవాటే కనుక, ఆ పనులేవీ నాకు కొత్తనిపించలేదు. ఆ ఆవు గాని, గేదె గానీ నన్నేమీ చెయ్యలేదు. దగ్గరకు వెళ్తే మొదట కొంచెం అనుమానించినా, తర్వాత నాకు అలవాటైపోయాయి.

ఆ పనులన్నీ అయిపోయిన తర్వాత సద్దన్నం తినడానికి కంచం తెచ్చుకోమన్నారు అమ్మలుగారు.

సత్తు కంచం, సత్తు గ్లాసు పాకలో పైన దూలానికీ తాటాకులకు మధ్యలో పాలేరులు ఎవరైనా అలాగే దాన్ని దాచిపెట్టుకుంటారు.

వాటిలో కామందులు పెట్టిన భోజనం ఆ పాలేరు తిని, దానిలో పోసిన నీళ్ళు తాగి, మళ్ళీ కడిగేసుకొని జాగ్రత్తగా మళ్ళీ పాకలోనే దాచుకోవాలి.

నన్నూ ఆ కంచం, గ్లాసు తెచ్చుకోమన్నారు.

నాకు వద్దన్నాను.

సద్ధన్నం తినడం అలవాటు లేదన్నాను.

అయితే ''నీ ఇష్టం''అంటూ, పశువుల్ని తోలుకెళ్ళి మేపమన్నారు.

''అలాగే'' అని తలూపాను.

కానీ, తలలో వెయ్యి ఆలోచనలు సంఘర్షణ పడుతున్నట్లనిపించింది. అమ్మ అయితే... నేను తిననంటే ఎలా బ్రతిమలాడేదో గుర్తొచ్చింది.

పొద్దున్నే సద్దన్నమో, వాయికుడుమో పెట్టేది.

ఇక్కడ తిననంటే మళ్ళీ అడిగేవాళ్ళే లేరు.

అలా ఆలోచించుకుంటూ ఆకలితోనే పశువుల్ని మేపడానికి తోలుకెళ్ళాను.

మధ్యాహ్నం దాకా వాటిని మేపి, కాల్వలో కడిగి, వాటితోపాటూ నేనూ కాసేపు ఈతకొట్టి ఇంటికి తోలుకొచ్చాను.

ఆకలి నకనకలాడిపోతుంది.

భోజనం తినడానికి పిలుస్తారేమోనని కంచం, గ్లాసు కడుక్కోవడానికి వెళ్తుంటే "*ముందు ఆ తోటలో కొబ్బరి ఆకులన్నీ పోగెయ్*" అన్నారు.

ఆకలి దంచేస్తుంది.

గబగబా ఆకులన్నీ తెచ్చి ఓ చోటేశాను. మధ్యాహ్నం వెళ్ళి పచ్చగడ్డి కోసుకొని రావాలంటూ, గిన్నె తెచ్చుకోమన్నారు.

తెచ్చుకున్నాను.

దాన్ని కడగడానికి నీళ్ళు పొయ్యమంటే, ఆ పశువుల దగ్గరున్న బకెట్ లో ఉన్నాయి కదా తీసుకొని కడుక్కోమన్నారు.

మామూలుగా అయితే వాళ్ళింటిలోకి నీళ్ళు కావాలంటే వాళ్ళ నుయ్యిలో మేమే చేదతో తోడి ఇంట్లో పెడతాం. కానీ, మా కంచం కడుక్కోవడానికి గానీ, తాగడానికి గానీ నీళ్లు కావాలంటే అదేమిటో వాళ్ళే తోడి పోసేవారు.

అలాగే నా కంచం కడుక్కోవడానికి కూడా కొన్ని మంచినీళ్ళు వేస్తారనుకున్నాను. కానీ అలా జరగలేదు.

జరిగితే ఆశ్చర్యపోవాలి.

అందుకనే నేనేమీ ఆశ్చర్యపోలేదు.

పశువులు, పక్షులతో కలిసిమెలిసి జీవించే మాకు అవి తాగగా మిగిలిన నీళ్ళలో కడుక్కోమంటే, ఒక్క క్షణం ఏదోలా అనిపించినా, పెద్దగా బాధనిపించలేదు.

బోధుల్లో ప్రవహించే నీళ్ళని ఆ పశువులు ఒక వైపు, మేము మరొకవైపు తాగిన రోజులెన్నిలేవనుకుంటూ కంచాన్ని కడిగేసుకున్నాను.

వాళ్ళ ఇంటి చూరు దగ్గర కూర్చోమన్నారు. ఈలోగా ఒక గిన్నెలో అన్నం, మరొక చిన్న గిన్నెలో కూర పట్టుకొచ్చారు. కంచంలోకి వాటిని పైనుండే వేశారు. దానిలోనే ఏదో కూర కూడా పైనుంచే వేశారు.

కింద పడిపోకుండా జాగ్రత్తగా వాటిని నా కంచంలో పడేటట్లు పట్టుకున్నాను.గబగబా కలిపేసుకొని ఒక ముద్ద నోటిలో పెట్టుకోవడం, వెంటనే కక్కేసుకోవడం ఒకేసారి జరిగిపోయాయి.

అది నిన్న రాత్రో, అంతకు ముందో మిగిలినదని దాని వాసనే చెప్పేస్తుంది.

దాన్ని తీసుకెళ్ళి పారేద్దామనుకున్నాను.

కడుపు ఆకలితో మెలితిప్పేస్తుట్లనిపిస్తుంది.

ఒళ్ళంతా కరిగించుకొంటూ ఇలా మేమంతా కన్నీళ్ళెంతకాలం కార్చుకుంటూ కూర్చోవాలి.

కోపం, ఆకలి కలగలిసిన ఆలోచనలు...

''*మామ్మగారూ... దీన్నే మీ మనవలకీ పెట్టారా?*'' అని అడిగాను నాలోని ఆకలీ్ని, కోపాన్నీ అలాగే అణుచుకొంటూ.

అంతే అమ్ములు గార్కి ఎక్కడలేని కోపం వచ్చేసింది.

''*మా వాళ్ళకంత కర్మేమొచ్చిందిరా. మీరంతా ఏ జన్మలోనో పాపం చేసుకున్నారు. కాబట్టే మాలాంటోళ్ళకి సేవచేయాలని దేవుడే ఆదేశించాడు. మా దగ్గర పని చేస్తున్నారు కనుకనే ఈ పాచిమెతుకులైనా దొరుకుతున్నాయి. లేకపోతే అవీ మీకు దిక్కేలేదు. బళ్ళోకెళ్తున్నావు కదా... అందుకే నీకీ గీర... ఆ గీర తీర్చడానికేరా నీకీ అన్నం పెట్టాను...*''

ఇంకా ఏదేదో అంటూ మీది మీదికొచ్చేస్తుంది.

కొట్టడానికే నా దగ్గరకు వస్తుందని అర్థమైపోయింది.

ఆమె ఏమంటుందో నాకు ఇంకేమీ వినిపించడం లేదు. ఆ చుట్టూ ఎవరున్నారో కూడా పట్టించుకోలేదు.

నా గిన్నె తీసుకున్నాను.

ఏమైతే అయ్యిందనుకున్నాను.

నా కంచంలోని అన్నంతో సహా ఆమె ముఖానికి తగిలేటట్టు గట్టిగా విసిరేశాను.

గబగబా పాకలోకి వచ్చి ఆవునీ, గేదెనీ ఇప్పేశాను.

అవి ఒక్కసారిగా బయటకు పరిగెట్టడం మొదలు పెట్టాయి.

వాటి వెనుకే నేనూ పరుగు పెట్టుకుంటూ, కొంత దూరం వెళ్ళాక, వాటిని వదిలేసి, నేను మా ఇంటికొచ్చేశాను.

తుఫాన్

పాలేరు తనానికి వెళ్ళినప్పుడు, ఆ కామందులు పాచిపోయిన అన్నం పెడితే తినడమో, తినలేక దాన్ని పారబోయడమో చేసినంత సులువు కాదు దాన్నెదుర్కోవడం. ఆ విషయం నాకు తెలుసు.

కానీ, అలాంటి అన్నం పెట్టిన దానికంటే, ఆ సందర్భంలో వాళ్ళన్న మాటలు నా మనసుని బాధ పెట్టాయి. ఆ మాటలు మనిషిని నిలబెట్టి నరికేసినట్లనిపించాయి.

అమ్ములు గారి ఇంటి నుండి సరాసరి ఇంటికొచ్చేశాను. వస్తూ ఉంటే దారిలో నాకు మనుషులు కంటే గతంలో అలా ఎదిరించిన వాళ్ళని ఏమేమి చేసేవారో కళ్ళ ముందు మెదులుతున్నట్లనిపించింది.

మా ఊరిలో సాధారణంగా రాజులు, కాపులు పెద్దమనుషులుగా ఉండి తీర్పులిస్తుంటారు. మెండా సత్తియ్యకాపుగారని ఒకాయన ఉండేవారు. వాళ్ళకి గుర్రం బండి ఉండేది. అర్జెంటైతే మా ఊరి వాళ్ళందరికీ అదే దిక్కయ్యేది. ఎవరికైనా దాన్ని బాడుగకు కట్టేవారు.

మా ఊరి మధ్యలో వాళ్ళకు ఒక హోటలు, ఒక కిళ్ళీ బడ్డీ ఉండేది. అవన్నీ మనుషుల్ని రకరకాలుగా అంచనా వేయడానికి ఉపయోగపడేవి. అవి ఒక విధంగా అప్రకటిత రచ్చబండలుగా కూడా మారేవి.ఎవరిని ఏమి చేయాలో అక్కడ కూర్చున్న వాళ్ళు ముందుగానే నిర్ణయించుకోవడానికి కొంతమంది వాటిని రహస్య కేంద్రాలుగా కూడా ఉపయోగించుకునేవారు.

దసరా నవరాత్రులు చేసినా, వినాయక చవితి పండుగ చేసినా, శ్రీవేంకటేశ్వర స్వామి కల్యాణాలు చేసినా మెండావారే ముందుండి నడిపించే వారు.అందర్నీ కలుపుకొని పోతూనే తమ నాయకత్వాన్ని నిలుపుకొనేవారు. వాళ్ళు ఏదంటే అదే జరిగేది.

చింతలమెరక వైపు అయితే రాజులు చెప్పినట్లు వినాల్సిందే.ఇటు కాపులు గానీ, అటు రాజులు గానీ మా నాన్నను ఎంతగానో గౌరవించేవారు. వాళ్ళంతా మా నాన్నను ఇంట్లో మనిషిలాగే మాట్లాడతారు.

వాళ్ళు అనే కాదు, ఊరిలో వాళ్ళందరికీ తలలో నాలుకలా ఉంటాడని మానాన్న గురించి అనేకమంది అనేక సందర్భాల్లో వాళ్ళు చెప్పే మాటలు నాకు తెలుసు.

కొబ్బరికాయలు తియ్యాలన్నా, తాటాకు కొట్టాలన్నా...ఇంకా రకరకాల పనుల్లో సహకరించడం వల్ల నాన్నంటే ఊరందరికీ గౌరవం. అందుకేనేమో నాన్నని

'అబ్బాయి' అని పిలిచేవారు.

అసలు పేరు 'లంకయ్య'

ఆ పేరు చెప్తే ఊర్లో ఎవరికీ తెలియకపోవచ్చేమో గానీ అబ్బాయి అంటే తెలియని వాళ్ళుండరు.అంతేకాదు, నాన్నగానీ, మా ఇంట్లో వాళ్ళు గానీ ఎవరితోనూ గొడవలు పెట్టుకోకపోవడం వల్ల కూడా మమ్మల్ని అందర్నీ గౌరవించేవారు. ప్రేమగా ఉండేవారు. దీనికి తోడు క్రమేపీ అంతమంది పిల్లలున్నా చదివిస్తున్నాడనీ మరీ గౌరవంగా చూసేవారు.

ఈ మంచితనమే నిజానికి మాకు దక్కిన గొప్ప ఆస్తిపాస్తులని మేము చెప్పుకోవడానికి మాకెంతో గర్వంగా కూడా ఉంటుంది. అయినా, ఎక్కడో మనసులో ఒక భయం. రేపు మమ్మల్ని ఏమంటారో?

లేకపోతే...

ఈ రాత్రికే వాళ్ళెవరినో తగువుకి పిలిచి, ఏదోఒక వంకపెట్టి కొట్టి...మరెవ్వరూ తిరగబడకుండా చేస్తారేమో...

ఇలా అనుకొంటూ నాకు తెలియకుండానే నేనెంత వేగంగా నడిచానో గానీ మా ఇంటికొచ్చేశాను.

ఆ సమయంలో మాఇంట్లో ఎవరూ లేరు. ఆ రోజు పాలేరుతనానికి వెళ్ళనన్న చిన్నన్నయ్య పొలం పనికి వెళ్ళిపోయాడు. పెద్దన్నయ్య, తమ్ముడు, చెల్లి కూడా కనిపించలేదు. అమ్మా, నాన్న పనికి వెళ్లి సాయంత్రానికో, రాత్రికో వస్తారు. వచ్చిన తర్వాత నేను చేసిన పనిని ఎలా చెప్పాలి? చెప్తే వాళ్ళు నమ్ముతారా? పని ఎగ్గొట్టడానికి కావాలనే అలా చేశానని అంటారేమో.

పాచి అన్నం పెట్టిన దానికంటే, వాళ్ళింట్లో ఏదో దొంగతనం చేసి వెళ్లిపోయాడని వాళ్ళు మా ఇంట్లో చెప్తారేమో...ఆ పాలేరు యుక్తవయసులో ఉంటే, వాళ్ళింటిలో అమ్మాయిల్నో, ఆడవాళ్లనో ఏదో అన్నారనో, ఏదో చేశారనో కూడా చెప్తుంటారు. నిజానిజాల మాట దేవుడెరుగు. వాళ్ళేది చెప్తే దాన్నే నమ్మేస్తారు. పదిమందిలో నిలబెట్టి అవమానిస్తారు. ఇంకా మరికొంతమంది ముందుకొచ్చి చెయ్యి చేసుకుంటారు కూడా.

నాకు ఆకలి వేస్తున్నా, దాని కంటే నా ఆలోచనలన్నీ రకరకాలుగా సాగిపోతున్నాయి.

ఒకవైపు భయం...

మరొకవైపు ఏమైతే అదవుతుంది. చూసుకుందాములే అనే ఒక మొండి ధీమా... గదిలో పెట్టి కొడుతుంటే పిల్లి కూడా తిరగబడకపోతే ఏంజేస్తుందన్నట్లు, నేనూ ఏదోకటి చేద్దాంలే అని నాలో నేనే అనుకుంటే...నన్ను నేనే సమర్థించుకోవడం. ఇవన్నీ అనుకుంటూనే, ఇంట్లో పనులన్నీ చేసేశాను.

రాత్రికి అమ్మ అలసిపోయి వస్తుంది. చలిపెడితే కుంపటిలో వేయడానికి ఏదైనా కావాలి. గేదెలదో, ఆవులదో కొంత పేడ తెచ్చి, దాన్ని ఎండలో చిన్నచిన్నగా చేస్తే, అది ఎండిపోయి కుంపటిలోకి సరిపోతుంది. ఆ కుంపటిని నులక మంచం కింద వెలిగించుకొని పెడితే రాత్రి చాలాసేపు వరకు అది నెమ్మదిగా కాలుతూ ఉంటే, అమ్మ హాయిగా నిద్రపోతుందనుకొంటూ ఆ పనిచేశాను.

ఇంట్లో వంటపాత్రలు తోమేసి, పొయ్యిమీద అన్నం పెట్టేశాను. ఇవన్నీ ఎలా చేయాలో అమ్మ వంట వండుతుంటే, ఆ పొయ్యి చుట్టూ కూర్చున్నప్పుడు చూసేవాణ్ణి. అలా చూసి చూసి నేను కూడా అన్నం, కూర వండడం నేర్చుకున్నాను. నేను ఎలా చేసినా మా అమ్మ 'బలేచేశావు' అంటూ మెచ్చుకునేది.

అమ్మ పొలం పని నుండి వచ్చినా, మళ్ళీ ఇంటి దగ్గర పనుండేది. మా బట్టలు ఉతకడం, ఇంట్లోకి కావలసిన సరుకులు తేవడం, మర్నాడు చేయవలసిన వంటలకు కావలసిన కూరగాయల్ని తరగడం, తిన్న తర్వాత వంటపాత్రల్ని కడగడం, మా పేటలో మావాళ్ళు చేసుకునే అనేక పనుల్లో పాల్గొనడం .. ఇలా అనేక పనుల్లో నిమగ్నమయ్యేది.

ఇవన్నీ నా కళ్ళతో చూసేవాణ్ణి. కాబట్టి అమ్మకు సాయం చేయాలనిపించేది.

అమ్మ వచ్చేసరికి రాత్రి అయిపోతుంది. కనుక వాకిలి, ఇల్లూ తుడవడం, ఇంట్లోకి నీళ్ళు మొయ్యడం, అమ్మ ఉతికి ఎండేసి వెళ్ళిన బట్టల్ని తీసుకొచ్చి మడతపెట్టి, ఇంట్లో పెట్టడం...ఇలా చాలా వాటిలో సహాయం చేసేవాణ్ణి.

ఒక్కోసారి వాకిలికి కళ్ళాపి చల్లి, ముగ్గులు కూడా పెడుతుంటే మా పక్కింటిలో ఆడపిల్లలు ''నువ్వు మాకంటే బాగా చేస్తున్నావు. ఇంతకు ముందుజన్మలో ఆడపిల్లవై ఉంటావేమో'' అంటూ ఆట పట్టించేవారు.

ఇన్ని పనుల్లో నిమగ్నమైపోయినా, నేను అమ్ములుగారిపై తిరగబడిన దృశ్యమే నన్ను ఆందోళనకు గురిచేస్తుంది. ఆ దృశ్యమే కళ్ళముందు కనిపిస్తుంది. ఆ మాటలే నన్ను శూలాలతో గుచ్చుతున్నట్లనిపిస్తున్నాయి.

ఇంతలో తమ్ముడు, చెల్లి, పెద్దన్నయ్య వాళ్ళు ఇంటికి వచ్చారు.

''అప్పుడే వచ్చేశావేంటి? పాలేరుతనానికి వెళ్ళావు కదా.. అప్పుడే ఎలా వచ్చేశావ్'' అన్నట్లు ఆశ్చర్యంగా నా వైపు చూశారొక్కొక్కరు.

దాన్ని పెద్దగా పట్టించుకోనట్లే, నా పనుల్ని నేను చేసుకుంటూనే వాళ్ళతో రోజూ ఎలా ఉండేవాణ్ణో అలాగే ఉన్నాను. నిజానికి ఉండడానికి ప్రయత్నించాను. కానీ, వాళ్ళకి అనుమానం తీరలేదనుకుంటాను.

''ఏంటి ఇంత తొందరగా వచ్చేశావు?'' అని అడిగాడు పెద్దన్నయ్య.

అక్కడ జరిగిందంతా చెప్పాను. పూసగుచ్చినట్లు చెప్పాను. *''వాళ్ళంత మాటన్నారా, నాన్న వచ్చిన తర్వాత వెళ్ళి అడుగుదాం లే... మరేం పర్వాలేదు. నేను కూడా*

అమ్మానాన్నలతో మాట్లాడతానులే. నువ్వేమీ భయపడకు'' అనడంతో గొప్ప ధైర్యాన్నేదో నాలో నింపినట్లయ్యింది.

''మరి, నువ్వొచ్చేయక ఆ నిట్రాళ్ళకున్న పశువుల తాళ్ళెందుకు విప్పావు'' అన్నాడు నవ్వుతూ.

''కేవలం నేను అమ్ములు గారిని నా కంచంతో కొట్టి పారిపోయి వస్తే నేనేదో పట్టుకొనిపోయాడని అంటుంది. వెంటనే ఆమె దృష్టి అంతా నామీదే ఉండి నన్ను కొట్టవచ్చు. అదే వాళ్ళ పశువుల్ని కూడా వదిలేస్తే ఆమె దృష్టి ఆ పశువులమీదకి వెళ్ళి, నన్ను కొట్టాలనే ఆలోచనకు వెంటనే రాకపోచ్చు. ఎవరైనా పారిపోతున్న నన్ను చూసినా, నేను అలా వెళ్ళిపోతున్న ఆ దూడల్ని పట్టుకోవడానికి వెళ్తున్నాడనుకోవచ్చు. అలా చేయకపోతే ఆమే పెద్ద పెద్ద కేకలేసి ఏదైనా అనొచ్చు. ఆ కేకలకు ఆ చుట్టుప్రక్కలున్న వాళ్ళకు పారిపోతున్న నేను మాత్రమే కనిపించవచ్చు. అప్పుడు ఆమె ఏమిచెప్పినా వాళ్లంతా నమ్మెయ్యవచ్చు. అలా చెయ్యడం వల్ల పారిపోతున్న పశువుల్ని కట్టెయ్యడానికే వెళ్తున్నాడుని అనుకోవచ్చు.

''ఒకవేళ అమ్ములుగారు గట్టిగా కేకలు వేసినా, చూసేవాళ్ళకు పశువుల కూడా వెళ్తున్నాడనో, ఒట్టిచేతులతోనే వెళ్తున్నాడనో అనుకోవడానికి అవకాశం ఉంది కదా...'' చెప్పుకుపోతున్నాను.

ఇదంతా వింటున్న మా తమ్ముడు, చెల్లి ముసిముసి నవ్వులు నవ్వుతున్నారు.

మా పెద్దన్నయ్య కూడా *'సర్లే...వాళ్ళనుకుంటే ఏమైనా చెప్పొచ్చు. పోనీలే... ఇంటికొచ్చిన తర్వాతైనా నువ్వేమైనా తిన్నావా? లేదా?''* అని అడిగాడు.

ఒక్కసారిగా తినలేదని చెప్పి ఏడ్వాలనిపించింది. కానీ, ఏడ్వలేదు. ''తినాలనిపించలేదు. తినలేదు. అంతే'' అన్నాను. నిజానికి ఇంట్లో అన్నం లేదు. తినడానికేమీ లేదు. ఆ విషయం చెప్తే వాళ్ళింకా బాధపడతారు.

రాత్రి అయ్యేసరికి అమ్మ, నాన్న, చిన్నన్నయ్య వచ్చారు. ఒకరు గడ్డిమోపు నెత్తిమీద పెట్టుకొని తెచ్చారు.ఇంకొకళ్ళు ఆ రోజు కూలి ధాన్యం మోసుకొంటూ వచ్చారు.గబగబా అమ్మ దగ్గరకు వెళ్ళి చెయ్యిపట్టుకొని, ముఖాన్ని పరిశీలిస్తూ ఆ రోజు పాలేరుతనానికి వెళ్తే జరిగిందంతా చెప్పేశాను.

ఇంకా వాళ్ళు కాళ్ళు కడుక్కొని ఇంట్లోకి కూడా రాలేదు.

నాన్న కొంచెం దూరంలో నిలబడి ఆలకిస్తున్నాడు.

ఇంకొంచెం నాకు దగ్గరలో చిన్నన్నయ్య నిలబడి కాళ్ళు కడుక్కుంటూ ''అయితే పెద్ద చరిత్రే సృష్టించావన్నమాట'' అంటూ నావైపు చూశాడు.

నేనేమీ మాట్లాడలేదు.

అమ్మ అన్నీ విన్నది. ''ముందు ఏదైనా తిన్నావా? లేదా? అని అడిగి, తిన్న తర్వాత అన్నీ తీరిగ్గా చెప్పుకుందాం పదా'' అంటూ చెయ్యి పట్టుకొని ఇంట్లోకి తీసుకొచ్చేసింది.

పొయ్యి దగ్గరకు వెళ్ళి కుండలో వండిన అన్నాన్ని కంచంలో పెట్టి, వండిన వంకాయ కూరని కొంచెం వేసి, ముందు తినమని చెప్పింది.

''తింటానులే... జరిగిందేమిటంటే...'' అంటూ ఇంకా చెప్పబోయాను.

''తింటూ చెప్తువుగానిలే...తిను'' అంటూ అన్నం కలిపి నోట్లో ఓ ముద్దపెట్టింది. అమ్మ ముఖాన్నే చూస్తూ ఆ ముద్ద తినేశాను.మళ్ళీ మరోముద్ద పెట్టింది... అలా నేను చెప్తూనే ఉన్నాను. నాకు అమ్మ నోట్లో ముద్దలు పెడుతూనే ఉంది.

''నాకు కడుపు నిండిపోయింది. ఇక నాకు వద్దు'' అంటూ చెయ్యి, నోరు కడుక్కోవడానికి వెళ్ళిపోయాను.

అమ్మా, నాన్న ఏదో మాట్లాడుకున్నారు.

నన్ను తిడతారో, కొడతారో అని భయం భయంగానే ఇంకా ఏదో సంజాయిషీ ఇచ్చుకుంటున్నట్లు చెప్పబోయాను.

''సరేలే...ఇంకెప్పుడూ పాలేరుతనానికి వెళ్ళొద్దులే... వాళ్ళొచ్చి ఏదైనా అడిగితే నేను చూసుకుంటానులే. నువ్వు పడుకో ముందు'' అన్నాడు నాన్న. నాకెక్కడ లేని ఆనందం. నాకెక్కడ లేని ధైర్యం. నిద్రపట్టేసింది. ఆ నిద్రలో నాకు ఓ కల వచ్చింది.

ఒక పెద్ద తుఫాన్...
వేగంగా వీస్తున్న గాలులు...
పెద్ద పెద్ద చెట్లు కూలిపోతున్నాయి...
మేమంతా వాటి నుంచి తప్పించుకోవాలని పరుగు పెడుతున్నాం.
అంతలోనే పెద్ద వరద...
ముంచుకొచ్చేస్తున్న నీరు...
చేలన్నీ మునిగిపోయాయి...
మా రోడ్లన్నీ మునిగి పోయాయి...
దారులన్నీ తెగిపోయాయి...
ఎటు చూసినా చీకటి...
నీళ్ళు మా ఇంటి ముంగిటకొచ్చేశాయి.
ఇంకా ఇంటిలోకి వచ్చేస్తున్నాయి...
గాలికి ఇంటి మీద తాటాకులన్నీ ఎగిరిపోతున్నాయి...
మా దారులన్నీ మూసుకుపోయాయి...
ఇల్లెప్పుడు కూలిపోతుందో తెలియని పరిస్థితి...
నిద్రలో పరుగు పెట్టలేక పోతున్నాను.

అక్కడక్కడే పరుగుపెడుతున్నట్లు...నన్నెవరో గట్టిగా పట్టేసుకుంటున్నట్లు ...ఊపిరాడ్డం లేదు. నా మాటెవరికీ వినిపించడం లేదు.గట్టిగా అరుస్తున్నాను.ఎవరూ రావట్లేదు. నా మాట వాళ్ళకి వినిపించడంలేదేమో.అటూ, ఇటూ గింజుకుంటున్నాను. నా మాట అందరికీ వినిపించాలని అరిచే ప్రయత్నం చేస్తున్నాను. మెలకువ వచ్చేసింది. భయంగా చుట్టూ చూస్తున్నాను. ఎవరినో వెతుకుతున్నాయి నా కళ్ళు. ఏమయ్యిందంటూ గబగబా నా దగ్గరకొస్తూ నన్ను అమ్మ అడిగింది.

''అదీ...అదీ... నీళ్ళు...ఇళ్ళన్నీ నీళ్ళు...ఏవా నీళ్ళన్నీ? ...'' అప్రయత్నంగానే ఆ మాటలు వచ్చేశాయి నా గొంతులో నుండి. దిక్కులు చూస్తూ...ఇంటి పైకి చూశాను. ఏమయ్యిదంటూ నన్ను పట్టుకొని మళ్ళీ అడిగింది. నేను సమాధానం చెప్పే లోగానే ...' ఏదో పాడుకలై ఉంటుంది...పడుకో...' అంది.

నాన్నేడని అడిగాను. బయటకు వెళ్ళాడని చెప్పింది. మళ్ళీ భయం భయంగానే కళ్ళు మూసే ప్రయత్నం చేశాను...ఎలాగోలా చాలా సేపటికి నిద్ర పట్టేసింది. పొద్దున్నే లేచాను. తుఫాన్ వెలిసి పోయినంత సంతోషం.వరద తగ్గిపోయినంత సంబరం. ఆ రాత్రి ఏమి జరిగిందో నాకు తెలియదు. కానీ, మళ్ళీ నన్నుగానీ, మా చిన్నన్నయ్యను గానీ పాలేరుతనానికి రమ్మని పిలవలేదు. మా ఇంట్లో కూడా మమ్మల్ని ఎవరూ పాలేరుతనానికి వెళ్ళమనీ చెప్పలేదు.

ఆ సాయంత్రం గానీ...ఆ రాత్రిగానీ...ఆ మర్నాడు గానీ...,ఆపై మర్నాడు గానీ... వాళ్ళెవరూ మా ఇంటికొచ్చి జరిగిందేమిటో చెప్పలేదు.ఆ గొడవకు సంబంధించి మమ్మల్ని ఎవరూ పిలవలేదు. మమ్మల్ని ఎవరూ ఏమీ అనలేదు. ఊరంతా కొత్త పండుగ చేసుకుంటున్నట్లనిపించింది. నావరకు..సూర్యుడు క్రొత్తగా ఉదయిస్తున్నట్లనిపించింది. ఎటు చూసినా ప్రశాంతమైన సంగీతమేదోవినిపిస్తున్నట్లనిపించింది.

హాస్టలూ – అంబేద్కర్ జయంతీ!

నేను సైకిల్ మీద నుండి పడిన తర్వాత నన్ను స్కూల్ కి ఎలా పంపాలని అమ్మా, నాన్న ఎంతో ఆలోచనలో పడ్డారు. బస్సు మీద పంపాలంటే అంత ఆర్థిక స్తోమతా లేదు. అలాగని బడికెళ్ళడం ఆపేయ్యలేం. దీని కోసం ఇంట్లో వాళ్ళంతా తర్జనభర్జనలయ్యారు.

నేను చదువుకునే స్కూలు కాట్రేనికోనలో ఉంది.అక్కడే మా అమ్మమ్మ గారి ఇల్లు కూడా వెంకాయమ్మ చెరువు గట్టున ఉంది. అది మా స్కూలుకి ఒక కిలోమీటరు దూరంలోనే ఉంటుంది.కొన్నాళ్ల పాటు ఆ ఇంట్లో ఉండి స్కూల్ కి పంపాలనుకున్నారు. ఆ తర్వాత ఎలా వెళ్లాలనేది ఆలోచిద్దామని ఒక నిర్ణయానికి వచ్చారు. సరేనని నేనూ ఒప్పుకున్నాను.

చదువంటే నాకు మహా ప్రాణం.
కనపడ్డ ప్రతి కాగితాన్నీ చదివేవాణ్ణి.
చేతిలో సుద్దముక్కో, కనికముక్కో ఉంటే
ప్రతి గోడ మీద ఏదొకటి రాస్తుండేవాణ్ణి.
బొమ్మలు వేస్తుండే వాణ్ణి.
ఇసుకలో కూడా సరదాగా రాయడం,
నీళ్ళ కెరటాలు వచ్చి చెరిపేయడం
దాన్నొక సరదాగా భావిస్తుండేవాణ్ణి.
నా రాతలు నీటిమీదరాతలో...
నీటితోనో, కన్నీటితోనో కొట్టుకుపోకూడదనుకొనేవాణ్ణి.
కన్నీళ్ళు తుడిచే రాతలు కావాలనుకునేవాణ్ణి!

నిజానికి అమ్మమ్మగారింటిలో ఉండి చదువుకుంటే, దూరం వెళ్లి రావలసిన పనిలేదు. పొద్దున్నే పశువుల దగ్గర పని చేయాల్సిన పనీ ఉండదు. అందువల్ల చదువుకోడానికి నాకు చాలా సమయం దొరుకుతుంది. స్కూల్లో రకరకాల పోటీలు పెడుతుండేవారు. వాటన్నింటిలోనూ పాల్గోవచ్చు. సాయంత్రం వరకూ రకరకాలైన ఆటలు కూడా ఆడుకోవచ్చు...రకరకాల ఊహలు చుట్టుముట్టాయి.

నన్ను వాళ్ళు
చదువుకోనివ్వకుండా అడ్డుకోవాలనుకున్నారు.
నన్ను మా ఊరి హైస్కూల్ లో
చదువుకోనివ్వ కూడదనుకున్నారు.
అక్కడ చదువుకోనివ్వకపోతే
దూరం వెళ్ళి చదువుకోలేదనుకున్నారు...
నాలో నాకే నవ్వొచ్చింది.

నేను చదువుకునే స్కూలే చాలా పెద్దది. శ్రీవరహాభొట్ల నారాయణమూర్తిగారని ఒక బ్రాహ్మణ పండితుడు ఆ స్థలాన్ని దానం చేశారు. ఆ స్కూలు మీద ''శ్రీవరహాభొట్ల నారాయణమూర్తి మెమోరియల్ జిల్లా పరిషత్ ఉన్నతపాఠశాల, కాట్రేనికోన'' అని ఆయన పేరే రాసి ఉంటుంది.

మా స్కూల్ చాలా పెద్దది మాత్రమే కాదు, దానికి పెద్ద గ్రౌండ్ కూడా ఉండేది. ఆ చుట్టు పక్కల ఎటుచూసినా జామతోటలు, మామిడి తోటలు ఉండేవి. ఆ స్కూల్ అడ్రస్ చెప్పమంటే రామస్వామితోట అనే చెప్తారు. ఆ తోటలోనే ఎదురుగా ఒక పెద్ద కాలనీ ఏర్పడింది. అవన్నీ గవర్నమెంటు కట్టించి ఇచ్చిన ఇళ్ళతో ఏర్పడ్డ కాలనీ...దానికి ఎదురుగానే మా హైస్కూల్.ఇంగ్లీష్ అక్షరం 'యు' ఆకారంలో నిర్మించిన బిల్డింగ్. దాన్ని చూస్తే ఎంతో నాకెంతో ఆనందం వేసేది. ఇంత పెద్ద స్కూల్లో చదువుతున్నానని గర్వంగా అనిపించేది. నా చదువుని మధ్యలోనే ఆపేస్తున్నామని మా ఊరిలో వాళ్ళు కొంతమంది సంతోషపడ్డారు. కానీ,

వాళ్ళు...
నన్ను నీటిలోకి తోసేశామనుకున్నారు
నాకు ముత్యాలు దొరుకుతాయని వాళ్ళకు తెలీదు.
నన్ను పాతాళంలోకి త్రొక్కేద్దామనుకున్నారు...
నేనొక మహావృక్షాన్నై మొలుచుకొస్తానని వాళ్ళకు తెలీదు
నన్ను ఆకాశంలోకి విసిరేద్దామనుకున్నారు
ఆ శూన్యం నుండే
నేనందరి దాహాన్నీ తీర్చే
నీటి చుక్కనై కురుస్తాననీ
వాళ్ళకు తెలీదు.

ఆ స్కూల్ కట్టించిన నారాయణ మూర్తి గారి మనవడో, ముని మనవడో అని నాకు చెప్పిన గుర్తు. అతని పేరు కూడా నారాయణమూర్తి అనే పెట్టారట. అతను కూడా ఆ స్కూల్లోనే చదువుకునేవాడు. అతనూ, నేనూ ఒకే క్లాస్, ఒకే సెక్షన్. నాతో పాటు స్నేహితులుగా ఉండే వాళ్లలో అతను కూడా ఒకడు. బాగా చదివేవాడు. నా క్లోజ్ ఫ్రెండ్స్ లో రాజుల అబ్బాయి వర్మ అని ఒకతను, వైశ్య కులానికి చెందిన ఒక అతను, తర్వాత మా కులానికే చెందిన ఉండ్రు శాంతరాజ్ అని ఇంకొకతనుతో పాటు, ఆ ఊరికే చెందిన కప్పల త్రిమూర్తులు, విశ్వనాథం, అయినాపురం నుండి బాబీస్టెవార్డ్, భాస్కరరావు కూడా మా క్లోజ్ ఫ్రెండ్స్ లిస్టులోని వాళ్ళే.

రాజకీయ కుటుంబానికి చెందిన శ్రీమోకా శ్రీ విష్ణు వర ప్రసాదరావు గారి తమ్ముని కొడుకు అప్పాజి కూడా మా తోటే చదువుకునేవాడు. అప్పటికే శ్రీమోకా శ్రీవిష్ణు వరప్రసాదరావు గార్కి రాజకీయంగా మంచి పేరుంది. అప్పుడు ఆయన ముమ్మిడివరం శాసనసభ నియోజకవర్గం శాసన సభ్యుడు గానో, మంత్రిగానో ఉన్నారు. వాళ్ళమ్మాయి భాగ్యశ్రీ మా క్లాస్మేట్ గా తర్వాత చేరిందని గుర్తు.

అప్పాజి, భాగ్యశ్రీ, నేనూ ఆ స్కూల్ క్యాంపస్ లో ఉండే వేపచెట్టు దగ్గరే కూర్చొని ఎన్నో ముచ్చట్లు చెప్పుకునే వాళ్ళం. ఆ ఎదురుగానే పెద్ద ఆట స్థలం... దాన్లోనే చాలామంది ఆటలాడుతూ ఉంటే మేము మాత్రం వాళ్ళ మీద జోకులు వేసుకుంటూ కూర్చునేవాళ్ళం.

అప్పాజి వాళ్ళమ్మగారు టీచర్ గా పనిచేసేవారు. వాళ్ళ నాన్నగారు సర్పంచ్ గా ఉండేవారు. నేను అప్పుడప్పుడూ వాళ్ళింటికి వెళ్ళేవాడిని. అప్పాజి వాళ్ళు తోటలో పండే జామకాయల్లో ఒక ప్రత్యేకంగా చెప్పుకోదగ్గ ఫలాలు గులాబి జామలు... అవి వెరైటీగా ఉండేవి. అవి మెత్తగా ఉంటాయి. కొంచెం గట్టిగా పట్టుకొంటే రసం నీళ్ళలా వచ్చేస్తుంది.

వాటిని సరదాగా నొక్కుతుండేవాళ్ళం.వాటిని మెత్తగా ఉండటం వల్ల పిసికేవాళ్ళం కూడా...అందుకే మనుషులు కూడా మరీ మెత్తగా ఉండకూడదు, నలిపేస్తారేమో అనిపించేది వాటినలా నొక్కుతున్నప్పుడల్లా. వాటిని తింటుంటే కొంచెం దూదిలా అనిపిస్తుంది. ఆ ఫలంలో కొద్దిగా నీళ్ళు, కొంచెం ఆపిల్ పండు రుచీ ఉండడం వల్లేనేమో వాటిని ఇంగ్లీషులో వాటర్ ఏపిల్స్ అంటారు. అవి పింక్, లైట్ గ్రీన్ కలర్స్ లో ఉంటాయి.

చూడ్డానికి గులాజి జామలు జీడి మామిడి పండులా ఉంటాయి. కానీ, జీడి మామిడి కొంచెం వగరుగా ఉంటుంది. ఎక్కువగా తింటే దగ్గు వస్తుంది. దీనికి జీడికాయ వ్రేలాడుతూ ఉంటుంది. దాన్ని విడిగా తీసేసి తినాలి. గులాబీ జామకాయ మాత్రం గుత్తులు గుత్తులుగా విడిగానే కాస్తుంది. పెద్ద తియ్యగా ఏమీ ఉండదు. కానీ ఒక రకమైన మెత్తని గుజ్జుతో వెరైటీగా ఉంటుంది. వీటితో పాటు మామిడి కాయలు కోసుకుని తినేవాళ్ళం. తోతాపురి, బంగినపల్లి కాయలు దొరగా ఉన్నప్పుడు తింటే చాలా రుచిగా

ఉంటాయి. ఆ కాయలకు ఉప్పు, కారం పెట్టుకొని తింటూ ఎంజాయ్ చేసేవాళ్ళం. శీతాఫలాలు, దానిమ్మ వంటివెన్నో వాళ్ళ తోటలో ఉండేవి.

ఆ చుట్టు ప్రక్కల సీమ చింతకాయలు దొరికేవి...అవి ఒకరకమైన వగరు, తీపి కలయికతో భలేగా ఉండేవి. పనస, బొప్పాయి, అరటి, వాటిలో ఎన్నోరకాల పండ్లు చాలా సహజంగానే అక్కడ కూడా దొరికేవి.

వీటన్నింటి కంటే పెద్ద ఉసిరి కాయ తిన్నప్పుడు కంటే, తినేసి లోనికి గాలి పీల్చుకుంటే ఉండే ఫీలింగ్ వర్ణనాతీతం. పుల్లగా, తియ్యగా ఉండే చింతకాయలు, నేరేడు పండ్లు, వాగకాయలు...అవి దొరికే కాలంలో బాగా తినేవాళ్ళం. ఇంకా అక్కడ రకరకాలైన పండ్లు ఉండే తోటలే ఎటుచూసినా...ఇవన్నీ తినేటప్పుడు, తెచ్చుకొనేటప్పుడు మా ఫ్రెండ్స్ మారిపోయేవారు. ఒక్కొక్కళ్ళకీ ఒక్కో టేస్ట్ కదా.

ఈ పండ్లతో పాటు నేను మరిచిపోలేని జీవితం... హైస్కూల్ లో మధ్యాహ్న భోజనం. మధ్యాహ్నం భోజనానికి కేవలం క్లాస్మేట్సే కాదు, ఇతర క్లాసుల వాళ్ళు, ఆ పక్కపక్కనే ఉన్న ఊరి వాళ్ళు కూడా టిఫిన్ బాక్స్ తెచ్చుకునేవారు.

సాధారణంగా ఆ ఊరిలో వాళ్ళు కొంతమంది మాత్రం మధ్యాహ్నం భోజనానికి ఇంటికి వెళ్ళి వచ్చేవారు. మా ఇంటి నుండి స్కూల్ కి వచ్చేటప్పుడు అలా మధ్యాహ్నం టిఫిన్ బాక్స్ తెచ్చుకునే వాణ్ణి.

ఆ స్కూల్ కి దగ్గరగా చాలా తోటలు ఉండేవి. మధ్యాహ్నం మా భోజనాల్ని మేము సరదాగా ఆ మామిడి చెట్లు, జీడి మామిడి చెట్ల కొమ్మలపై కూర్చొని తినేవాళ్ళం అలా బాక్స్ తెచ్చుకున్నప్పుడు మేమంతా మా కూరలన్నీ కొద్ది కొద్దిగా పంచుకొని సరదాగా తినేవాళ్ళం. మా అమ్మమ్మ ఇంట్లో నుండి నేను వస్తే ఇవన్నీ మిస్సయిపోతున్నట్లనిపించేది. ఎందుకంటే, స్కూలుకి దగ్గర కాబట్టి, మధ్యాహ్నం ఇంటికెళ్ళి తినిరావాలి. ఇంక టిఫిన్ బాక్స్ తెచ్చుకోలేము కదా.

రెండు మూడు రోజులు మా అమ్మమ్మగారి ఇంటి దగ్గర నుంచి రావడం బాగానే అనిపించింది. ఆ తర్వాత నుంచి మా అమ్మ, నాన్నను, చెల్లినీ, తమ్ముడినీ, అన్నదమ్ముళ్ళీ... ఊళ్ళోవాళ్ళందర్నీ వదిలేసి ఒంటరిగా ఉంటున్నట్లనిపించేది.

మా అమ్మమ్మ గారి ఇంట్లోనే మా పిన్ని కూడా ఉంటుంది. కాపురానికి వాళ్ళ అత్తారింటికి వెళ్ళలేదు. అమ్మమ్మ, తాతయ్యకు తోడుగా ఉండిపోయారు. వాళ్ళకున్న ఆ కొద్ది పాటి పొలాన్ని, కొబ్బరి చెట్ల కాయల్నీ వాళ్ళే వాడుకొనే వారు.

మా తాతవాళ్ళకు మా అమ్మ రెండవ కూతురు. మొదటి కూతురు, చివరి కూతుళ్ళతో సహా పెళ్ళిళ్ళు చేసుకొని వాళ్ళ అత్తారిళ్ళకు వెళ్ళిపోయారు. మా అమ్మమ్మ

వాళ్ళకి మగ పిల్లలు లేకపోవడంతో మా అమ్మ తర్వాత పుట్టిన మా పిన్ని మాత్రం ఆ ఇంటిలోనే ఉండిపోయింది. మా పిన్నికి ఒక కొడుకు, ముగ్గురు ఆడపిల్లలు ఉండేవారు.

వాళ్ళలో మా తమ్ముడు దేవదానం, మా పెద్ద చెల్లి నందీశ్వరి ... మేమంతా ఫ్రెండ్స్ లా ఉండే వాళ్ళం. సింహాద్రి, బాలకృష్ణ, నారాయణమూర్తి, విఘ్నేశ్వరరావు మొదలైన వాళ్ళు కూడా వెంకాయమ్మ చెరువు నుండే వచ్చేవారు.

మేమంతా బాగానే కలిసి మెలిసి ఆడుకొనేవాళ్ళం.అయినా మా సొంత కుటుంబాన్ని విడిచి పెట్టి మా అమ్మమ్మగారి ఇంట్లో ఉండడం వల్ల నేనేదో కోల్పోయినట్లనిపించేది.

మనం కలిసి బ్రతికినప్పుడు తెలియదు...
కష్టసుఖాల్ని రెండు కళ్ళూ...
సమానంగానే పంచుకుంటాయని!
కొట్టుకున్నా, తిట్టుకున్నా
కుటుంబం కంటే మించినదేమి ఉంటుంది.

మా ఇంటికెళ్ళిపోవాలనిపించింది.ఉన్న రెండు మూడు రోజుల్లోనే నన్నేదో నిస్సత్తువ ఆవరిస్తున్నట్లనిపించింది. రేపు ఆదివారం అనగా శనివారం పొద్దున్నే ఇంట్లో చెప్పేశాను 'సాయంత్రం మా ఇంటికి వెళ్ళి మరలా సోమవారం వస్తా' నని. ఆ రోజు స్కూల్ త్వరగా అయిపోతే ... ఇంటికెళ్ళిపోదా'మని మనసంతా ఉరకలేస్తుంది.

స్కూల్ గంట కొట్టడమే తరువాయి... గబగబా మా పిన్ని ఇంట్లో చెప్పేసి వెళ్ళిపోదామని ఆ ఇంటికి వచ్చేయడం కూడా క్షణాల్లో జరిగిపోయింది.

విచిత్రం...

అప్పటికే మా నాన్న నన్ను తీసుకెళ్ళి పోవడానికి సిద్ధంగా ఉన్నాడు.నాన్నను చూడగానే నాకు ఎక్కడలేని ఆనందం.పరుగెట్టికెళ్ళి నాన్న రెండు చేతుల్లోనూ ఒరిగిపోయాను.ఒక నులివెచ్చని స్పర్శేదో క్షణాల్లో మా ఇద్దర్నీ చుట్టు ముట్టేసింది.అప్పటికే సర్దేసి పెట్టుకున్న బ్యాగ్ తీసుకుని సైకిల్ ఎక్కేశాను. పిన్నీ వాళ్ళకు నవ్వుతూ మళ్ళీ వస్తుంటాని చెప్పేశాను.

వస్తుండటమేంటి...?
సోమవారం వచ్చేయాలన్నారు.
తలూపాను.
అటో ఇటో నాకు తెలుసు.
మానాన్నకీ తెలుసు!
మా ఇద్దరికే అర్థమైన ఆ భాష...

మా ఇద్దరి కళ్ళల్లో ఒకేరకంగా మెరిసిన ఆ మెరుపు...
వాళ్ళు కనిపెట్టారో లేదో,
మాకిద్దరికీ మాత్రం అర్థమైంది.
అదే మా ఇద్దరి ముఖాల్నీ ఒక క్షణం పాటు చిరునవ్వై ముద్దాడి...
ఎటో మాయమైపోయింది.

నాన్న–నేనూ...దారంతా కబుర్లే. ఎన్నాళ్ళో దూరంగా ఉన్నంత ఎడబాటు...ఆ ఎడబాటు తగ్గించుకోవడానికి పడే తొట్రుపాటు...దాన్ని తగ్గించుకొంటూ దగ్గరయ్యేంతగా చెప్పుకునే కబుర్లు...

నేను చెప్పేటప్పుడు నాన్న...

నాన్న చెప్పేటప్పుడు నేనూ...

కళ్ళల్లో కళ్ళు పెట్టుకొని మరీ వెతుక్కునే ఆనందాలు...అద్భుతాలు.

కాత్రేనికోన మెయిన్ రోడ్డు కొచ్చింది మొదలు

మళ్ళీ మా ఇంటి కెళ్ళే దాకా నాన్న కొనిచ్చిన జీళ్ళు తింటూ,

సావరంలో గోలీ షోడాతాగుతూ నేనుకోల్పోయిన ఆ మూడు రోజుల్నీ ఆ కొద్ది సేపట్లోనే ముందు నిలుపుకున్నాను.

మా లేగదూడ, దానితో పోటీపడి మరీ నేను పాలు త్రాగాలని ప్రయత్నించడం, ఆ గేదె తన్నడం... మా చెల్లి (పాప), తమ్ముడు కృష్ణ, అన్నయ్యలు, అమ్మా...అందర్నీ మా ఇద్దరి కబుర్లతో కలబోసుకున్నాం నాన్నా, నేనూను.

ఇంటికెళ్ళగానే సొంత సామ్రాజ్యానికి వచ్చేసినట్లు...పారిపోయిన వసంతమంతా మళ్ళీ చిగురించేసినట్లు అనిపించింది.

స్కూలుకి మళ్ళీ నా చేతికి కట్టిన సిమెంట్ కట్టుతోనే నడుచుకుంటూనే వెళ్ళి వస్తానన్నాను. అలాగే మేమూ అనుకున్నామని ఇంట్లో అనుకున్నారేమో...ఆ మాటకేమీ బదులు చెప్పని మౌనం... కాకపోతే 'కొన్నాళ్ళు బడిమానేసి, కట్టు విప్పిన తర్వాత వెళ్ళొచ్చులే' అన్నారు నెమ్మదిగా.

కొన్నాళ్ల పాటు ఇంట్లోనే ఉండాల్సి వచ్చింది.

చేయి విరిగిన సంగతి స్కూల్లో ఎలాగూ తెలుసు. కాబట్టి, వాళ్ళు ఏమీ అనలేదు.చేతికి కట్టు కట్టుకొని స్కూలుకి వెళుతుంటే దాన్ని మర్చిపోవడానికేనేమో తరగతి గదిలో నన్ను మా తెలుగు మాస్టారు శ్రీకంఠం లక్ష్మణమూర్తిగారు పాఠం చెప్పేటప్పుడు *'బూరా...రారా ... పద్యం చదువు'* అనేవారు. ఆయన అలా పిలుస్తుంటే నాకెంతో సంతోషం.

'బూర' అంటే కొబ్బరి ఆకుతో సన్నాయిలా చుట్టి, దానికి పీలికగా చిన్న తాటాకు పెడతారు. అది కోనసీమలో ఇంచుమించు అందరికీ తెలుసు. అది ఊదితే ఒకటే సౌండ్. ఆ సౌండ్ పెద్దగా వస్తుంది. నేను కూడా స్కూల్ లో చదవమంటే గట్టిగా చదివేవాణ్ణి. అందుకనే నన్ను అలా పిలిచేవారాయన.

ఆయనలాగే నేనూ రాగం తీస్తూ చదివేవాణ్ణి...అలాగే ప్రయత్నించే వాణ్ణి.

మూడు నెలలు ఉండాలన్న సిమెంటు కట్టు దురదకు తట్టుకోలేక నెలన్నరకే ఊడిపోయింది. ఊడిపోయిందనడం కంటే ఎవరికీ తెలియకుండా ఊడదీసేశాను అనడం నిజం. నా రాతలన్నీ రాయడానికీ ఆ కట్టు మీద ఖాళీ కూడా మిగల్లేదు.

రోజూ దురదపెడుతుందని కట్టు లోపలికి పెట్టి గోకుకోవడానికే మా ఇంట్లోని కొబ్బరి చీపురులో ఈనెపుల్లలన్నీ మాయమైపోయి, అది బాగా సన్నబడి పోయింది.

నా చేతికి కట్టిన ఆ సిమెంట్ కట్టు తీశారు. కానీ, నా చేయి కిందికి రావడం లేదు. చాలా రోజులపాటు దాన్ని అలాగే ఉంచేయడం వల్లేనేమో నరాలు పట్టేశాయి.నూనె, ఆముదం, నెయ్యి ... ఇలా ఏదొకటి వేసి మర్దనం చేస్తూ రోజుకి మూడు పూటలా సాగదీయ్యాలని డాక్టర్లు చెప్పారు.

అంతేకాదు, ఒక ఇటుకను తాడుకి కట్టి దాన్ని చేతిక్కట్టి వేలాడ వెయ్యాలన్నారు. అలా చేస్తుంటే ఆ బాధ వర్ణనాతీతం. ఇలలో నరకం కనిపించేది.

తొలి రెండుమూడు రోజులు బాగా బాధనిపించింది. తర్వాత నెమ్మది నెమ్మదిగా బాధ తగ్గిపోయింది. కానీ, చెయ్యి ఇంతకుముందు మెడ భుజానికి మడిచి పెట్టుకొనేలా, కుడిచెయ్యిని పెట్టుకున్నంత దగ్గరగా విరిగిన ఎడమచేతిని పెట్టుకోలేకపోయాను.

డాక్టరుని అడిగితే తర్వాత తర్వాత మామూలుగా వచ్చేస్తుందన్నారు. తర్వాత దాన్ని ఎంత ప్రయత్నించినా విరిగిన తన సంతకాన్ని చెరిగిపోనివ్వనంది.

ఆ తర్వాత నేను పిజి చదివేటప్పుడు కాకినాడ వెళ్ళి ఆర్థోపెడిక్ సర్జన్ ను కలిస్తే, 'అలా ఉన్న కొద్దిపాటి వంకర పోగొట్టుకోవాలంటే మరలా బలవంతంగా ఆ చెయ్యిని విరగ్గొట్టి కట్టుకట్టాలి.
మళ్ళీ సరిగ్గా అతుక్కుంటే అతుక్కోవచ్చు.

లేదంటే అంతకంటే వంకర రావచ్చు. ఒక్కోసారి అక్కడికి చెయ్యే తీసెయ్యచ్చు' అనడంతో దాని మాటే నిజమని తెలుసుకున్నాను. ఇంకే ప్రయత్నమూ చెయ్యలేదు.

★★★

ఈ లోగా కాట్రేనికోనలో, మా విద్యార్థులకు హాస్టల్ శాంక్షన్ కావడం, బిల్డింగుని వెతకడం, మాకు సైన్స్ పాఠాలు చెప్పే సహస్రాకారంగారు కట్టిస్తున్న కొత్త పెంకుటిల్లునే అద్దెకి తీసుకోవడం జరిగిపోయాయి.

సహస్రాకారంగారి అమ్మాయి కలర్స్ ని నీటిలో వేసి, దానిమీద పేపర్ పెట్టి మోడరన్ ఆర్ట్ లాంటి పెయింట్ లా తీసేది. ఆమె మహా తెలివైంది. నాకంటే చిన్నమ్మాయి. కానీ, బాగా చదివేది. అనేక బహుమతులు పొందేది. సహస్రాకారం గారు సన్నగా ఉండేవారు. ఆయనకంటే ఆమె మరింత సన్నగా ఉండేది. గట్టిగా గాలివీస్తే ఎటెగిరిపోతాదో అన్నట్లు ఉండేది.

ఆయనే తెలివైనవారంటే, ఆయనకంటే తెలివైన అమ్మాయిగా ఆమె మంచి పేరు తెచ్చుకుంది. ఆమె చిన్నపిల్లే అయినా, ఆమెను మేమంతా ఎంతో గౌరవంగా చూసేవాళ్ళం. మాలో బాగా కలిసిపోయి తాను చేసే మోడరన్ ఆర్ట్ ప్రయోగాలన్నీ మాకు చేసి చూపించేది. మా గురువు గారి అమ్మాయి అనే గౌరవం, భయంతో పాటు ఆమె తెలివిని బట్టి మేము ఆ అమ్మాయిని గౌరవిస్తూ అంటీ ముట్టనట్లే ఉండేవాళ్ళం.

ఆమె మాత్రం నిష్కల్మషంగా మాతో ఆత్మీయంగా మెసిలేది. ఆ అమ్మాయిని చూసి అలా నేనూ ఆమెలా పేరు తెచ్చుకోవాలనిపించేది. ఆమె ప్రేరణతోనే స్కూల్లో జరిగే అనేక పోటీల్లో నేనూ పాల్గొనేవాణ్ణి.

సాంఘిక శాస్త్రం చెప్పే వెంకటరెడ్డి మాస్టారు నన్ను బోర్డు మీద రాయమనేవారు. మా విద్యార్థుల్లో ఇంకెవరూ బోర్డు దగ్గరికొచ్చి రాయడానికి సాహసించేవారు కాదు. పితాని సత్యనారాయణ మూర్తిగారు ఒక్కసారి చెప్పారంటే మరిచిపోలేనంతగా బాగా సైన్స్ పాఠాలు చెప్పేవారు. అంతేకాదు, ఆయన మాకు పోటీలు పెట్టి, దానిలో నెగ్గిన వారికి నిఘంటువులు, పుస్తకాలు బహుమతిగా ఇచ్చేవారు. అలా నాకు ఇంగ్లీషు, తెలుగు నిఘంటువులు ఆయనే ఇచ్చారు. ఆయన విద్యార్థులందర్నీ తన పిల్లలే అన్నంతగా ప్రేమించేవారు. ఆయన పాఠాల్ని మాత్రం మేము మిస్సయ్యేవాళ్ళమే కాదు.

మాకు హిందీ మాష్టారు మాత్రం క్లాసులోకే రేడియో తెచ్చుకుని వినేవారు. రేడియోలో వచ్చే అనేక కార్యక్రమాల గురించి కూడా చెప్పేవారు. ఆయనకు శాస్త్రీయ సంగీతం అంటే చాలా ఇష్టం. మేము శాస్త్రీయ సంగీతం వస్తుంది అంటే ఆ అరగంట పాటు రేడియో కట్టేయాలనిపించేది. హిందీ, సంస్కృతం పాఠాల్ని రేడియోలో వింటూ ఉండమని ఆయన చెప్పేవారు. ఆయన వల్లనే హిందీ నేర్చుకోవడం రాలేదు కానీ, నాకు రేడియో వినడం మాత్రం బాగా అలవాటయింది.

నేను రేడియో వింటూ పాఠం చదువుకుంటుంటే ఇంట్లో వాళ్ళు నేను రేడియోలో పాటలే వింటున్నాను అనుకొనే వారు.

మా పెద్దన్నయ్య అయితే, వాళ్ళ ఫ్రెండ్స్ ఎవరితోనో మాట్లాడుతుంటే డిస్టర్బ్ అవుతుందంటూ నా రేడియోని ఒకటి రెండుసార్లు నేలకేసి కొట్టేశాడు.

నన్ను నేలకేసి కొట్టినా సహించేవాణ్ణేమో...

నాకెన్నో పాఠాలు చెప్తున్న రేడియోని నేలకేసి కొట్టినందుకు పెద్దన్నయ్య మీద తొలిసారిగా నాకు అసహ్యం వేసింది. మళ్ళీ రేడియోని కొనిపించుకునేవాణ్ణి.

ఆ తర్వాత కూడా పెద్దన్నయ్య రేడియోని నేలకేసి కొట్టేసేవాడు. వాడు కొట్టే కొద్దీ దానిమీద నాకు ఇష్టం మరింత రెట్టింపు అయ్యేది.

పాటలు, లలిత సంగీతం, వ్యవసాయ వార్తలు, నేను రాసే ఉత్తరాలు రేడియోలో మా ఊరి పేరు, మా నాన్న పేరు చదువుతుంటే... అది విన్నప్పుడు పొందే ఆనందానికి విలువ కట్టలేం.

ఊరులో వాళ్ళు కూడా "అబ్బాయి నిన్న రేడియోలో నీ పేరు చదివారు. పంటలకు పట్టే చీడ పురుగులు నాశనానికి నీ వల్ల వాళ్ళు మంచి సలహాలు చెప్పా'రని , తన పేరెవరు పంపించి రైతు సమస్యల్ని అడిగారని నాన్న నన్ను ఆశ్చర్యానందాలతో అడిగేవాడు.

నేనే రాశానని చెప్పి, మరలా ఏదొక రైతు సమస్యల్ని అడుగుతూ మా నాన్న పేరు రాసేవాణ్ణి.

ప్రతి వారం ఆ కార్యక్రమం వచ్చేటప్పుడు ఇంట్లో రేడియో వినిపించే వాణ్ణి. ఆకాశవాణి విశాఖపట్నం కేంద్రంవారు మా ఊరి పేరు , నాన్న పేరు చదివి వినిపిస్తుంటే కుటుంబం అంతా ఆనందపడే వారు.

నిజానికి రేడియో కొనడం ఆ రోజుల్లో చాలా ఖరీదైన పనే. అయినా నా కోసం నాన్న ఫిలిప్స్ రేడియో కొనుక్కొచ్చాడు. సిలోన్ లో పాటలు వినే వాణ్ణి. ఆదివారం నాటకం, మరోరోజు సినిమా ధారావాహిక...ఇలా రకరకాల కార్యక్రమాలు వినేవాణ్ణి. కొన్నాళ్ళకు నాకు రేడియో వినడం ఒక వ్యసనంగా మారిపోయింది.

ఆ చిరాకులో నుండే నా రేడియో ని పెద్దన్నయ్య నేలకేసి కొట్టేసి ఉంటాడేమో అని తర్వాత నాకు అనిపించేది. రేడియో వినడానికే ఎక్కువ సమయం కేటాయించేస్తున్నాననిపించేది. దాన్ని వినడం తగ్గించాలనిపించేది. అయినా సిలోన్ లో పాటలకోసం నా చెవులు రేడియోని తెమ్మని నా చేతుల్ని బ్రతిమలాడేవి. అంతే లొంగిపోయేవాణ్ణి.

నాకు రేడియో విన్న ప్రతిసారీ...

ఇంత చిన్న రేడియోలో అంత పెద్దపెద్ద మనుషులు ఎలా పడతారో అనిపించేది. వాళ్ళు మాట్లాడేటప్పుడు వాళ్ళెలా ఉంటారో చూడాలనిపించేది.

ఏడో తరగతి ఎలాగోలా పాస్ అయిపోయి, ఎనిమిదో తరగతి సగంలో ఉండగా ప్రభుత్వ సాంఘిక సంక్షేమ శాఖ వారి ఆధ్వర్యంలో మాకు హాస్టల్ వచ్చిందని చెప్పాను కదా. అది శ్రీ మోకా శ్రీవిష్ణు వరప్రసాదరావు గారి చొరవతోనే వచ్చింది.

దూరం నుండి వచ్చే వాళ్ళందరికీ ముందుగా హాస్టల్ సీటుకి అర్హులన్నారు. అలా నాకు రోజూ ప్రయాణం చేసే భారం తప్పింది. మా ఇంట్లో భోజనంతో పోల్చుకుంటే హాస్టల్ భోజనం వందరెట్లు బాగుండేది. కాకపోతే ఇంట్లో అయితే రోజూ ఒకపూట గానీ, రోజు విడిచి
రోజు గానీ చేపలో, కోడి మాంసమో, వేట మాంసమో ఉండేది.

హాస్టల్ లో ఇంచుమించు రోజూ బంగాళా దుంప, దానితో పాటు వంకాయ కూర ఉండేది. వారానికి ఒకసారి కోడిగ్రుడ్డు, రెండు, మూడు వారాలకొకసారి కొద్దిగా చికెన్ పెట్టేవారు.

అయినాపురం నుండి వచ్చే బాబీస్టెవార్డ్ కూడా హాస్టల్ లో చేరాడు. వాళ్ళమ్మ గారు రకరకాల పచ్చళ్ళు పెట్టి పంపేవారు. వాళ్ళమ్మగారో, నాన్నగారో అప్పటికే టీచర్ గా పనిచేసేవారు. అయినా కానీ, వాళ్లబ్బాయిని హాస్టల్ లో వేశారు.

తొమ్మిది, పదవ తరగతుల్లోకి వచ్చేసరికి కందికుప్ప నుండి ఉమామహేశ్వరరావు అనే స్నేహితుడు కూడా వచ్చి చేరాడు. నాకంటే పెద్దోడులా అనిపించేవాడు. కానీ, బాగా చదువుతానని నాతో బాగా ఉండేవాడు. నేను, ఇంకొంతమంది కలిసి శనివారం నాడో, ఆదివారం నాడో పొద్దున్నే కందికుప్ప వాళ్ళింటికి వెళ్ళిపోయి, అక్కడకి దగ్గరగా ఉండే సముద్ర తీరం దగ్గరలో సరదాగా చేపలు పట్టుకొనే వాళ్ళం.

వాటిని తెచ్చుకొని వాళ్ళింటి దగ్గర వండుకొని తినేసి మళ్ళీ ఎంత రాత్రి అయినా సరే హాస్టల్ కి వచ్చేసేవాళ్ళం.

మేము స్నానాలు చెయ్యడానికి రెండు కాలువలు ఉండేవి. ఒకటేమో గోదావరి నీళ్ళు వచ్చే కాలువ. దీన్ని పంటకాలువ అంటారు. ఇంకొకటేమో పంటపొలాల నుండి వదిలేసిన నీరు పోయే కాలువ. దీన్ని ఉప్పు కాలువ అంటారు. దీనిలో సముద్రం ఆటుపోట్లప్పుడు, సముద్రం నుండి ఉప్పు నీళ్ళు రివర్స్ లో రావడం వల్లనేమో దాన్ని ఉప్పు కాలువ అని పిలిచే వారు.

మేము హాస్టల్ లో ఉన్నప్పుడు ఉదయం పూట పంటకాలువలోనూ, సాయంత్రం పూట ఉప్పు కాలువ లోను స్నానం చేసేవాళ్ళం. ఆ సమయంలో అయితే నీళ్ళు ఎక్కువగా ఉంటాయి. సరదాగా ఈతకొట్టొచ్చు.

పంట కాలువలో స్నానం చేసేటప్పుడు అండర్ వేర్ గానీ, తువ్వాలు గానీ కట్టుకొనేవాళ్ళం. మేము స్నానం చేసే చోటు జనం నిత్యం అటూ, ఇటూ నడిచి వెళ్తుంటారు కాబట్టి ఏదొకటి కట్టుకొని స్నానం చేసేవాళ్ళం.

ఉప్పుకాలువలో మేము స్నానం చేసే చోటుకి జనం ఎక్కువగా రారు. అందువల్ల బట్టలేకుండా కాలువలో దూకేసేవాళ్ళం.

ఒకసారి నేను హాస్టల్ మెస్ సెక్రటరీగా ఉండటం వల్ల వంట మనుషులకు తాళం ఇవ్వడం మర్చిపోయి, ఆ స్టోర్ తాళం నా మొలతాడుకి కట్టుకొని వచ్చేసి స్నానం చేస్తున్నాను. నాతోపాటు మా ఫ్రెండ్స్ కూడా అలాగే చేస్తున్నారు.

మేము ఒక్కొక్కరమూ కాలువ గట్టు పైకొచ్చిలోపలికి దూకుతూ ఆడుకుంటున్నాం. సడెన్ గా మా హాస్టల్ లో వంటపని చేసే రత్నం అక్క మాదగ్గరకు వచ్చేసి వెనక్కి తిరిగి నిలబడింది. ఆమెను చూసి మేమంతా గబగబా మళ్ళీ కాలువలో దూకేశాం.

అలాగే నిలబడి తాళం చెవికోసం వచ్చానని చెప్పింది.

మేము ఆమెను అక్కా అనే పిలిచేవాళ్ళం.ఆమెకు ఒకరో ఇద్దరో పిల్లలు ఉన్నారు. ఆమెకు ముప్ఫయి నుండి ముప్పయి ఐదు సంవత్సరాల వయసు ఉంటుంది. ఆమెతో మేమంతా అక్కా తమ్ముళ్ళలాగే ఉండేవాళ్ళం. ఆమె కూడా మమ్మల్ని తమ్ముళ్లనే పిలిచేది.

అయినా ఏదో సిగ్గు.

తాళం ఇవ్వడమెలాగని పరిపరి విధాలుగా ఆలోచించాం.తాళం తీసి గట్టు మీదకు విసిరేస్తే సరిపోతుంది కదా అనుకున్నాం.ఒకవేళ గట్టుమీద పడకుండా నీళ్ళలోనే పడిపోతే...అమ్మో... ఆమెను కొంచెం నీటిలోకి రమ్మంటే ఆమె బట్టలు తడిసి పోతాయి. మా బట్టల్లో అండర్ వేర్ గానీ, నిక్కరు గానీ ఏదొకటి విసిరేయమంటే సరి. తడిసిపోయినా నీటిలోనే వేసేసుకొని బయటకొచ్చి జాగ్రత్తగా ఇచ్చెయ్యవచ్చు. కానీ, తడిబట్టలతో మళ్ళీ హాస్టల్ కి వెళ్ళాలంటే ఎలా?

ఆరోజు మాలో ఎవ్వరూ రుమాలు తెచ్చుకోలేదు.

అందువల్ల మేమొక ప్లాన్ వేశాం.

''అక్కా ... నువ్వు కొంచెం దూరంగా వెళ్ళి వెనక్కి నిలబడు. మేం తాళం చెవిని మా బట్టల దగ్గర పెట్టేసి, చెప్తాం'' అన్నాం. మా బట్టలు తడవకుండానే మా సమస్య తీరిపోయింది. ఆమెకు అందాల్సిన తాళం చెవి ఆమెకు అందింది.

హైస్కూల్ వరకూ ఉన్న హాస్టల్ జీవితంలో అనేక మరిచిపోలేని పనుల్లో డా.బి.ఆర్.అంబేద్కర్ జయంతిని జరపడం ఒకటి. ఏప్రిల్ 14 వ తేదీన అంబేద్కర్ జయంతిని జరిపాం. దానిలో శ్రీమోకా శ్రీవిష్ణు వరప్రసాద్ గారు ముఖ్య అతిథిగా హాజరయ్యారు. ఆయనతో పాటు స్థానిక ప్రజా ప్రతినిథులు కూడా ఆ సభలో పాల్గొన్నారు.

ఆ జయంతి కార్యక్రమం జరిగిన నెలలో నేను మెస్ సెక్రటరీగా ఉన్నాను. కాబట్టి, హాస్టల్ లో జరిగే ఆ కార్యక్రమంలో ఆ పెద్దలందరితో పాటు వేదికపై కూర్చొనే అవకాశం విద్యార్థుల్లో నాకు మాత్రమే దక్కింది. నేనే వక్తల్ని వేదిక మీదకు పిలిచాను. కొన్ని అవకాశాలు అలాగే అనుకోకుండా కలిసి వస్తాయి. కానీ, నాకంటే

పెద్దవాళ్లు, అప్పటికే బాగా దళిత చైతన్యం ఉన్నవాళ్లు హాస్టల్ లో ఉన్నారు. నడవపల్లి పేరుతో ఒక మిత్రుడు ఉండేవాడు. ఎంతో చైతన్యవంతుడు. అలాగే అయితాబత్తుల వెంకటేశ్వరరావు, అరుణకుమార్ ఇంకా చాలా మంది ఉన్నారు. ఆ నెలలో నాకు అనుకోకుండా మెస్ సెక్రటరీ రావడంతో ఆ వయసులోనే మంత్రిగారి పక్కన కూర్చొనే అవకాశం వచ్చింది.

అంతవరకు మాకు సరిగ్గా తెలియని అంబేద్కర్ జీవితం గురించి తెలుసుకోవడానికి మాకు అదొక అవకాశంగా మారింది. ఆ జయంతి జరుపుకున్న తర్వాత నాకు అనేకమంది ఆ ఊరువాళ్ళతో పాటు, ప్రక్కనున్న గ్రామాల వాళ్ళు పరిచయమయ్యారు.

అప్పటికే లా చదివి ప్రాక్టీసు చేస్తున్నవాళ్ళు... పంచాయితీ మెంబర్లు... ప్రజాపరిషత్ చైర్మెన్లు, ప్రజానాయకులు... ఇలా చాలామంది పరిచయమయ్యారు.

అంబేద్కర్ జయంతి సందర్భంగా వక్తలు మాట్లాడిన మాటలు నాలో కొత్త చైతన్యానికి కారణమయ్యాయి. నాకు జరిగిన అవమానాలు లాంటివే ఎంతోమందికి జరుగుతున్నాయని తెలుసుకోగలిగాను.

ఆ అవమానాలు, ఆ ఆర్థికపరమైన ఇబ్బందులు కొన్ని కులాలకే కలుగుతున్నాయనీ కొద్దికొద్దిగా అర్థమయ్యింది.

అప్పటికే నల్లా నరసింహమూర్తిగారనే లాయర్ అంబేద్కర్ రచనల్ని బాగా చదివి మాట్లాడేవారు. ఆయన దగ్గరకు వెళ్ళినప్పుడల్లా ఆ పుస్తకాలు చదవాలనుకునేవాణ్ణి. కానీ, అవన్నీ ఇంగ్లీషనీ, నీకు అర్థం కాదనీ చెప్పేవారాయన.

సమాజ నిజస్వరూపానికి ఒక టార్చ్‌లైటులాంటిది ఆరోజు జరిగిన అంబేద్కర్ జయంతి అని మాత్రం చెప్పగలను. అది నాలో కొత్త ఆలోచనలకు మార్గం వేసిన రోజు. అంబేద్కర్ జయంతి నాకు అప్పుడే తెలవారుతున్న మబ్బుని చీల్చుకొని సూర్యుడు వచ్చే సమయంలా అనిపించింది.

గతమెప్పుడూ అందంగానే అనిపిస్తుంది.
కుప్పల్లా కష్టాలున్నా
కష్టాల్ని కప్పేసిన ఆనందం
సీతాకోకచిలుకలా ఎగిరొస్తూ
రంగు రంగుల బాల్యాన్నే
కళ్ళముందు నిలుపుతుంది.
దట్టమైన చీకటి కమ్మేసినా
జీవితమంతా అజ్ఞానం మంచులా కప్పేసినా

జ్ఞానమనే సూర్యుడి ముందు నిలబడ్డం
అనుకున్నంత సులువేమీ కాదు.

ఇదంతా నా బాల్యం నాకు నేర్పిన అనుభవం.

తీర్థం చూడ్డానికి డబ్బులెందుకు?

మా ఇంట్లో చాలా కాలం పాటు మా అమ్మ హిందూ దేవుళ్ళకు పూజలు విస్తృతంగానే చేసేది. అంటే చర్చికి వెళ్ళనంతవరకు నిత్యం పూజలు చేసేది.

రోజూ దేవుడి దగ్గర రెండు చేతులతోను దణ్ణం పెట్టుకొనేది. మా ఇంట్లో ఒక తులసి మొక్క ఉండేది. దాని దగ్గర నిలబడి దణ్ణం పెట్టుకునేది. దాని చుట్టూ తిరిగి మందార పువ్వులు, ఇంకా ఏవేవో పువ్వులు దానిమీద వేస్తూ, మనసులోనే ఏదో అనుకుంటూ సూర్యుని వైపు అంటే తూర్పు వైపుకు తిరిగి దణ్ణం పెట్టుకునేది.

వారానికి ఒక రోజైనా మా అమ్మ ఉపవాసం ఉండేది. మేం అన్ని పండుగలు చేసుకునేవాళ్ళం. వినాయక చవితి, దీపావళి, సంక్రాంతి ఇలా...అన్ని హిందూ పండుగలు చేసుకొనేవాళ్ళం.

సంక్రాంతికి మేమంతా చేసే మా హడావుడి మామూలుగా ఉండేది కాదు. పండుగ వచ్చిందంటే మా అందరికీ కొత్త బట్టలు కొంటారు. పండుగ వచ్చిందంటే మంచి పిండివంటలు చేసుకుంటాం. ముఖ్యంగా బట్టలు కొని వాటిని మిషన్ దగ్గర కుట్టించేవారు. ఎక్కువగా కుట్టవలసిన బట్టలు రావడం వల్ల, ఆ దర్జీలు ఒక్కోసారి ఆ పండక్కి ఇస్తామన్న సమయానికి మా బట్టలు కుట్టి ఇవ్వలేకపోయేవారు. అప్పుడు మేము చాలా ఏడ్చేసే వాళ్ళం. అందుకని పండుగ చాలా రోజులు ముందు ఉందనగానే బట్టలు కొనిపించుకొని కుట్టించుకోవాలని, ఆ పండక్కి వేసుకోవాలని ఎంతో ఉబలాటం పడేవాళ్ళం.

నాకూ మా తమ్ముడికీ పోటా పోటీగా ఉండేది. నేను వేసుకున్నటువంటివే వాడూ కావాలని అడిగేవాడు. ఒక్కోసారి వాడికి మంచి బట్టలు కుట్టించారనీ నాకూ అటువంటివే కావాలని నేనూ, వాడూ అలాగే అడిగేవాళ్ళం. ఈ బాధపడలేక మా అమ్మా, నాన్నా సాధారణంగా మా ఇద్దరికీ ఒకే రకం బట్టలు కొనుక్కొచ్చేవారు.

ఆ బట్టలు మిషన్ వాళ్ళకి ఇస్తే మాకు ఒక్కోసారి కురచగా కుట్టేవారు. బట్ట సరిపోలేదనేవారు. తీరా తర్వాత ఆ బట్టను కొంచెం తీసి వాళ్లు ఏదో దానికి ఉపయోగించుకునే వారని తెలిసేది. అంటే ఇతరుల జేబులకు వెనుక వేసే బట్టగాను, షర్ట్

లకు కాలర్ కిందవేసే బట్టలుగాను వేసేవారని తెలిసేది. అలాంటప్పుడు వాళ్లతో గొడవ పెట్టుకోవాలనిపించేది.

ఒక్కోసారి మాకు ఆ బట్టలు పొడవుగానో లూజుగానో, బిగువుగానో పొట్టిగానో కుట్టేవారు. కాసేపు మాలో మేము గొణుక్కొంటూ, ఏడుస్తూ మిషన్ వాడిని తిట్టుకుంటూ దానితోనే అడ్జస్ట్ అయిపోయే వాళ్ళం.ఒకోసారి అయితే బటన్లు సరిగ్గా వేసేవారు కాదు. షర్టులకు కాజాలు సరిగ్గా కుట్టేవారు కాదు.

ఏదేమైనా పండగ వచ్చిందంటే మాకు కొత్త బట్టలు కొంటారు. అందుకని ఎన్ని పండుగలు ఎక్కువగా వస్తే అన్ని సార్లు కొత్తబట్టలు కొంటారనిపించేది.

అసలు ఈ పండుగల్ని ఎవరు నిర్ణయించారు? అసలు పండుగ అంటే ఏంటి? ఈ పండగలకే కొత్త బట్టలు ఎందుకు కుట్టించుకోవాలి? ఈ పండుగలకే మనం పిండి వంటలు ఎందుకు చేసుకోవాలి? ఈ పండుగలకు మనం తప్పనిసరిగా తలకి స్నానమెందుకుచెయ్యాలి? ...

ఆ ప్రశ్నల్ని అప్పుడప్పుడు అమ్మనీ, నాన్ననీ, ఫ్రెండ్స్ నీ అడిగేవాణ్ణి. రకరకాల సమాధానాలు వచ్చేవి. అన్నీ శ్రద్ధగా వినే పండుగలు అప్పుడప్పుడూ మాత్రమే పేదవాళ్ళకొస్తాయి. డబ్బున్న వాళ్లకు రోజు పండగే కదా అనిపించేది. అయినా...ఈ దేవుడు కొంత మందిని పేదవాళ్ళనెందుకు చేశాడో...ఇంకొంతమందిని ధనవంతులనెందుకు చేశాడో అనిపించేది. మా ఊరులో సుబ్రహ్మణ్యేశ్వర స్వామి షష్ఠి బాగా జరుపుకునేవారు.

అది గుమ్మడి చెరువు దాటిన తర్వాత వడ్డిపేటకు మధ్యలో మైలుకూలోళ్ళ ఇంటిదగ్గర ఎదురుగా ఉన్న ఒక తోటలో జరిగేది. రోడ్డు దూరాన్ని గుర్తించడానికి మైలు రాయిలు వేస్తుంటారు కదా... ఆ పని చేసేవాళ్ళ కుటుంబం ఆ రోడ్డుకి ప్రక్కనే ఉండేది. ఆ విధంగా వాళ్ళకి మైలుకూలోళ్ళనే పేరొచ్చింది. ఆ సుబ్రహ్మణ్యేశ్వర స్వామి షష్ఠి జరిగే చోట ఒక పెద్ద పాముల పుట్ట ఉండేది. ఆ పుట్టను ఆనుకొనే ఒక రావి చెట్టు కూడా ఉండేది.

ఆ తీర్థానికి వచ్చే జనం ఆ పుట్టలో పాలు పోసేవారు. పుట్టకి పసుపు కుంకుమతో పూజలు చేసేవారు. కొంతమంది కోడిగుడ్లని ఆ పుట్టలో వేసేవారు. అక్కడే కొబ్బరికాయలు కొట్టి ఒక కుడక అక్కడ పెట్టేవారు. మరొక కుడక ప్రసాదంగా భావించి దాన్ని తీసుకొని వెళ్లేవారు. కొంతమంది అరటిపళ్ళు పెట్టి, వాటికి అగరవత్తులు గుచ్చి పూజలు చేసేవారు.

కొంతమంది ఏ కొబ్బరికాయనీ కొట్టకపోయినా దండం పెట్టుకున్నట్లుగా పెట్టుకొని, అక్కడ ఉన్న కొబ్బరి కుడకల్నీ, అరటి పళ్ళనీ తీసుకుని తింటూ ఎంజాయ్ చేసేవారు.

ఆ సందర్భంగా అక్కడ జరుగుతున్న తీర్థంలో రకరకాలైన తినుబండారాలు, వస్తువులు అమ్మేవారు. అది ఒక చిన్న పాటి తీర్థమే గాని ప్రజలు బాగా వచ్చేవారు.నాకు తెలిసి, మా చెయ్యేరు గ్రామ పంచాయతీ పరిధిలో జరిగే పెద్ద తీర్థం ప్రభల తీర్థం.

అది చెయ్యేరు లోని ప్రెసిడెంట్ దంతులూరి రాంబాబు గారి తోటలో జరిగేది.అక్కడికి ఆ గ్రామ పంచాయతీలోని ఒక్కొక్క చిన్న చిన్న గ్రామం నుండీ ప్రభలు పట్టుకొని వచ్చి, పెద్ద ఎత్తున ఆ తీర్థాన్ని జరుపుతారు. ఏ గ్రామం నుండి పెద్ద ప్రభ వస్తుందోనని ఆ ప్రభలు చూడడానికి జనం తండోప తండాలుగా వస్తారు.

అక్కడ కోడిపందాల ఆటలతో సహా, రకరకాలైన వినోదాలు, రకరకాలైన దుకాణాలు, పిల్లలకు, పెద్దలకు వినోదాన్ని ఇచ్చే ఆటలు జరుగుతూ ఉంటాయి.ఫార్చ్యూన్ వీల్, మూడుముక్కలాట, కావాల్సిన వస్తువులపై రింగులు విసిరే ఆటలు... ఇలా రకరకాలైన ఆటలు, ఆనందాలను మాకు ఈ రెండు తీర్థాలే కలిగించేవి.

ఈ తీర్థాల్లో మాఊరి ప్రజలు మాత్రమే కాకుండా ప్రక్క ఊళ్ళవాళ్ళు కూడా చాలామంది వచ్చేవారు. అక్కడ షావుకార్లు రకరకాలైన దుకాణాలు పెట్టి అమ్ముతుండేవారు. వాటితో పాటు బుడగలు, వెదురుతో చేసిన పిల్లనగ్రోవులు, ప్లాస్టిక్ ఈలలు, రంగుల కాగితాలతో చేసిన గాలిపటాలు... రకరకాల ఆటవస్తువులు అమ్మేవారు.

వీటితో పాటు తినడానికి బెల్లంతో చేసిన రకరకాలైన జీళ్లు, కొబ్బరి లవుజు ఉండలు, పంచదార చిలకలు, నువ్వుల ఉండలు, మైసూర్ పాక్ ముక్కలు, జంతికలు, జిలేబీలు, మిఠాయి ఉండలు... ఇలా రకరకాలైన పదార్థాలు కూడా అమ్ముతుండేవారు.

నాకు తెలిసి ఒక పావలా పట్టుకెళ్తే వీటిలో ఒకటో, రెండో కొనుక్కోవచ్చు. ఒక రూపాయి ఉంటే ఆడుకోవడానికి ఆట వస్తువులు కూడా కొనుక్కోవచ్చు. వాటితో పాటు మనం డబ్బులు పెట్టి ఆడే ఆటలు కూడా ఉండేవి.

''తీర్థం వెళతాం. ఒక పావలా ఇవ్వమ్మా'' అని అడిగితే, మా అమ్మ తీర్థం చూడ్డానికి డబ్బులెందుకని ఎదురు ప్రశ్న వేసేది. *''ఇంట్లోనే ఏవైనా వండుతానులే తినండి''* అనేది మా అమ్మ. మా అమ్మకు తెలియకుండా మాత్రం మా నాన్న మాకు ఒక్కో రూపాయి చొప్పున నాకూ, మా తమ్ముడికీ ఇచ్చేవాడు.

అవి జేబులో ఉంచుకునే, మళ్ళీ అమ్మని అడిగి, తీర్థం కావాలంటే చూసి రండని చెప్తే, ముసిముసి నవ్వులు నవ్వుకొంటూ మేము వెళ్ళిపోయేవాళ్ళం. నాకు బెల్లం జీళ్ళో, కొబ్బరి లవుజు ఉండలో ఒక పావలాతో సరిపెట్టుకొని కొనుక్కొనే వాణ్ణి.

మిగతా ముప్పావలా అలాగే జేబులో వేసుకొని తీర్థం అంతా చూసి వచ్చేయాలని మా తమ్ముడికి చెప్పేవాణ్ణి. ఒకవేళ వాడేదైనా కొనుక్కున్నా, నేను మాత్రం పావలాకి మించి కొనాలనిపించేదికాదు. నేనొక్కడినే వెళితే అదీ కొనుక్కొనేవాణ్ణి కాదు.

అమ్మ అప్పటికే చేసిన పోకుండలు కొన్ని జేబులో వేసుకొని, ఆ తీర్థంలో తింటూ నిజంగా మా అమ్మ అన్నట్లే అవన్నీ చూసి వచ్చేసేవాణ్ణి. కొన్ని మిఠాయిలు చూస్తుంటేనే నోట్లో నీళ్ళు ఊరేవి. వాటిని నోట్లోనే మింగేసే-వాణ్ణి. ఒక్కోసారి మాత్రం ఆ ఫార్ట్యూన్ వీల్, రింగు విసిరి వస్తువుల్ని దక్కించుకొనే ఆటల్నో ఆడాలనుకొనేవాణ్ణి. మళ్ళీ డబ్బులు పోతాయేమోనని భయపడి ఆ ఆటలేవీ ఆడకుండానే అవన్నీ చూసి వచ్చేసేవాణ్ణి.

మన కళ్ళకు అన్ని రంగు రంగుల వస్తువులెందుకు కనిపించాలి.
కళ్ళకు కనిపించే వాటిన్నింటిపై మనసెందుకు పోవాలి.
ప్రపంచంలో ఎన్నో నచ్చేవున్నా అన్నీ కావాలనిపిస్తే సాధ్యమా!
వీటిని నియంత్రించుకోవాలా!
నియంత్రించుకోలేక పోతే శిఖరాల్లా కూలిపోవాలా!
కోరుకున్నవన్నీ
కొండల్లా పేరుకుపోతున్నా
వాటన్నింటినీ అధిరోహించడం
తృప్తిని అన్వేషిస్తూ
గుప్పెటవిప్పి చూసే ఎండమావేనా!
కోరికలే పర్వతాలైతే
జీవితంలో ఎన్ని పర్వతాల్ని అధిరోహించాలో!

అమ్మ దైవభక్తీ - నాన్న కారుణ్యమూ

సంక్రాంతి మొదలవుతుందనగా నెల రోజుల ముందు నుండే మా ఊరిలోకి, మా పేటలోకి హరిదాసులు 'శ్రీమద్రమారమణ గోవిందో హరీ...హరిలో రంగ హరి...' అని సంకీర్తనలు పాడుకొంటూ ఇంటింటికీ వచ్చేవారు. ఆయనకి బియ్యం వెయ్యాలని మేమంతా సరదాపడేవాళ్ళం.

ఆయన ఒక ఎడమ కాలు కిందికి వంచి, కుడికాలు మడిచి పెట్టుకొని మనిషి సగం వంగి తలపై ఇత్తడితో చేసిన ఒక అక్షయపాత్రను పెట్టుకొని భిక్షాటనలో భిక్షను గ్రహించేవాడు. ఎవరైనా భిక్షను వెయ్యకపోయినా బాధపడేవాడు కాదు. నవ్వుతూనే దీవిస్తూ కీర్తనలు పాడుకొంటూ, చేతిలో చిరతలు వాయించుకొంటూ వెళ్ళిపోయేవాడు.

ఆ సమయంలో ఆయన ఎవరితోనూ మాట్లాడేవాడు కాదు. ఏదైనా అడిగినా చేతితోనో, కళ్ళతోనో సైగలు చేసి చెప్పేవాడు. కానీ, ఆ కీర్తనలు మాత్రం ఆపేవాడు కాదు.

చివరిరోజున మాత్రం అక్షయపాత్రను తలమీద నుండి తీసేసుకొని, మామూలు వస్త్రాలతో, ఒక మనిషిని వెంటపెట్టుకొని ఒక పెద్ద సంచి పట్టుకొని వచ్చి, భిక్షం వెయ్యాలని అడిగేవాడు. ఏ రోజూ వెయ్యకపోయినా, ఆ రోజు మాత్రం అందరూ వెయ్యాల్సిందేననేవాడు. అమ్మ ప్రతిరోజూ మాకు ఉన్నంతలోనే బియ్యమో, డబ్బులో ఆ పాత్రలో వేసేది.

అమ్మ చేతితో పాటు మేము కూడా ఆ పాత్రలో వేసేవాళ్ళం. *"అమ్మా...మనకే తినడానికి బియ్యం సరిపోవు. వీటిలోనే మరలా ఇంకొకళ్ళకి భిక్షం వెయ్యాలా?"* అని అడిగాను ఓసారి.

"నిజమేరా... మనమెప్పుడూ ఎవరొకరి దగ్గరనో తీసుకొంటూనే ఉంటాం. మనమెవరికైనా ఇద్దామంటే మనకి అంత ఉండవు. ఉన్నదాన్లోనే పెడదామంటే తీసుకొనే వాళ్ళుండరు. అందుకే ఆ భగవంతుడే మనలాంటి వాళ్ళ ఇళ్ళకి ఇలాంటి రూపాల్లో కూడా వస్తుంటాడు. మనల్ని పరీక్షిస్తుంటాడు. మనకున్న దాన్లోనే మనుషులకీ, పక్షులకీ, జంతువులకీ పెట్టాలి. ఏ రూపంలో దేవుడు వచ్చి మనల్ని పరీక్షిస్తాడో ఎవరికి తెలుసు? అయినా మనం తెలిసో తెలియకో ఏదొకటి చేస్తాం. దాన్ని పోగొట్టుకోవడానికి కూడా ఆ పాత్రలో మనం ఏదొకటి వెయ్యాలి" అంటూ పెద్దపెద్ద విషయాలేవో చెప్తున్నట్లనిపించేది.

అప్పటి నుండీ ఆయన్ని చూస్తుంటే ఆయనే దేవుడేమో అనిపించేది.

హరిదాసు రూపం ఎంతో ఆకర్షణీయంగా ఉంటుంది. ముఖానికి చక్కగా తిలకం దిద్దుకుంటాడు.మెరుస్తున్న పట్టు ధోవతి, తెల్లని పంచకట్టు, పట్టు కండువా నడుముకు కట్టుకొనేవాడు.

ఒకచేతిలో రెండు చిరతలు పట్టుకొని వాటిని వాయిస్తూ, భుజమ్మీద తుంబుర వేసుకుని దాని తీగల్ని మీటుతూ, నోటితో కీర్తనలు పాడుతూ, మరో చేత్తో భిక్షను స్వీకరిస్తుంటాడు. కాలికి గజ్జెలు కట్టుకుంటాడు. అవి ఆయన వస్తున్నాడని చెప్పకనే చెప్తుంటాయి. అలా వస్తుంటే, చిన్నికృష్ణుడెవరో మనింటికి వస్తున్నట్లు అనిపించేది. మెడలో ఒక పూల హారం ధరించేవాడు. శ్రీకృష్ణుడికీ, శ్రీవేంకటేశ్వరునికీ మెడలో పూలదండ ధరించినట్లు అతను కూడా ధరించి వచ్చేవాడు.

ఆ పూలదండ గురించి మా అమ్మ అనేక పురాణ కథల్ని చెప్పేది.

''విష్ణుమూర్తి మెడలో వైజయంతీమాల ఉంటుంది. శ్రీవేంకటేశ్వరస్వామి మెడలో తన తల్లి వకుళామాతను దండగా చేసుకున్నాడు. దాన్ని చెప్పడానికే హరిదాసు మెడలో దండ వేసుకుంటాడు'' అని చెప్పేది మాయమ్మ.

ఆ పూల దండల్ని మనిష్టం వచ్చిన పువ్వులతో చెయ్యకూడదని కూడా చెప్పేది. ఆ మాటలు విన్న తర్వాత హరిదాసుని బాగా పరిశీలించి చూసేవాణ్ణి.

ఒకరోజు *''నీకివన్నీ ఎలా తెలుసమ్మా''* అని అడిగితే *''ఆ దేవుడే చెప్తాడు... హరికథలు, బుర్రకథలు, వింటే మనకి తెలుస్తాయి కదా. అవన్నీ వాళ్ళ రూపంలో మనకి చెప్తాడు. రోజూ దేవుడి దగ్గర దణ్ణం పెట్టుకుంటే మీకింకా ఎన్నో తెలుస్తాయి''* అనేది.

అలా మాకు దేవుడికి దణ్ణం పెట్టుకోవడం నేర్పేది.

అది మాలో ఒక క్రమశిక్షణను నేర్పిందని తర్వాత అర్థమయ్యింది.

బహుశా అందుకేనేమో మా పేటవాళ్లంతా మా అమ్మ చెయ్యి ఎంతో మంచిదనీ, ఏ కార్యక్రమం జరిగినా అమ్మని పిలిచి, మొదటి అమ్మ చేతనే ఆ పని మొదలు పెట్టేంచేవారని అనిపించేది.

ఎవరన్నా ప్రసవించినా, ఎవరికన్నా పేరు పెట్టినా, పెళ్ళి పనులు మొదలు పెట్టినా, పెళ్ళి చేసినా మా అమ్మని పిలిచి మొదట మా అమ్మ చేతనే ఆ పని మొదలు పెట్టించేవారు.

మా పేట వాళ్ళంతా మా అమ్మని *'' మా పెద్దకోడలు''* అని గౌరవించేవారు. అందరూ నోరు తిరక్క ''నాగమ్మ'' అని పిలిచేవారనీ, అసలు ఆమెకు పేరు పెట్టినట్లే ''నాగరత్నం'' మా రత్నంలాంటిదే అని అనేవారు.

మా అమ్మ అప్పుడప్పుడు తనకి వాళ్ళ నాన్న ఆ పేరే పెట్టారని కూడా చెప్పేది.

మా పేటలో చాలామంది నాగమ్మ అనే పేరున్న వాళ్ళుండడం వల్ల, 'పెదనాగమ్మ' అని పిలిచేవారనీ, ఆ రోజుల్లో పాతాళభైరవి సినిమాలో బాలనాగమ్మ ఎంత అందంగా

ఉండేదో, మా అమ్మ అంతకంటే అందగా ఉండేదనీ, అందుకనే 'నాగమ్మ' అని పిలుస్తున్నామని చెప్పేవారట.

అమ్మని అందరూ గౌరవించడానికి అమ్మకున్న దైవగుణమే ప్రధానకారణమని నమ్మేవాణ్ణి. అమ్మ పూజ చేస్తూ, దేవుణ్ణి ఎలా కోరుకోవాలో మాకు చెప్పేది.

"దేవుణ్ణి మనం కోరుకునేటప్పుడు మనకోసమే మనం దేవుణ్ణి అడక్కూడదు.
మన చుట్టుప్రక్కల వాళ్ళంతా బాగుండాలి,
అందరితో మనం బాగా ఉండే మనస్తత్వాన్ని మనకివ్వాలి.
మనకి చెడ్డ ఆలోచనలు రాకుండా,
మనం చెడ్డ పనులు చెయ్యకుండా,
మనల్ని మనం నియంత్రించుకునే శక్తినివ్వాలి.
మనతో పాటు సమస్త జీవుల్నీ
వాటి వాటి అవసరాల్ని బట్టి జీవించగలిగే అవకాశాల్నివ్వాలి.
మనల్ని దేనికోసం పుట్టించాడో
ఆ పనిని సక్రమంగా చెయ్యడానికి
మమ్మల్ని ఒక సాధనంగా ఉపయోగించుకో స్వామీ.
నన్ను మంచి పనుల్ని చేయడానికే పుట్టించావనే అనుకుంటున్నాను.
ఆ పనుల్ని చేసేశక్తిని ప్రసాదించు.
మా తల్లిదండ్రుల్నీ, గురువుల్నీ,
పెద్దవాళ్ళందరినీ గౌరవించే వినయాన్నివ్వు.
అందర్నీ ప్రేమించే మనసునివ్వు స్వామీ" అని ప్రార్థించుకోవాలని చెప్పేది.

ఇలాగే చెప్పుకోలేకపోయినా, నాకు బాగా చదువు రావాలనీ,

అది ప్రజలకు కూడా ఉపయోగపడాలనీ నేను కూడా దేవుడి దగ్గర దణ్ణం పెట్టుకునేవాణ్ణి.

ఇవన్నీ నాకు ఆ హరిదాసుని చూస్తుంటే గుర్తొచ్చేసేవి. అందుకే నేను కూడా భిక్షను వేస్తాననేవాణ్ణి. అన్నం తినేటప్పుడు కుక్కలువస్తే, తినే దానిలోనే ఒకటో రెండు ముద్దల్ని ఆ కుక్కలకీ వేసే వాణ్ణి.

మేము ఒక కుక్కని పెంచుకునే వాళ్ళం. దానితో పాటు కోళ్ళనీ పెంచుకునే వాళ్ళం. వాటితో పాటు కాకులైతే చాలా వచ్చేవి. మా ఇళ్ళ చుట్టూ తెగ తిరిగేవి.

వాటికి ఒక్కో మెతుకు విసురుతుంటే అవి ఆ మెతుకుల్ని గమ్మత్తుగా అందుకునేవి. అందుకున్నప్పుడల్లా ''టక్...టక్'' మనే శబ్దాలు వినిపించేవి. వాటిని వినడానికీ, ఆ కాకులు అలా అందుకుంటుంటే పదేపదే చూడ్డానికి కూడా ఒక్కో మెతుకు విసురుతూ ఎంతో సంతోష

పడేవాణ్ణి.

మా ఇంట్లోవాళ్లు కూడా కుక్కలకీ, కోళ్ళకీ ఎంతో కొంత అన్నం పెట్టేవారు. మా నాన్న పిచ్చుకల కోసం పొలం నుండి వరి వెన్నుల్ని తెచ్చి, ఇంటి చూరుకు కట్టేవాడు. ఎన్నో పిచ్చుకలు గుంపులు గుంపులుగా వచ్చేవి. వాటి కిచకిచమనే శబ్దాలు ఇళ్ళంతా అమ్మ దేవుడి పటం దగ్గర పూజ పూర్తయిన తర్వాత కొట్టే మంగళధ్వనుల్లా వినిపించేవి.

మరి అవెక్కడ పడుకుంటాయని అడిగితే, వాటికి గూళ్ళుంటాయని చెప్పేది మా అమ్మ. మా నాన్నని ఆ పిచ్చుకగూళ్ళు తెచ్చి, ఆ వరి వెన్నులు కడుతున్న పక్కనే కట్టమనేవాణ్ణి.

అడగ్గా అడగ్గా నిజంగానే పిచ్చుక గూళ్ళు తెచ్చి మా ఇంటి చూరుకి కట్టేవాడు. ఇంట్లో పెంచిన కోళ్ళని మా నాన్న కూరకు కొయ్యనిచ్చేవాడు కాదు. ఒక వేళ తప్పనిసరిగా వండుకోవాల్సి వచ్చినప్పుడు, ఆరోజు నాన్న ఆ కూర తినేవాడు కాదు.

మాకున్న పశువుల్లో ఏవైనా చనిపోయినా, మా ఇంటిలో పెరిగిన కుక్క చనిపోయినా నాన్న ఎంతో దుఃఖించేవాడు. వాటిని గొయ్యి తీసి పాతి పెట్టేవాడు.

పిచ్చుకలకు ఇంట్లో గూళ్ళు కట్టాక రోజూ కొన్ని పిచ్చుకలు వచ్చేవి. రాత్రి పూట కూడా ఒక్కోసారి వాటిని చూస్తూ నేను, మా తమ్ముడు, చెల్లీ ఆడుకొనేవాళ్ళం.

మాయమ్మ తెల్లవారకుండానే లేచి వాకిలి తుడిచి, కళ్ళాపు వేసి, ముగ్గుపెట్టేసేది. సంక్రాంతి రోజుల్లో రోజుకో ముగ్గు చొప్పున వేసేది. ఒక్కోరోజు రథం ముగ్గు వేసేది. కొన్ని చుక్కలు పెట్టి వాటిని కలుపుతూ ఒక రకమైన ముగ్గులు, ఆ చుక్కలు మధ్యలో వచ్చేలా మరికొన్ని ముగ్గులు పెట్టేది.

వాకిలంతా రకరకాల ముగ్గులతో అందంగా మార్చేసేది. కొన్ని తెల్ల తీగతోటలాగా, మరికొన్ని పసుపు పూల గన్నేరు పూలు చల్లినట్లుగాను, ఇంకొన్ని మందారపూలు పరిచినట్లుగానూ వాకిలంతా ఎంతో అందంగా ఉండేది.

అందువల్ల ఎవరైనా ఆ ముగ్గులు తొక్కుకొంటూ వెళ్ళాలంటే మొహమాట పడేవారు.

'మా నాగమ్మ ఎన్ని మంచి ముగ్గులేస్తాదో. తొక్కితే మన పనైపోతాది సుమా' అని నవ్వుతూ వెళ్ళిపోయేవారు.

పండుగ రోజుల్లో మేము కూడా కలర్లు తెచ్చి ముగ్గులు పెట్టేవాళ్ళం.

హరిదాసు వచ్చే సమయానికే మా అమ్మ స్నానం చేసేసి, బొట్టుపెట్టుకొని, బియ్యం వెయ్యడానికి గుప్పెడైనా సిద్ధంగా పెట్టుకొని ఉండేది. అప్పుడప్పుడూ నేను కూడా ఆ బియ్యం వేసేవాణ్ణి. అమ్మతో పాటు నన్ను కూడా హరిదాసు దీవించి వెళ్ళిపోయేవాడు.

అలాగే జంగాలు, కాటికాపర్లు, బుడబుక్కల వాళ్ళు కూడా వచ్చేవారు. వాళ్ళలో కోయదొర తన తలపై నిండుగా నెమలీకలు కట్టుకొని ఒళ్ళంతా దిగబోసుకొని వచ్చేవాడు. అతనికి పెద్దపెద్ద మీసాలు ఉండేవి. కళ్ళకు కాటుక పెట్టుకొని,పెద్ద బొట్టు పెట్టుకొని చేతిలో నెమలీకలతో చేసిన ఒక పెద్ద చీపురు లాంటిది పెట్టుకొనేవాడు.ఎడమవైపు సంకలో సంచి తగిలించుకొనే వాడు. భిక్ష వేసిన వాళ్ళను ఆ చేతిలోని నెమలీకల చీపురుతో దీవించేవాడు.

అతన్ని చూస్తే నాకు భయమేసేది కూడా. అతను పిల్లల్ని తీసుకొని పోతాడనీ, మాయలూ, మంత్రాలూ వేస్తాడని ఇంట్లో చెప్పేవారు.

దానికి తోడు అతను కొన్ని రక్షరేకుల్ని ఇచ్చేవాడు. ఇళ్ళనుచూసి దోషాలుంటే చెప్పి, దాని పరిష్కారాన్ని కూడా చెప్పేవాడు. తన దగ్గర రక్షరేకులు ఉన్నాయని, వాటిని కట్టుకుంటే ఆ దోషాలు పోతాయని చెప్పేవాడు. అంతేకాకుండా కొంతమందిని చూసి వాళ్ళ భవిష్యత్తు ఎలా ఉంటుందో కూడా చెప్పేవాడు.

కొంతమంది భవిష్యత్తు బాగాలేదని దానికి కొంత శాంతి కలిగించడానికి పూజలు చేయాలని, ఆ పూజలు తాను చేస్తానని, దానికి కొంత డబ్బు అవుతుందని చెప్పేవాడు. డబ్బులతో పాటు బియ్యం లేదా ధాన్యం, కూరగాయలు, కోళ్లు కూడా తీసుకునేవాడు.

అందువల్ల అతన్ని చూస్తే మా పిల్లలమంతా చాలామంది భయపడేవాళ్ళం. పెద్దవాళ్లు కూడా అతని దగ్గరికి పిల్లల్ని వెళ్ళనిచ్చేవారు కాదు. మరీ ముఖ్యంగా ఆడపిల్లల్ని, వయసులో ఉన్నటువంటి వాళ్ళనీ కూడా దూరంగా పెట్టేవారు. అతని దగ్గరికి వెళ్లనిచ్చేవారు కాదు. అతనికి కనపడకుండా చేయడానికి ప్రయత్నించేవారు.

మేము అతని దగ్గరికి వెళ్లి నెమ్మదిగా అతనికి తెలియకుండా వెనుక నుండి ఆ నెమలీకలను లాక్కునేవాళ్ళం. అతను ఏమీ తెలియనట్లుగా కళ్ళు మూసుకుని ఉండేవాడు. తర్వాత ఇక్కడ ఎవరో తన నెమలీకలను ముట్టుకున్నారని, కొంతమంది తెంపుకున్నారని, అవి వాళ్ళు తీసినందుకు కొన్ని ప్రమాదాలకు లోనవుతారని భయపెట్టేవాడు. అందువల్ల అతన్నే అడిగి తీసుకొని, వాటిని పుస్తకాల్లో పెడితే మరలా కొత్త నెమలీకలు పుడతాయని భావించడం వల్ల రోజూ ఆ పుస్తకాన్ని చూసేవాళ్ళం.

మేము పెట్టుకున్న నెమలీక మరలా మర్నాడుకి పిల్లలను పెట్టిందో లేదో అని ఎంతో ఆతురతగా చూసేవాళ్ళం. మేము పెట్టిన నెమలీక విరిగిపోవడం వలన అది రెండుగానో మూడు గానో కనిపించేది. దాన్ని చూసుకొని నెమలీక పిల్లలు పెట్టిందని సంతోషంతో గంతులేసే వాళ్ళం.

నేను అలాగే బియ్యం వేస్తూ అతని దగ్గరకు వెళ్లి నెమలీకలు ఇవ్వమని అడిగేవాణ్ణి.

ఒకసారి అతను నన్ను చూసి మా అమ్మతో ఈ అబ్బాయికి సర్కారు సొమ్ము తినే యోగం ఉందనీ, అతనికి మహా రాజయోగం ఉందనీ చెప్పాడు. ఈ అబ్బాయిని అందరూ గౌరవించే జాతకం ఉందని, మహా గొప్ప జాతకుడు అని చెప్పాడు.

అమ్మ ఆ మాట విని పైకి సంతోషించినట్లనిపించినా, లోన మాత్రం ఎందుకో భయపడింది. మర్నాడు నుండి అటువంటి వాళ్ళు వస్తే, వాళ్ళ దగ్గరకు వెళ్ళవద్దని మా అందరికీ పదేపదేచెప్పింది.

ఇది జరిగిన కొన్నాళ్ళకు నాకు మరిచిపోలేని ఒక సంఘటన జరిగింది.

ఆ రోజు నేను పొద్దున్నే లేచి, నేను చేయాల్సిన పనుల్నీ చేసేసి తలంటు స్నానం చేసి, తల నిమురుకుంటూ ఎండలో ఉన్నాను. అంతలో దూరంగా ఒకటేదో మెదులుతున్నట్లనిపిస్తే చూశాను. అది చిన్నపాము.ఎండకి మెరుస్తుంది. నావైపుకి వచ్చేస్తుందేమో అన్నంత ఆందోళనకు గురయ్యాను.

ఆసమయంలో పక్కనే అందుబాటులో ఉన్న చీపురు తీసుకొని దాన్ని కొట్టేశాను. అది చనిపోయిందనుకున్నాను. దాన్ని కొట్టేసి వెళ్ళి ఇంట్లో వాళ్ళకి చెప్పాను. వాళ్ళు చూడ్డానికి వచ్చారు. పాముని కొట్టిన చోటే పడి ఉండాలి. కానీ, అది అక్కడ లేదు.

నేను ఈను పుల్లలతో కొట్టిన దెబ్బలకు చనిపోయిందనుకున్నాను. తీరాచూస్తే అది కాసేపు ఆ దెబ్బలకు తాళలేక చనిపోయినట్లు పడిపోయినా,మళ్ళీ తేరుకొని వెళ్ళి పోయిందని అర్థమయ్యింది. ఆ పాముని పూర్తిగా చంపలేదు. కాబట్టి అది శపిస్తుందని అన్నారు. నాకు ఆ భయం అలాగే ఉండిపోయింది.కొన్నాళ్ళ తర్వాత నేను మధ్యాహ్నం పరీక్షలకు హడావిడిగా సైకిలు తొక్కుకుంటూ వెళ్తున్నాను. నాకు అప్పుడు సీటు మీద తొక్కడం రాదు.ఫెడల్ మీద తొక్కుకుంటూ వెళ్ళాలి. అలా వెళ్ళేటప్పుడు గొరగనమూడి దగ్గరలో ఒక రోడ్డు మలుపు ఉంటుంది.

ఎదురుగా ఏదో వెహికల్ వస్తుందని హడావిడిలో నా సైకిల్ కుడి బ్రేక్ వేశాను. అక్కడే ఆ రోడ్డు మీద పేడ మీదకెళ్ళేసరికి బ్రేక్ వెయ్యడం, ముందరి చక్రం సడన్ గా ఆగేసరికి వెనుక చక్రం ప్రక్కకి వెళ్ళిపోయి పడిపోయాను.సైకిల్ మీద నుండి నేను కిందికి పడిపోయాను. నామీద సైకిల్ పడిపోయింది. నా ఎడమచేయి మీద సైకిల్ ఫ్రేమ్ పడింది. అది ఇనుముతో బలంగా ఉంటుంది. అది నా లేత చేతిపై పడేసరికి అక్కడ విరిగిపోయింది.

ఎదురుగా వస్తున్న ట్రాక్టరు కింద పడకుండా, నామీద సైకిల్ పడ్డంతో చాలా ప్రమాదం తప్పిందనుకున్నాను.ఎలాగోలా ఆ బాధతోనే నా సైకిల్ ని రోడ్డు ప్రక్కకి లాక్కొని కూర్చొని ఏడుస్తున్నాను.అంతలో ఆ దారిలో నుండే సైకిల్ మీద నాకు వరసకు చిన్నాన్న అయ్యే వెంకటరెడ్డి వచ్చాడు. వెంటనే నన్ను ఎత్తుకొని, తన సైకిల్ పై కూర్చోపెట్టుకొని ఇంటికి తీసుకొచ్చేశాడు.

ఈ సంఘటన మధ్యాహ్నం జరిగింది. అమ్మా, నాన్నా వచ్చేవరకు ఆగితే బాధ తట్టుకోలేడని, నన్ను మా చిన్నాన్న కాట్రేనికోనలోని ఒక హాస్పటల్ కి తీసుకెళ్ళాడు. అది డా. రామకృష్ణంరాజుగారి ఆసుపత్రి. ఎక్సరే తీసి ఒక చెయ్యి విరిగిందని చెప్పారు. దానికి సిమెంటు కట్టు వేయాలన్నారు.

నాకు దెబ్బ తగిలిందన్న వార్త ఎలా తెలిసిందో నేను హాస్పిటల్ కి వెళ్ళిన అరగంటలో మా నాన్న తన సైకిల్ మీద వచ్చేశాడు. నాన్నను చూసి మరింతగా ఏడ్చేశాను.సిమెంటు కట్టు కట్టాలి. ఈ లోగా బాధ తట్టుకోవడానికి ఇంజెక్షన్, బిళ్ళలు ఇచ్చారు.డాక్టర్ తన పేషెంట్స్ ని చూసుకొని రాత్రికి సిమెంటు కట్టు కట్టారు. నా చేతికి కట్టు కట్టేటప్పుడు ఇద్దరు నర్సులు ఏదో విషయంలో గొడవ పడ్డం; దాన్ని డాక్టరుగారు సర్ది చెప్తూ నాకు కట్టు కట్టారు. తర్వాత నన్ను ఇంటికి పంపేశారు.

''*పిల్లోడికి ఎవరి దిష్టి తగిలేసిందో... అందుకే అందరి దగ్గరకు వెళ్ళొద్దని చెప్పాను. ఇదిగో ఇప్పుడు ఇలా చెయ్యి విరిగిపోయింది*''అని ఏడుస్తూ ఏదేదో అంటుంది మా అమ్మ.

తర్వాత రోజు యునైటెడ్ నర్సింగ్ హోమ్ అని అమలాపురంలో ఒక పెద్ద హాస్పిటల్ ఉండేది. నాకు కట్టు సరిగ్గా కట్టారో లేదో తెలుసుకోవడానికి మా నాన్న అక్కడికి నన్ను తీసుకెళ్ళాడు. వాళ్ళు ఎక్సరే తీసి, మళ్ళీ కట్టు కట్టాలన్నారు. సరేనని కట్టు కట్టించాడు మా నాన్న.

కొన్నాళ్ళ తర్వాత నా కట్టు విప్పారు. నాకు నా చేయి మళ్ళీ ఇంతకు ముందున్నట్లు నా ఎముక అతుక్కోలేదు. నా చేయి వంకరగా వచ్చింది. నడుస్తుంటే ఎడమ చెయ్యి ప్రక్కకి వచ్చేస్తుంటుంది. నేను నడిచేటప్పుడు ఎవరైనా నా చేతుల్ని చూస్తుంటే 'వీడెంత గర్వంగా నడుస్తున్నాడో చూడు' అన్నట్లు అనిపిస్తుంది.

ఆ కోయ దొర చెప్పినట్లు రాజయోగం పట్టడం మాటెలాగున్నా, రాజుగారు నాకు సిమెంటు కట్టు కట్టడం మాత్రం నిజమైందనిపించింది.

తలిచేదొకటి, జరిగేదింకొకటి
జీవితం సుఖదుఃఖాల దోబూచులాట!
పరుచుకున్న మంచుతెరల్ని తొలగించుకొంటూ,
దారుల్ని సరిచేసుకుంటూ అలా నడవాల్సిందే!
గమ్యాన్ని వెతుక్కుంటూపోతే
ఎత్తుపల్లాలే కాదు తెలిసినట్లనిపించే
తెలియకుండా ఊబిలో పడిన జీవన సమరాలెన్నో
అన్నింటినీ ఎదుర్కోవాల్సిందే

నడుస్తూ నడుస్తూ పోతుంటే
కాళ్ళకు తగిలే గాయాలేకాదు,
ఆత్మీయమైన తీగలూ చుట్టుకుంటాయి
నడుస్తూ నడుస్తూ పోతే
గుండెకు హత్తుకునే వెచ్చని ఆలింగనాలూ ఎదురు పడతాయి
ఇంకా ఇలాంటి వెన్నెన్నో
హృదయానికే తెలియకుండా
చీల్చేసే దట్టమైన చీకటి కౌగిళ్ళవుతాయేమో
ఏమో ఎవరికి తెలుసు?

కాలు మీద బాల్యం 'గుర్తు'

మా ప్రాంతంలో ఎటుచూసినా నిత్యం నీళ్ళు ప్రవహించే బోదెలు, కాల్వలు. ఒంపులతో వయ్యారాలుగా పోయే కెరటాలు, ఆ కెరటాల్లో ఎగిసి పడే ఉయ్యాలూగుతూ చిన్న చిన్న చేపలు. వాటిని చూస్తే నాకూ వాటిలాగే నీటిలో ఎగిసిపడుతూ ఆడుకోవాలనిపించేది. కోయిల 'కుహూ' అంటుంటే మేము కూడా దానికి బదులుగా 'కుహూ' అనేవాళ్ళం. అదింకా గట్టిగా అంటున్నట్లనిపించేది. అలా కుహూ కుహూ అంటూ ఆ ప్రవహించే నీటిలో ఎగిరి గంతులేస్తూ ఆడుకునేవాళ్ళం.

ఇంటి ముందునుండో, పక్కనుండో ప్రవహించే బోదెల్లో కాగితాల పడవలు వదిలేవాళ్ళం. చిన్నప్పుడు బోదెల్లో దిగి ఆడుకునేవాళ్ళం. కొంచెం పెద్దదిగిన తర్వాత కాల్వల్లో ఈత కొట్టేవాళ్ళం. ప్రవాహానికి ఎదురీదేప్పుడు పొందే ఆనందం ఇంత అని ఎలా చెప్పగలను? అదే ఈ మాత్రం నన్ను గెలిపించిందేమో!

ఆ ప్రవాహంలో కొట్టుకు పోతారని పెద్దోళ్లు కాల్వలోకి దిగనిచ్చేవారు కాదు. అలాగే చెరువుల్లో కూడా పోటీపడి ఈత కొట్టేవాళ్ళం. మా బ్రాహ్మణ చెరువు మధ్యలో ఉన్న స్తంభాన్ని ఎవరు ముందు ముట్టుకొని వస్తారో, వాళ్ళే విజేతలని అనుకునేవాళ్లం. చెరువు చాలా లోతుగా ఉండేది.

అప్పుడప్పుడు కొంతమంది సగం దూరం వెళ్ళి మునిగిపోయేవారు. దీనికి తోడు చెరువులో కొన్ని చోట్ల ఊబి ఉండేది. పొరపాటున అక్కడ మన కాళ్ళు పడ్డాయంటే, దాని నుండి పైకి రాలేం. అందువల్ల చెరువులో ఈత కొట్టడానికి పెద్దోళ్లు ఒప్పుకునేవారు కాదు.

మాకేమో చెరువులో ఈత కొట్టాలని ఉండేది. దానికెన్నో ప్రణాళికలు వేసుకునేవాళ్ళం. పెద్దోళ్లు పనులకి వెళ్లిపోయిన తర్వాత ఈత కొట్టేవాళ్ళం. తర్వాత ఎవరొకరి ద్వారా చెరువులో దిగిన విషయం ఇంట్లో తెలిసిపోయేది. మా వీపులన్నీ ఈత బరెసెల మోతలు మోయకతప్పేది కాదు. నీటిలో ఈతకొట్టడమే కాదు, అరటి బోదెల్ని పడవలుగా చేసుకొని వాటితో పోటాపోటీగా ఆడుకొనే వాళ్ళం.

ఈ ప్రాంతంలో చాలా విరివిగా అరటి తోటలు ఉంటాయి. అలాంటి గెల కొట్టేసిన తర్వాత ఆ చెట్టుని పై పొరలు కొన్ని తీసేస్తే దానిని బోదెలు అంటారు. అవి నీటిలో

తేలుతాయి. వాటిని ఒకదాని సహాయంతో అయితే మనం నీటిలో మునిగిపోకుండా ఈత కొట్టుకుంటూ ఎంత దూరమైనా విహరించినట్లు వెళ్ళిపోవచ్చు. రెండు, మూడు కలిపి బల్లలా కట్టుకుంటే దానిపై కూర్చుని నీటిపై తేలుతూ వెళ్ళిపోవచ్చు. అందుకే వాటి సహాయంతో ఈతకొడితే పెద్దవాళ్లు పెద్దగా పట్టించుకోరు. అందువల్ల వాటిని తెచ్చుకునేవాళ్లం.

ఒకరోజు అరటిబోదెల్ని కత్తితో కొడుతున్నాను. మా ఫ్రెండ్ అంబటి సత్యనారాయణ ,సుబ్రహ్మణ్యశాస్త్రి ఒక చిన్న గొడ్డలితో నరుకుతూ దాన్ని పట్టుకోమన్నాడు. నేను చేత్తో పట్టుకోకుండా కాలుతో నొక్కిపట్టాను. పొరపాటున ఆ గొడ్డలి నా ఎడమకాలుపై పడిపోయింది. నేటికీ అది నా కాలుమీద ఆ బాల్యం నాటి 'తియ్యని' గుర్తుగా మారిపోయి అలాగే ఉంది . దాన్ని చూసుకున్నప్పుడల్లా నీళ్ళలోని స్వచ్ఛతనీ, బాల్యంలోని మాధుర్యాన్నీ ఆస్వాదిస్తుంటాను. బాధ జ్ఞప్తికొస్తే, అంత బాధను దాటామనే ఆనందమే మిగులు కదా మనిషికి జీవితగమనం!

ఇందుకే బాల్యం నాటి కష్టాలైనా, సుఖాలైనా మనం పెద్దవాళ్ళయిన తర్వాత అవన్నీ మధురమైన జ్ఞాపకాలుగానే అనిపిస్తాయి. మా ఫ్రెండ్స్ అంతా కలిసి ఆడిన ఆటలు, పాడిన పాటలు, చేసిన కోతి చేష్టలు అన్నీ తలచుకుంటే ఆనందమే ఆనందం.

దీనితో పాటు నా ఎడమ చేతి మణికట్టు చూసుకున్నప్పుడల్లా, చిన్నప్పుడు మేము చేపల కోసం వేసిన గేలం గుచ్చుకున్న ఆ మచ్చ నాటి చేష్టలన్నీ తీపి గుర్తులేనని గుర్తు చేస్తుంది.

ఒకవైపు గేలం వెయ్యొద్దని చెప్పినా వినలేదని తిట్టడం, కొట్టడం వంటివన్నీ భయాన్నే కలిగించడం నిజమే. మరొకవైపు అమ్మానాన్న ,ఇంట్లో వాళ్లంతా ప్రదర్శించిన కేర్ నా కుటుంబాన్ని మరింత ప్రేమించేలా చేస్తుంది.

ఐస్ క్రీమ్ కోసం టాన్సిల్స్ ఆపరేషన్

నాకు ఇప్పటికీ ఐస్ క్రీమ్ చూస్తే నా చిన్ననాటి ఓ ఆలోచన కళ్ళ ముందుకొచ్చి నవ్విస్తుంది. నాకు చిన్నప్పుడు గొంతులోని టాన్సిల్స్(tonsils) ఇన్ఫెక్షన్ కు గురయ్యాయి. అలా ఇన్ఫెక్షన్ అవ్వడం, మళ్ళీ కొన్ని జాగ్రత్తలు తీసుకుంటే మళ్ళీ మామూలు స్థితికి చేరుకొని, నోట్లోకి చెడ్డ బ్యాక్టీరియా చేరకుండా పనిచేస్తాయి. గొంతు చివరి భాగంలో కొండనాలుక ప్రక్కన ఈ టాన్సిల్స్ ఉంటాయి. జలుబు చేసినప్పుడు, వైరల్ ఇన్ఫెక్షన్ కలిగినప్పుడు ఈ టాన్సిల్స్ ఉబ్బుతాయి. దీనివల్ల గొంతు నొప్పిగా ఉంటుంది. లోనికి ఏ ఆహారాన్ని తీసుకోవాలన్నా కష్టంగా ఉంటుంది. దాన్ని గుర్తించిన వెంటనే జలుబు తగ్గించుకోవడం లేదా సంబంధిత యాంటీ బయోటిక్స్ వాడితే సరిపోతుంది. బాగా ఇన్ఫెక్షన్ అయితే ఆపరేషన్ చేయాల్సి ఉంటుంది.

నాకు ఆరు, ఏడు తరగతుల్లో ఉండగా టాన్సిల్స్ పెరిగినప్పుడు అన్నాన్ని మెత్తగా పిసుక్కొని తినేవాణ్ణి. పదిమందిలో అలా అన్నం తింటే మనల్ని అసహ్యించుకుంటారని, అలా తినొద్దని మా పెద్దన్నయ్య పదే పదే చెప్పేవాడు. అలా చేయకుండా అన్నాన్ని మింగాలంటే నాకు చాలా కష్టంగా ఉండేది. ఆ విషయాన్ని ఎంత చెప్పినా వినేవాడు కాదు, తిట్టేవాడు.

మా నాన్న ఈ టాన్సిల్స్ తగ్గించడానికి తనకు తెలిసిన వంటింటి చిట్కా వైద్య పద్ధతుల్ని అనుసరించేవాడు. అవి చాలా భయంకరంగా ఉండేవి. పొయ్యి దగ్గర చూరుకి ఏర్పడే బూడిద తీసుకొని, కన్ను ఉప్పు (క్రిస్టల్ సాల్ట్) కి పెట్టి పొద్దున్నే గొంతులో పెట్టి టాన్సిల్స్ పగిలేలా నొక్కేవాడు. అప్పుడు అవి పగిలి రక్తం వచ్చేది. ఆ సమయంలో నా గొంతులో ఉప్పు, బూడిద కలిపి పెడుతుంటే నాకు ఊపిరి ఆడేది కాదు. ఆ బాధ భరించలేకపోయేవాణ్ణి.

అలా చేయాలని ఎవరో చెప్పారని, నాన్న ఆ పద్ధతిని అనుసరించేవాడు. అలా చేసిన తర్వాత గొంతులోకి నీళ్లు వెళ్లినా ఆ బాధను తట్టుకోలేక పోయేవాణ్ణి. ఆ సమయంలో అన్నాన్ని ముద్దలుగా చేసుకుని తినగలమా? అందుకనే అన్నాన్ని మెత్తగా పిసుక్కొని తినే ప్రయత్నం చేసే వాడిని. ఇది ఇంచుమించు రెండు రోజులకు ఒకసారి గొంతులో అలా ఉప్పు పెట్టి టాన్సిల్స్ ని తగ్గించే ప్రయత్నం చేయడం, నేను ఆ బాధను తట్టుకోలేక పోవడం...

మరలా భోజనం చేసేటప్పుడు పెద్దన్నయ్య తిట్టడం ... రోజువారీగా జరిగేది. పెద్దన్నయ్య మాటలు నా మనసుని ఇంకా బాధపెట్టేవి.

ఇవన్నీ గమనించిన మా అమ్మ నన్ను హాస్పిటల్ కు తీసుకు వెళ్ళమని చెప్పింది. అమలాపురంలో డా.వెంకటపతి రాజుగారి హాస్పటల్ 'అన్నపూర్ణ నర్సింగ్ హోమ్' అనుకుంటాను. ఆ ఆసుపత్రికి తీసుకువెళ్లి చూపిస్తే ఆయన ఆపరేషన్ చేయాలన్నారు. చూరుకున్న బూడిదను పెట్టడం వల్ల ఇంకా త్వరగా ఇన్ఫెక్షన్ అయ్యాయని, అలా చెయ్యకూడదని మందలించారు.

అంతకు ముందే మా తమ్ముడు కృష్ణకు టాన్సిల్స్ ఆపరేషన్ చేయించారు. తర్వాత ఎవరో చెప్పారట. దానికి అంత ఆపరేషన్ చేయాల్సిన పనిలేదనీ, ఉప్పుతో నొక్కితే సరిపోతుందనీ అన్నారట. అందుకని దాన్ని నా మీద ప్రయోగం చేశారు. నిజానికి ఉప్పుతో నొక్కడం కంటే నోరు శుభ్రంగా కడుక్కోవడం, ఉప్పు నీటితో మరింత శుభ్రం చేసుకోవడం వల్ల ఇన్ఫెక్షన్ తగ్గే అవకాశం ఉంటుంది. దాన్నెవరో రివర్స్ లో మానాన్నకి చెప్పారు. నాన్న అలా ఉప్పుగల్లులతో నొక్కుతుంటే ఆ బాధ తట్టుకోలేకపోవడం, అది తగ్గక పోవడంతో నన్ను కూడా ఆసుపత్రికి తీసుకువెళ్లారు.

ఆపరేషన్ అంటే భయమేసింది. అప్పుడు మా తమ్ముడు కృష్ణ తనకు టాన్సిల్స్ వచ్చినప్పుడు *"ఎన్నో ఐస్ క్రీములు ఇచ్చారు. నీకు కూడా ఐస్ క్రీమ్ ఇస్తారు"* అని ఊరించాడు. ఊరించడమే ఊరించడమైంది. అయితే, ఐస్ క్రీమ్ ఇస్తారని నేను ఆపరేషన్ చేయించడానికి ఒప్పుకున్నాను. నాకు ఐస్ క్రీమ్ చూసినప్పుడల్లా ఆ సంఘటన గుర్తుకు వస్తూ ఉంటుంది.

అన్నాన్ని పిసుక్కొని తినాల్సిన సమస్య పోయింది. టాన్సిల్స్ బాధ తగ్గిపోయింది. కానీ, ఆ సమయంలో నన్ను ఎవరెలా చూశారనేది మాత్రం నా మనసుపై శాశ్వతంగా ఓ ముద్ర పడిపోయింది.

మా పెద్దన్నయ్య ఓ హిట్లర్!

ఈ బాధ కంటే పెద్దన్నయ్య తిట్టే బాధ తగ్గిందని నాకు చాలా సంతోషం అనిపించింది. కానీ, ఒకటి అయిపోతే మళ్ళీ మా పెద్దన్నయ్య మరొక టాస్క్ ఇచ్చేవాడు. ఇంట్లో అమ్మా నాన్నా కూడా వాడి మాటకు 'సై' అనేవారు. అది ప్రేమవల్ల కావచ్చు; అతి గారాబం వల్ల కావచ్చు; మాకంటే పెద్ద వాడవడం వల్ల కావచ్చు; మొట్టమొదట పుట్టినందుకు కావచ్చు; మా కంటే ముందు పుట్టి, మాకంటే ఎక్కువ చదువుకున్నందుకు కావచ్చు. కారణమేమైతేనేమి, మా పెద్దన్నయ్య ఏదైనా చెప్పాడంటే మా ఇంట్లో యువరాజు గారి ఆజ్ఞలా ఉండేది.

మమ్మల్నెప్పుడూ మా పెద్దన్నయ్య కాళ్ళు, చేతులు శరీరాన్ని బాగా తోముకోవాలని చెప్పడం వరకు ఓకే. కానీ, గడ్డితో గానీ, కొబ్బరి పీచుతో గాని తోముకోవాలని చెప్పేవాడు. మేము తోముకోకపోతే చర్మం దద్దుర్లు వచ్చి, రక్తం తేలేలా శరీరం మీద రుద్దేసేవాడు.కాళ్ళు, చేతులకు గోర్లు పెరగటం మంచిది కాదనీ, వాటిని ఎప్పటికప్పుడు కట్ చేయించేవాడు. మేము కట్ చేసుకోకపోతే రక్తాలు కారేలా వాడే కట్ చేసేవాడు. మాట్లాడేటప్పుడు నెమ్మదిగా మాట్లాడ్డం అలవాటు చేసుకోవాలనేవాడు. గట్టిగా మాట్లాడితే ఒక మొట్టికాయ వేసేవాడు.

పెద్దన్నయ్యకు తాను చదివే హైస్కూలులో యవలతో చేసిన ఉప్మా పెట్టేవారు. దాన్ని మాకోసం పట్టుకొచ్చే వాడు. అది ఎంతో రుచికరంగా ఉండేది. దాన్నిగానీ, అన్నాన్ని గానీ తినేటప్పుడు ఏమాత్రం సౌండ్ వచ్చినా అలా పందిలా తినకూడదనే వాడు. పెద్దపెద్ద ముద్ద పెట్టుకోవద్దనీ, నోటిలో పెట్టుకున్న ముద్దను బాగా నమలాలని చెప్పేవాడు.

నాకు ఇంకొంచెం పెట్టమని ఒకసారి గట్టిగా ఏడిస్తే, కోపంతో కారం బుడ్డితో నెత్తిమీద గట్టిగా కొట్టాడు. కారం బుడ్డీ పగిలిపోయింది, తలనిండా కారం. ఆ దెబ్బకి కాసేపు నాకు కళ్ళు బైర్లు కమ్మేశాయి. తల పగిలి పోయిందేమో అనుకున్నాను. రక్తం రాలేదు కానీ, దెబ్బ గట్టిగానే తగిలింది. ఎప్పుడన్నా గుండు చేయించుకుంటే ఆ దెబ్బవల్లే కొంచెం తల లోనికి పోయినట్లు అనిపిస్తుంది.

కాఫీ, టీలు తాగేటప్పుడు కూడా ఏమాత్రం సౌండ్ వచ్చినా కుడితిలా తాగకూడదని తిట్టేవాడు. తలమీద కొంచెం వెంట్రుకలు పెరిగినా పిచ్చోడిలా పెంచుకోవద్దనేవాడు. వెంటనే కత్తిరింపు చేయించుకోమని చెప్పే వాడు. మిలటరీ వాళ్ళ లాగా ఉండేది మా తల. స్కూల్లో 'రెండు మూడు నెలల కటింగ్ అవసరం లేకుండా

చేయించుకున్నావే' అని ఫ్రెండ్స్ వేళాకోళంగా మాట్లాడేవారు. హాస్టల్లో చేరే వరకు నా తల కటింగ్ మా హిట్లర్ గారి ప్రకారమే జరిగింది.

మా పెద్దన్నయ్య ఏ పోలీసు శాఖలోనో, మిలటరీలోనో ఉండాల్సిన వాడు అనుకునేవాణ్ణి. అన్నీ పరిశీలించి, చిన్న పొరపాటు చేసినా వెంటనే పట్టుకొనేటప్పుడు, వీడు ఏ సిఐడిలోనో ఉండాలనుకునేవాణ్ణి. ఆ తర్వాత హాస్టల్లో నేను జుట్టు పెంచుకున్నాను. నాకు కావాల్సినట్టు నా జుట్టు పెంచుకున్నాను. ఆ రోజుల్లో తల పెంచుకొని నుదుటి మీద కుడి వైపు నుండి ఎడమవైపుకి ఒక ఉంగరంలా చుట్టుకోవడం ఒక ఫ్యాషన్ గా ఉండేది. అలా నేను కూడా చుట్టుకునేవాడిని.

హాస్టల్ నుండి ఇంటికి వచ్చే ముందు మాత్రం కురచగా కత్తిరింపు వేయించుకొని వచ్చేవాడిని. ఇంటిదగ్గర ''హిట్లర్'' ఉన్నాడు కదా అనిపించేది. ఆ తర్వాత కాలేజీలో జాయిన్ అయ్యే వరకు కొన్నాళ్ళపాటు 'హిట్లర్' ని ఎదిరించి కొంచెం జుట్టు పెంచుకున్నాను.

ఎన్.సి.సి. లో చేరిన తర్వాత అక్కడ మాకు మరో కొందరు హిట్లర్స్ ఎదురయ్యారు. ఆయనే ఎన్.సి.సి. ఆఫీసర్, ఆయనతో పాటు శిక్షణ ఇవ్వడానికి వచ్చే మిలటరి ఆఫీసర్స్... వీళ్ళంతా ఒక తాడు కట్టి మరీ మా తలను కురచగా కటింగ్ వేయించేసేవారు. వీళ్ళని చూసిన తర్వాత మా ఇంట్లోని హిట్లర్ గారే బెటర్ అనిపించేది. ఎన్.సి.సి పూర్తి అయిన తర్వాత నాకు అలా తల వెంట్రుకలు కురచగా ఉండడం వల్ల కలిగే అనేక లాభాలు తెలిశాయి. అలా నా తల కురచగా చేసుకోవడం జీవితంలో ఒక భాగమై పోయింది.

బోర్లు వేసే కూలీగా...!

ఎలిమెంటరీ స్కూల్ చదువు వరకు నా క్లోజు ఫ్రెండ్ అంబటి సత్యనారాయణ సుబ్రహ్మణ్యశాస్త్రి. అతను నేను బడిలో అయినా, పనిలో అయినా కలిసే ఉండేవాళ్లం. అతని తండ్రికి చేతి బోర్లు వేయడం తెలుసు. సెలవుల్లో నన్ను కూడా బోర్లేయడానికి తీసుకెళ్ళేవాడు.

రోజుకి ఒక బోరు వేస్తే చాలు. అది మధ్యాహ్నానికి అయిపోయినా ఒక రోజుకిచ్చే కూలిని ఇచ్చేసేవాడు. అలా సెలవుల్లో చేతిబోర్లు వేయడానికి, నేనూ, సుబ్రహ్మణ్యశాస్త్రి వెళ్ళేవాళ్ళం. ఇద్దరం కలిసిమెలిసి ఉంటూ, మాట్లాడుకుంటూ, పనిచేయడానికి ఉంటుందని నేను బోర్లు వెయ్యడానికి వెళ్ళడానికి ఇష్టం చూపేవాణ్ణి.

ఈ కోనసీమ ప్రాంతంలో సాధారణంగా ఇంటికో నుయ్యి తవ్వించుకుంటారు. దీన్ని చేతి బావి అంటారు. ఇరవై అడుగులలోపులోనే నీళ్ళు వచ్చేస్తాయి. కొంత మందైతే పది అడుగుల లోపులోనే నీళ్ళు వస్తాయి. అవి వాళ్లూ, ఆ పక్కిండ్ల వాళ్లూ వాడుకోవడానికి సరిపోతాయి.

మరికొంతమంది హేండ్ బోర్ వేయించుకుంటారు. చెత్తా చెదారం పడకుండా, ఎప్పటికప్పుడు ఫ్రెష్ వాటర్ తాగొచ్చని భావిస్తారు. హేండ్ బోర్ ని వేయడానికి పెద్ద పెద్ద యంత్రాలేమీ అవసరం లేదు. ఒక ఇరవై ముప్పై కిలోల బరువుండే ఒక పొడవాటి ఐరన్ రాడ్ తీసుకొని బోర్ గొట్టాన్నీ, దానికి ఉండే ఫిల్టర్ ని నేల్లో కొట్టి వేస్తారు.

అలా నేల్లో కొట్టడానికి ఇద్దరు కూలీలు కావాలి. సుబ్రహ్మణ్యశాస్త్రితో పాటు నేను కూడా వెళ్ళేవాణ్ణి. చిన్న గొయ్యి తీసి దానిలో ఫిల్టర్ పెట్టి దానిపై కొట్టాలి.

నీళ్ళు కొన్నిసార్లు ఆరు అడుగుల్లోపే పడుతుంది. మరికొన్నిసార్లు ఇంకా పెద్దది అవసరమవుతుంది. గొయ్యి తీసి జాగ్రత్తగా ఆ ఫిల్టర్ మీద ఇనప రాడ్ తో కొట్టాలి. ఎక్కడైనా రాయి తగిలితే మళ్ళీ దాన్ని తీసేసి, మరోచోట వెయ్యాలి. అలా వేసిన తర్వాత వాటర్ లెవెల్ లోకి వెళ్ళడంతోనే నీళ్ళు పైకి వస్తాయి. అప్పుడు దానికి వాల్వ్ పెట్టి, సీలింగ్ రింగ్ వేస్తారు. దానిమీద చెక్ వాల్వ్ వేసి, ఫిస్టన్ అమరుస్తారు. ఆ ఫిస్టన్ ని కిందికీ పైకీ లాగడం ద్వారా నీళ్ళు వస్తాయి. వాటిని జాగ్రత్తగా బయటకు రావడానికి ఒక వైపు నీళ్ళు వచ్చేటట్లుగా అవుట్ లెట్ ని ఏర్పాటు చేస్తారు.

దానికి వ్యతిరేకదిశలో నీళ్ళు పైకీ, కిందికీ కొట్టడానికి ఒక రాడ్ ని ఏర్పాటు చేస్తారు. వీటిని బిగించేటప్పుడు వాళ్ళ నాన్న దగ్గరకు రానిచ్చేవాడు కాదు. ఎప్పుడైతే ఫిల్టర్ భూమిలోకి కొట్టేసామో, నీళ్ళు పడ్డాయని తెలిసిందో మమ్మల్ని అక్కడ నుండి పంపేసేవాడు.

నేను దాన్ని చూడాలని తెగ ప్రయత్నించేవాణ్ణి?! అయినా గానీ దాన్ని నేర్చుకోవడానికి నాకు అవకాశం దొరకలేదు. కానీ, నా స్నేహితుడు సుబ్రహ్మణ్యశాస్త్రికి ఆ అవకాశం దొరికింది. వేసేది వాళ్ళ నాన్నే కాబట్టి, ఆ అవకాశం లభించింది. అదికూడా ఇప్పుడు అతనికి ఉపాధి కలిగిస్తోందనిపిస్తుంది.

బ్రతకడానికి ఎన్ని పనులు చేసుకోవచ్చో నాకవన్నీ తెలిసే కొద్దీ నాలో ఆత్మవిశ్వాసం రెట్టింపు అయినట్లనిపించేది. కానీ, అలా రోజువారీ పనులు చేయడం వల్ల అవి ఆరోజుకి, మహా అయితే మర్నాడు కి సరిపోతాయి. కావాల్సిన కనీస అవసరాలు తీర్చుకోలేం. మనకేమైనా అయ్యిందంటే ఆసుపత్రి ఖర్చు సామాన్యంగా ఉండదు.

ఈ పరిస్థితి పెద్ద కుటుంబంలో ఎదురైతే అందరూ ఎంతో హడావిడి పడిపోతారు. అవసరమైతే తలో చేయీ వేస్తారు. కానీ, అది రోజువారీ పనులు చేసుకొని బ్రతికే కుటుంబమైతే ఇంటి నిండా ఆప్యాయత, అనురాగాలు ఉన్నా, ఆర్థిక పరిస్థితి చాలా ఘోరంగా ఉంటుంది. అందువల్ల స్థిరంగా ఆదాయం వచ్చే మార్గాల్ని అన్వేషించాలి.

దీనికి ప్రభుత్వ ఉద్యోగం ఒక మార్గం. ఇది రావాలంటే కష్టపడి చదవాలి. మంచి మార్కులు సాధించాలి. మంచి ర్యాంక్ సాధించాలి. ఉత్తమ గుణాల్ని కలిగి ఉండాలి. మన శక్తి సామార్థ్యాల్ని నైపుణ్యంతో ప్రదర్శించగలగాలి. సమయస్ఫూర్తి, కలివిడితనం, నాయకత్వ లక్షణాలు, సర్దుకుపోయే తత్వం, క్రమశిక్షణ, ఓర్పు వంటి వన్నీ ఉండాలని, అప్పుడు మాత్రమే మనం ప్రభుత్వ ఉద్యోగాన్ని సాధించగలుగుతామని మా హైస్కూల్లో టీచర్లు చెప్పేవారు. అవన్నీ నేను కూలిపనికి వెళ్ళినప్పుడు, కష్టమైన పనులు చేస్తున్నప్పుడు బాగా గుర్తొచ్చేవి.

నేనే పని చేసినా అప్పుడు నన్ను నేను సమీక్షించుకునేవాణ్ణి. నా పనులన్నీ జల్లెడ వేసుకునేవాణ్ణి. అలా చేయడం నాకు చిన్నప్పటి నుండీ అలవాటయ్యింది.

మా అమ్మ ఎప్పుడూ ఒక మాట చెప్పేది. మనం ఈ రోజు చేసిన పనులన్నీ రాత్రి పడుకునే ముందు గుర్తు చేసుకోవాలి. వాటిలో మంచి పనులెన్ని ఉన్నాయి? చెడ్డ పనులెన్ని ఉన్నాయి? నీకు సంతోషం కలిగించేవెన్ని ఉన్నాయి? నీ సంతోషం, నీ ఆనందం ఎవరికైనా ఇబ్బంది కలిగిస్తుందా? నువ్వు చేసిన పనులన్నీ తాత్కాలికంగా ఉపయోగపడేవా? శాశ్వతమైన ఫలితాల్ని ఇచ్చేవా? ఇలా ప్రతి రోజు పడుకునే ముందు ఒకసారి గుర్తు

చేసుకోమని చెప్పేది. మన మనసే నిజమైన సాక్షి. దానికి మనం సమాధానం చెప్పుకోవాలి. మనం సత్యం వైపే ఉంటే దేవుడి వైపు ఉన్నట్లు. నువ్వు అసత్యం మాట్లాడితే దేవుణ్ణి ధిక్కరించినట్లే.

మనం చేసే ప్రతి పనిని మనం నిత్యం సమీక్షించుకోవాలి. దీని వల్ల తాత్కాలికమైన ప్రయోజనాలున్నాయా? కేవలం వ్యక్తిగతమైన లాభాలే ఉన్నాయా? అవన్నీ ఆలోచించుకోవాలి. మనం మనకోసం బ్రతుకుతూనే మన వాళ్ళకోసం కూడా ఉపయోగపడాలి. స్వార్థంతో జీవించే పనులు చేస్తుంటే, వాటిని ఒక్కొక్కటిగా అయినా తగ్గించుకుంటూ రావాలి. అప్పుడు నువ్వు పొందే ఆనందమే నిజమైన ఆనందం. ఇలా ఎన్నో చెప్పేది. అవన్నీ నాకు ఇప్పటికీ నేనేపని చేసినా నా చెవుల్లో మారుమ్రోగుతునే ఉంటాయి.

నాటకాలు-బుర్రకథలు

కోనసీమ ప్రాంతంలో వినాయకచవితి, విజయ దశమి ఉత్సవాలకు నాటకాలు ప్రదర్శించేవారు. పాండవోద్యోగ విజయం, గయోపాఖ్యానం, శ్రీకృష్ణ తులాభారం, సత్యహరిశ్చంద్ర, శ్రీరామాంజనేయ యుద్ధం, చింతామణి మొదలైన నాటకాలు ప్రదర్శించేవారు. పద్యాలు రాగం తీస్తుంటే చప్పట్లే చప్పట్లు. ఒన్స్ మోర్స్ అంటూ ఈలలు వేస్తూ గోల చేసేవారు.

మాకు మాత్రం ఆ పద్యం ఎప్పుడవుతుందిరా బాబూ అనిపించేది. అలాగే చాలా సేపు ఆ రాగం తియ్యడానికే సరిపోతుందనిపించేది. ఆ పద్యాలు, ఆ రాగాలు లేకుండా వేస్తే బాగుండుననిపించేది.

చింతామణి నాటకంలో సుబ్బిశెట్టి పాత్ర భలే ఉండేది. నల్లని దేహం, బొంగురు పోయిన గొంతు, ముందుకొచ్చిన పెద్ద బానకడుపు, బయటకొచ్చే ఆ ఎత్తుపళ్ళు చూస్తుండగానే నవ్వొచ్చేది. కాళ్ళకూరి నారాయణరావుగారు ఆ నాటకాన్ని ఆద్యంతం హాస్యాస్ఫూరకంగా రాస్తూనే, వేశ్యల వల్ల కలిగే అనర్థాలను కళ్ళకు కట్టినట్లు వర్ణించారు.

చింతామణి ఒక వేశ్య. ఎంతో అందమైన అమ్మాయి ఆ పాత్రను వేసేది. చింతామణిని ఆమె తల్లి సుబ్బిశెట్టి అనే వ్యాపారి దగ్గరకు పంపిస్తుంది. అతడు అందవికారంగా ఉన్నా, అతని ఆస్తినంతా హరిస్తుంది. దానికి తల్లి చింతామణిని సిద్ధం చేస్తుంది. ఈలోగా భవాని శంకరం ద్వారా అతని స్నేహితుడు, ధనవంతుడు, విద్యావంతుడు బిల్వమంగళుని ఆకర్షిస్తుంది.

బిల్వమంగళుడు, ఆమె వలలో పడి భార్యనీ, వార్ధక్యంతో అనారోగ్యం పాలైన తండ్రినీ కూడా నిర్లక్ష్యం చేస్తాడు. ఒక రోజు బాగా వర్షం పడుతున్నప్పుడు బిల్వమంగళుడు అర్థరాత్రి నీటిలో తేలివచ్చిన ఒక దుంగ ఆధారంతో వాగు దాటి చింతామణి ఇంటికి చేరుకొంటాడు. అప్పటికి చింతామణి ఇంటి తలుపులు వేసి ఉంటే గోడమీద వ్రేలాడుతున్న తాడు సాయంతో ఇంట్లో ప్రవేశిస్తాడు. దీపం తెచ్చి చూస్తే అది తాడు కాదు పాము. అంతేకాదు, వాగు దాటడానికి సహకరించింది దుంగ కాదు బిల్వమంగళుని భార్య రాధ శవం. భర్త వాగు దాటడానికి పడవని పిలిచే ప్రయత్నంలో వాగులో పడి మరణిస్తుంది రాధ.

బిల్వమంగళునికి తనపై ఉన్న వ్యామోహానికి విస్తుపోతుంది చింతామణి. బిల్వమంగళునిలో పరివర్తన వస్తుంది. ఆ రాత్రి చింతామణికి శ్రీకృష్ణుడు కనబడతాడు. దానితో ఆమెలో వైరాగ్యం కలిగి సన్యసిస్తుంది. బిల్వమంగళుడు కూడా సోమదేవ మహర్షి పిలుపువల్ల ప్రభావితుడై ఆశ్రమ స్వీకారం చేసి అనంతర కాలంలో లీలాశుక యోగీంద్రుడుగా మారి ***శ్రీకృష్ణ కర్ణామృతం*** అనే సంస్కృత గ్రంథాన్ని రాస్తాడు.

కథలోని సందేశాన్ని అందించేటప్పుడు వైశ్యులను అవమానపరిచేలా ఉందని చాలామంది అనేవారు. ఈ నాటకాన్ని నిషేధించాలని కూడా అనేవారు. ఈ ప్రాంతంలో 'చింతామణి' నాటకం చాలా ప్రసిద్ధి పొందిన నాటకాల్లో ఒకటి.

మాకు తెలిసీ తెలియని ఆ వయసులో చిన్న చిన్న నాటకాలు వేసేవాళ్ళం. అందులో చింతామణి నాటకం, సత్యహరిశ్చంద్ర, శ్రీరామాంజనేయ యుద్ధం ఇలాంటి వాటిని వేసేవాళ్ళం.

సుబ్బిశెట్టి పాత్రని వెయ్యడానికి మేమంతా పోటీ పడేవాళ్ళం.

శ్రీరామాంజనేయ యుద్ధంలో హనుమంతుడి పాత్ర కూడా మమ్మల్ని బాగాఆకర్షించేది. మూతికి ఎర్ర రంగేసుకొని, తాడుని తోకలా పెట్టుకొనేవాళ్ళం. గొడ్లమూడి ఆకుల్ని కిరీటాలుగా తయారు చేసుకొనేవాళ్ళం.

సత్యహరిశ్చంద్ర నాటకం చూసిన వాళ్ళ హృదయాలు కరిగిపోయినట్లయ్యేది. ఆ పద్యాల్లోని భావం అర్థం కాకపోయినా, ఆ రాగం, ఆ సన్నివేశాల వల్ల కొంత ఏదో భావం స్ఫురించేది. మనసుని ఆ భావం కలచి వేసేది.

"ఎన్నో యేండ్లు గతించిపోయినవి గానీ, యీ శ్మశానస్థలిన్
కన్నుల్ మోడ్చిన మందభాగ్యుడొకడైనన్ లేచిరా, దక్కటా!
యెన్నాళ్ళీచలనంబులేని శయనం? బేతల్లు లల్లాడిరో!
కన్నీటంబడి క్రాగిపోయినవి నిక్కంబిందు పాషాణముల్

ఇచ్చోటనే సత్కవీంద్రుని కమ్మని
కలము నిప్పులలోన కరిగిపోయె!
యిచ్చోట నే భూము లేలు రాజన్యుని
యధికారముద్రిక లంతరించె!

యిచ్చోటనే లేత యిల్లాలి నల్లపూ
సలసౌరు, గంగలోగలిసిపోయె!
యిచ్చోట నెట్టి పేరెన్నికంగనుగొన్న
చిత్రలేఖకుని కుంచియ, నశించె!

ఇది పిశాచులతో నిటాలేక్షణుండు
గజ్జె గదలించి యాడు రంగస్థలంబు
ఇది మరణదూత తీక్షమౌ దృష్టు లొలయ
నవనిబాలించు భస్మసింహాసనంబు" ఇలాంటి పద్యాలు సత్యహరిశ్చంద్ర నాటకంలో పాడేవారు. నిజానికి సత్యహరిశ్చంద్ర నాటకాన్ని బలిజేపల్లి లక్ష్మీకాంతంగారు రాస్తే, దానికి గుర్రం జాషువా పద్యాలు కలిపి నటులు నాటకాన్ని రసార్ద్రం చేసేవారు.

నాటకాల్లోని పద్యాలు చదువుకోని వాళ్ళు కూడా పాడేవారు. మేము కూడా ఆ పద్యాల్ని పాడ్డానికి ప్రయత్నించే వాళ్ళం. ఆ పాత్రల్నీ అనుకరించే వాళ్ళం.

మరోవైపు సినీ రికార్డింగ్ డ్యాన్సులు వచ్చాయి. క్రమేపీ 16 ఎం.ఎం. సినిమాలు వచ్చాయి. నాటకాల కంటే సినిమాలకే జనం ఎక్కువగా వచ్చేవారు. అందువల్ల పండగల్లో పెద్దపెద్ద తెరలు కట్టి బ్లాక్ అండ్ వైట్ సినిమాలు, తర్వాత కాలంలో కలర్ సినిమాలు కూడా వేసేవారు. కుటుంబమంతా కలిసి కూర్చోవడానికి పీటలు, చాపలు తీసుకొని వెళ్ళేవాళ్లం.

బొబ్బిలియుద్ధం, అంబేద్కర్ బుర్రకథలు కూడా చాలా విరివిగా వేసేవారు. వీటినీ మేము కూడా ప్రాక్టీసు చేసేవాళ్ళం. మా మిత్రుడు సుబ్రహ్మణ్యశాస్త్రి వాటిని బాగా వేసేవాడు. మేము వంతగాళ్లగా ఉండేవాళ్లం.

ఇప్పుడు ఎక్కడన్నా ఆ నాటకాలుగానీ, అలాంటి నాటకాల వేషాలు వేసేవాళ్ళని గానీ చూస్తే ఆనాటి బాల్యమంతా కళ్లముందు కదలాడుతుంది. ఒక చిరునవ్వేదో నా ముఖం మీద చిన్న సంతకం చేసి పోతుంది. కళ్ళు మూసుకుంటే ఒక చిత్రమేదో ప్రకృతి చిత్రిస్తానంటుంది.

కొబ్బరి లవుజు ఉండల ప్రహసనం

ఇంటిదగ్గర రెండు గేదెలు, రెండు ఎద్దులు ఉండేవి. మేము బడిలో చదువుకుంటూనే, బడికి వెళ్ళేవరకు వాటిని మేపుకొని రావాలి. సెలవుల్లో అయితే మేము కూడా పనికి వెళ్ళిపోయేవాళ్ళం. మమ్మల్నేమో బడిలో చదువుకుంటూ, పశువుల్ని జాగ్రత్తగా చూసుకోమని చెప్పి, కూలి పనుల కోసం అమ్మా, నాన్న ఎంత దూరమైనా సరే పొద్దున్నే వెళ్ళి మళ్ళీ అర్ధరాత్రికి ఎప్పుడో వచ్చేవారు.

వాళ్ళెప్పుడు వెళ్ళేవారో, ఎప్పుడొచ్చేవారో మాకు తెలిసేదేకాదు. రాత్రిపూట వాళ్ళు మమ్మల్ని ఒడిలోకి తీసుకున్నాక ఆ వెచ్చదనానికి అమ్మా నాన్న వచ్చారని తెలిసేది. అప్పుడే లేచి, వాళ్ళు తెచ్చిన పప్పులు (తినుబండారాలు) తీసుకొని తినేవాళ్ళం. ఒక్కోసారి నేను గానీ, తమ్ముడు గానీ, చెల్లి గానీ ఎవరు లేవకపోతే వాళ్ళ వాటా వాళ్ళకి ఉంచేసి మర్నాడు ఇచ్చేవారు. ఒకవేళ అర్థరాత్రి మెలకువ వచ్చినా అమ్మా, నాన్న ఏమితెచ్చారో అడిగి తీసుకొనేవాళ్లం. వాళ్ళు ఏదొకటి తెస్తారనేది మా బలమైన నమ్మకం. ఆ నమ్మకాన్ని ఎప్పుడూ వమ్ము చెయ్యలేదు. బెల్లంతో చేసిన స్వీటు పదార్థాలు, కొబ్బరి లవుజు ఉండలు, గవ్వలు, మైసూరు పాకం ముక్కలు, జంతికలు, పేలాల ఉండలు వంటివి ఏవొకటి తెచ్చేవారు.

ఒకసారి ఇలాగే అమ్మానాన్న వచ్చారని తెలిసి నిద్ర లేచాను. ఆ రోజు మాకు కొబ్బరి లవుజు ఉండలు తెచ్చారు. ఒక్కొక్కరికి ఒక్కొక్కటి చొప్పున తెచ్చారు. నాది నేను తినేశాను. తమ్ముడి వాటా నాదగ్గర పెట్టుకొని ప్రొద్దున్నే వాడు లేచాక ఇస్తానని చెప్పాను. దాన్ని తీసుకొని చేతిలో పెట్టుకొని పడుకున్నాను. గానీ, నా చేతిలోని కొబ్బరి లవుజు ఉండమీదే నా ధ్యాస అంతా! నా దగ్గర అప్పుడప్పుడు అమ్మా నాన్న ఇచ్చిన డబ్బులు ఉన్నాయి. దానితో కొని ప్రొద్దున్నే ఒకటి ఇచ్చేద్దాంలే అనుకొని, నా చేతిలోని ఉండ తినేశాను.

కాసేపటికి మా తమ్ముడు లేచాడు. వాడి వాటా వాడు అడిగాడు.

నా దగ్గర ఉందనీ, తీసుకోమనీ అమ్మ చెప్పింది. నా దగ్గర కొచ్చి వాడు అడిగేసరికి నేను నిర్ఘాంతపోయాను. ఏమి సమాధానం చెప్పాలో అర్థం కాలేదు. మౌనంగా ఉండిపోయాను. తర్వాత కాసేపటికి...''*నీకు నేను ప్రొద్దున్నే కొనిస్తా...*'' నా మాట పూర్తి కాకుండానే వాడు ఏడ్వడం మొదలుపెట్టాడు.

ఆ ఏడుపు విని అమ్మ వచ్చింది.

అమ్మ తర్వాత నాన్న వచ్చాడు. మమ్మల్ని కొట్టడానికి వాళ్ళ చేతులే కర్రలయ్యాయి. తన కొబ్బరి లవుజు ఉండ తనకివ్వకుండా అన్నయ్య తినేశాడని ఏడ్వడం రెట్టింపు చేశాడు.

మా అమ్మ నన్ను తిడుతూ కొట్టింది.

మన దగ్గర డబ్బులు ఉండడం కంటే ఆ వస్తువు ఉండడమే ఆ డబ్బు కంటే విలువైనదని తోచింది. తమ్ముడికి ఇవ్వాల్సిన కొబ్బరి లవుజు ఉండ నేను తినేశాను. నా పని నాకే సిగ్గేసింది. నా మీద నాకే అసహ్యమేసింది.

నాకు ఆనాటి నుండీ కొబ్బరి లవుజు ఉండ కనిపించగానే ఆనాటి సంఘటనే గుర్తొస్తుంది.

'ఎందుకొచ్చిన బ్రతుకురా' అనిపించేది

ఆదివారం గానీ, సెలవులు ఇచ్చినప్పుడు గానీ నేను కూడా ఒక కొడవలి తీసుకొని క్యారేజీ పట్టుకొని అమ్మానాన్నల కూడా పనికి వెళ్ళేవాణ్ణి. మా ఊరిలో పనులు లేకపోతే ఆ చుట్టు ప్రక్కల గ్రామాలకు పనులకు వెళ్ళేవారు. సమనస, క్రాప చింతలపూడి, ఉప్పలగుప్తం, బంటుమిల్లి, కాట్రేనికోన, కందికుప్ప, పల్లంకుర్రు, చిర్రయానం, మురముళ్ళ...ఇలా మా గ్రామానికి చుట్టు ప్రక్కల పది పదిహేను కిలోమీటర్ల దూరం పొద్దున్నే లేచి, అన్నీ వండుకొని, అన్నం మూటకట్టుకొని, నడిచి వెళ్ళి సాయంత్రం దాకాపనిచేసి, మళ్ళీ ఇంటికొచ్చేవారు.

నేను కూడా అప్పుడప్పుడూ వాళ్ళ కూడా వెళ్ళడం సరదాగా అనిపించేది. అందరితో పనిచేయడం భలేగుండేది. మగపిల్లలకు బేటా ఇచ్చేవారు. బేటా అంటే కూలి రేటుకి సంబంధం లేకుండా అదనంగా ఇచ్చే డబ్బులు. కాబట్టి, ఆ డబ్బులు మాకే ఉండేవి. కూలి డబ్బులు లేదా కూలి కిచ్చే ధాన్యం మాత్రమే ఇంట్లో తీసుకునేవారు.

నిజానికి కూలి పనికి వెళ్ళేటప్పుడు నాకు సరదాగా కూడా ఉండేది. బొద్దులోతు నీళ్ళలో వరికోత కోయడం, కాళ్ళకో, ఒంటికో ఎక్కడో చోట జలగలు పట్టుకోవడం... పరుగెత్తడం... ఏడ్వడం... భయపడ్డం... వెంటనే ఎక్కడో ఆ చేలో చేపలు కనిపిస్తుంటే వాటిని పట్టుకోవడం... ఆ చేపలు పెద్దవి దొరికితే వాటిని పొలం గల యజమానే తీసుకోవడం...మేమంతా గొణుక్కుంటూ తిట్టుకోవడం.... సడన్ గా వర్షం రావడంతో అర్థంతరంగా పని ఆపించేసి ఇంటికి పంపించేయడం... అప్పుడు దాకా పనిచేసినందుకు సగం కూలైనా ఇమ్మని అడిగితే, యజమాని ఇవ్వననడం... గొడవపడ్డం... ఆహా... అదంతా భలే థ్రిల్ సినిమాలాగా ఉండేది.

ఊడుపులకు వెళ్లే నారుమడి (ఆకుమడి)లో నారుతీయడం, కట్టలు కట్టడం, మోపులు మొయ్యడం, ఆ నీళ్ళు, ఆ నీళ్ళతో పాటు బురదా మా ఒళ్లంతా నిండిపోవడం, దానివల్ల తడిసిపోయి వణుకురావడం, అయినా అలాగే పనిచేయడం, మళ్ళీ అవే బట్టలతో ఇంటికి రావడం అదొక నాటకంలో వేషాలు మార్చుకునే పనిలా ఉండేది.

సాయంత్రం దాకా పనిచేసిన తర్వాత కూలి ఇమ్మంటే అప్పుడు మీ కూలికి సరిపడా ధాన్యాన్ని కొట్టుకోమనేవాడు యజమాని. చీకటి అయిపోయిందంటే, తర్వాతెప్పుడిస్తాడో చెప్పలేం. కనుక, అలా చాలా మంది ఎగ్గొట్టినోళ్ళు కూడా ఉండేవారు. మరి ఆ

అనుభవాలతో చీకటిలోనైనా సరే మళ్ళీ కూలీలంతా కలిసి కొంత ధాన్యాన్ని కొట్టుకునేవాళ్ళం.

ముందు వరికోసి పనలుగా పెడతారు. కొన్ని పనలను కలిపి మోపులుగా కడతారు. ఆ మోపుల్ని మెరక ప్రాంతంలో గుట్టలుగా వేస్తారు. ఆ గుట్టలు వేయడం కూడా తెలివిగా వేయాలి. లేకపోతే వర్షం కురిస్తే, అది అందులో నిల్వ ఉండిపోయేలా కాకుండా, వెంటనే బయటపడిపోయేలా వేయాలి. తర్వాత రోజు వాటిని పశువులతో గానీ, ట్రాక్టరుతో గాని నూర్చాలి.

పశువులతో నూర్చాలంటే ఒకపద్ధతి ఉంది. ఒక చెక్కబల్ల తీసుకోవాలి. దానికి నాలుగు కాళ్ళు ఉండాలి. అలా లేకపోతే ఆ బల్ల కొంచెం ఎత్తుగా ఉండడానికి వీలుగా కొన్ని వరిమోపులను రెండువైపులా బల్లకు కింద పెట్టాలి. దానిమీద బల్లవేయాలి. దానిమీద కొంచెం కొంచెం వరిపనలను తీసుకొని వరి కంకెల్ని కొడితే ధాన్యం రాలిపోతుంది.

ఇంకా ఆ కంకులకు ఉన్న ధాన్యం గింజల్ని అప్పుడు ఒక చోట వేసి దాన్ని పశువులతో తొక్కించి నూర్చాలి. అప్పుడు వరిగింజలన్నీ రాలిపోతాయి. ఇక, గడ్డిమాత్రమే మిగులుతుంది. వాటిని కూలీలు జాగ్రత్తగా వేరుచేసి గాలికి ఎగరబోతపోసి, పొల్లంతా పోయి మంచి ధాన్యం గింజలు మిగులుతాయి. దీనికి కూలీలు ఎక్కువగా కావాలి. మరొక పద్ధతిలో అయితే ట్రాక్టరుతో నూర్చడం.

ఈ పద్ధతిలో అయితే, ముందుగా వరికంకుల నుండి ధాన్యాన్ని వేరుచేయడానికి బల్లమీద కొట్టనవసరంలేదు. డైరెక్టుగా కుప్పగా పోసి వాటిమీద ట్రాక్టరు నడిపించి, ధాన్యాన్ని వేరు చేయొచ్చు.

అర్జెంటుగా తమకు కావాల్సిన కూలీ ధాన్యం కోసం పనలు కొట్టుకోకపోతే ఏం జేస్తారని సాయంత్రం దాకా తమ పని చేయించుకొని లేదా ఏదొక వంక పెట్టి లేటు చేసే వాళ్ళు కొంతమంది రైతులు. అప్పటికే కూలీలకు సరిపడినన్ని ధాన్యం ఉన్నా వాటిని ఇవ్వడానికి ఇష్టపడేవారు కాదు. అందువల్ల తమకు రావాల్సిన కూలి ధాన్యం తమకు ఆ రోజే కావాలంటే ఆ రాత్రిపూట ఆ రైతులు మళ్ళీ ధాన్యాన్ని బల్లమీద కొట్టుకోమనేవారు.

ఆ రైతుల్ని తిట్టుకుంటూనే కూలీలంతా కలిసి తమకు రావాల్సిన దానికి రెండింతలు ధాన్యాన్ని బల్ల మీద కొట్టాల్సి వచ్చేది. కొంతమందైతే ఏరోజుకా రోజు ఇచ్చేవారు కాదు. రెండు మూడురోజులకు ఒకసారి ఇచ్చేవారు. రోజుకి కుంచెడు ధాన్యం ఇచ్చేవారు. అది మళ్ళీ ఇంటికొచ్చిగానీ, అక్కడే ఉన్న కిరాణాలోగాని అమ్మడానికి కొలిస్తే తక్కువొచ్చేవి.

మా అమ్మానాన్నా మాత్రం ధాన్యాన్ని అమ్మేవారు కాదు. వాటిని ఇంటికి మోసుకొచ్చేవారు. ఆ ధాన్యంతో పాటు ఆ రైతుని అడిగి కొంచెం గడ్డిని కూడా అడిగి, దాన్ని మోపుకట్టి రెండింటినీ మోసుకొచ్చేవారు.

అమ్మా, నాన్న అలా మోసుకొస్తుంటే నా వంతు నేనూ ఏదొకలా సాయపడాలని అప్పుడప్పుడూ ధాన్యం మూటనో, గడ్డిమోపునో కొంచెం దూరం మోసుకొచ్చేవాడ్ని. పొద్దున్నుండి పనిచేసి, అలిసిపోవడం వల్ల నడుస్తుంటే కాలు ముందుకి పడేదికాదు. మహా నీరసంగా ఉండేది.

ఒక్కోసారి నడుస్తూ నడుస్తూనే నిద్ర పోయేవాణ్ణి. దారినుండి పక్కకి వెళ్ళిపోవడమో, కిందపడిపోవడమో నేను నిద్రపోయేవాణ్ణి అనడానికి నిదర్శనం అనిపించేది. అలాంటప్పుడే 'ఇలాంటి బ్రతుకెందుకు బ్రతకాలి రా దేవుడా' అనిపించేది! అయినా బతకడం కోసం అలా పనిచేయక తప్పదని అనుభవపూర్వకంగా తెలుసుకున్నాను. ఇంట్లోని పరిస్థితులే నన్ను కూడా పని చేయడానికి వెళ్ళమని ప్రేరేపించేవి.

కిరాణా కొట్టులో బెల్లం ముక్క

మా పేటలోకి కొంతమంది సైకిల్ మీద వచ్చి ఐస్ ఫ్రూట్స్, పీచు మిఠాయి, కొబ్బరి లవుజు ఉండలు అమ్ముతుండేవారు. వీటినే మేము కొబ్బరిలవుజు ఉండలనేవాళ్లం.

నాకు చిన్నప్పటి నుండీ స్వీటంటే చాలా ఇష్టం. నాకు చిన్నప్పటి నుండీ పాలతో చేసిన పిండి వంటలంటే ఇష్టం. కొబ్బరి లవుజు ఉండలంటే మహా ఇష్టపడేవాణ్ణి.

కిరాణా కొట్టు దగ్గరకెళ్ళినప్పుడల్లా బెల్లం ముక్క అడిగి తినేవాణ్ణి. ముందు అలా సరుకులు తెచ్చుకోవడానికి వెళ్ళిన వారికి బెల్లం ముక్క పెడతారని తెలియదు. వాళ్ళే ఒకసారి సరుకులన్నీ కొన్న తర్వాత వాటికి డబ్బులిచ్చేసాక, నా చేతిలో ఒక బెల్లం ముక్క పెట్టారు.

ఓహో ... ఇక్కడ సరుకులు కొంటే ఫ్రీగా బెల్లం ముక్క పెడతారు కాబోలని తెలిసింది. చాలామంది ఇంకొక కొట్టు దగ్గరకు వెళ్ళకుండా పిల్లలకు అలా బెల్లం ముక్క ఎర వేస్తారని తర్వాత గ్రహించాను. ఇందులో ఎంత వ్యాపార సూత్రం ఉందో కదా అనిపిస్తుంది.

రోజూ అమ్మ సరుకులు తెమ్మంటే కొట్టు దగ్గరకు పరిగెట్టుకెళ్ళేవాణ్ణి. దానికి బెల్లం ముక్కే కారణమేమో. అందరూ సరుకుల్ని తీసుకెళ్ళి పోయిన తర్వాత నాకు కావలసిన సరుకుల్ని ఇవ్వమనేవాణ్ణి. ఆ అలవాటే నాకు తీపి తినడం అనేదొక అలవాటుగా మార్చేసింది.

క్రమేపీ తీపి కూడా ఎక్కువ తినడం నేర్చుకున్నాను.

ఇక అన్నీ బెల్లంతోనే వండమనేవాణ్ణి.

పాలకాయలు, కుడుములు, పాలన్నం, అరిసెలు, పోకుండలు, పొంగడాలు...

అబ్బో ఇలాంటివన్నీ తియ్యగా ఉండేవే కాబట్టి వాటినే వండమనే వాణ్ణి.

అమ్మా నాన్న వండే అరిసెలు, పోకుండలు

మాకు ఉన్నంతలోనే పండుగలకు అరిసెలు, పోకుండలు, బూరెలు వంటివెన్నో చేసి పెట్టేది అమ్మ. మా నాన్న పిండి దంచేవాడు. అమ్మ పిండి జల్లించేసేది. అమ్మా, నాన్న కలిసి పిండి వంటలు వండేసే వారు.

కేవలం ఇదే కాదు, మా నాన్న ఇంట్లో అమ్మకి ఎన్నో పనుల్లో సాయం చేసేవాడు. మా బట్టలు ఉతికేవాడు. పెద్దపెద్ద దుప్పట్లన్నీ నాన్నే ఉతికి, పిండి ఎండకి ఆరేసేవాడు. సంక్రాంతికి మాకు పొద్దున్నే నీళ్ళు కాయడంలో అమ్మకు సాయం చేసేవాడు. మాకు పిండితో నలుగు పెట్టేవాడు. మాకు కుంకుడు కాయ రసంతో తలకు స్నానం చేయించేవాడు. అమ్మ ఎండు మిరపకాయలు పొయ్యిమీద కుండలో వేపిస్తే, నాన్న కారం దంచేవాడు.

మా తాతకు, మా మామ్మ (నాయనమ్మ) కు మానాన్న చేసే సేవలు చూసినప్పుడల్లా మా తెలుగు మాస్టారు చెప్పిన శ్రవణకుమారుని కథే గుర్తుకొచ్చేది.

శ్రవణుడనే ముని కుమారుడు తన తల్లిదండ్రులకు ఎంతో భక్తి శ్రద్ధలతో సేవ చేసినట్లు చెప్తారు. తన తల్లిదండ్రులిరువురు గుడ్డివాళ్ళయి నడవలేని స్థితిలో అన్నీ తానయ్యాడు కుమారుడైన శ్రవణుడు.

శ్రవణుడి కథ విన్నప్పుడల్లా కావడిలో పెట్టుకొని తన తల్లిదండ్రులను మోసిన దృశ్యమే నా కళ్ళకు కనిపించేది. కానీ, నేను శ్రవణ కుమారుణ్ణి చూడలేదు. ఆతనెలా తల్లిదండ్రులకు సేవచేశాడో నేను చూడలేదు. కానీ, మా నాన్న వాళ్ళ తల్లి దండ్రులకు సేవ చేశాడు. వాళ్ళ చివరి దశలో మల మూత్రాల్ని కడిగి శుభ్రం చేశాడు. ఆ బట్టలు ఉతికాడు. వాళ్ళను కంటికి రెప్పలా చూసుకున్నాడు. నాన్న చేసిన సేవను ప్రత్యక్షంగా చూశాను. నాన్న వాళ్ల తల్లిదండ్రులకు చేసిన సేవను చూసిన తర్వాత నాకు శ్రవణ కుమారుడి కథ పేరు వింటేనే మానాన్న సేవలే కళ్లముందు కదులుతాయి.

ఒక వైపు వాళ్ళ అమ్మానాన్నలకు సేవ చేస్తూనే, మరొక వైపు మా అమ్మకు సాయం చేస్తూనే మాకోసం నిరంతరం కష్టపడ్డాడు.

మాకేమి కావాలో వాటినివ్వడం కోసం నాన్న తనని తాను కరిగించుకున్నాడు. మా బ్రతుకు బాగుపడ్డం కోసం తనని తాను త్యాగం చేసుకున్నాడు. మాకు పండగలకి మా అమ్మ పిండివంటలు ఒక్కర్తే అయితే వండలేకపోతుందని మా అమ్మకెంతగానో సహాయం చేసేవాడు.

అమ్మ మాకు ఎక్కువగా వండిన పిండి పదార్థాల్లో బూరెలు, అరిసెలు, పోకుండలు బాగా తెలుసు. సంక్రాంతి పండుగకు అరిసెలు, పోకుండలు ఎక్కువగా చేసి,వాటిని బిందెలో వేసి రోజూ మాకు తినడానికి కొన్ని కొన్ని ఇచ్చేవారు.

వాటిలో పోకుండలు ఎక్కువగా చేసేది.వాటిని చాలా రోజులు ఉంచుకోవచ్చు. రోజూ కొన్ని కొన్ని బడిలోకి కూడా తీసుకెళ్ళి తినేవాళ్ళం.

నాకిప్పటికీ ఎక్కడైనా అరిసెలు, పోకుండలు కనిపిస్తే

మా అమ్మా నాన్నలే గుర్తుకొస్తారు.

వాళ్ళు చేసిన పిండివంటలే కనిపిస్తాయి.

ఆ పిండి రుచులే నా నాలుకపై రుచిని గుర్తుచేస్తాయి.

అమ్మ వండుతుంటే వేడివేడిగా వాటిని తింటున్న ఒక వెచ్చదనమేదో మనసంతా మధురమైన తీపి జ్ఞాపకాలతో వెచ్చగా కమ్మేస్తుంది.

ఆ పొయ్యి చుట్టూ మేమంతా కూర్చున్న దృశ్యమేదో నా కళ్ళముందు కదులుతుంది.

మా పేటలో తొలి ఇటుక ఇల్లు మాదే.

మా ఇంటికి ఎదురుగా ఉన్న పొగాకు కాపుగారి పొలంలోను, మేము కౌలుకు చేస్తున్న హోతా వారు తమ చేలోని మట్టిని తీసుకోమన్నారు. ఆ విధంగా నీరు ఎక్కని మెరక ప్రాంతమంతా చదును అయిపోతుంది. చేనంతా నీటితో కళకళలాడుతుంది. పంట బాగుంటుంది. మాకు సాయం చేసినట్టూ ఉంటుంది. నిజంగా అది మాకు చేసిన గొప్ప సహాయంగానే భావించాం. మా కుటుంబం అంతా కష్టపడ్డాం. ఒకరిద్దరిని ఇటుక తయారు చేసేవాళ్ళను కూలీకి పెట్టుకున్నాం.

వాళ్ళతో పాటు మా నాన్న, మా చిన్న అన్నయ్య కూడా అచ్చు కొట్టేవారు. అంటే ఇటుక అచ్చు తీసే నాలుగు వైపులా ఒక చెక్కతో చేసిన ఒక సాధనం. దానిలో బాగా జిగురు వచ్చేలా మెత్తగా చేసిన మట్టిని వాళ్ళ దగ్గరికి పట్టుకొని వెళ్ళాలి. వాళ్ళు ఇటుక అచ్చులో వేసి, దాన్ని ఒక సన్నని ఇనుప బ్లేడు లాంటి దానితో నీటుగా అదనంగా ఉన్న మట్టిని తీసేసి, అచ్చు పోసిన పచ్చి ఇటుకను ఒక చెక్కపై పెడతారు. దాన్ని జాగ్రత్తగా తీసుకెళ్ళి ఎండలో ఆరబెట్టాలి.

తర్వాత రెండు వైపులా ఎండేలా రెండు మూడు రోజులు తర్వాత ఆ ఇటుకను బాగా ఎండ బెడతారు. అలా ఎండిన ఇటుకలను ఆమ పెడతారు. పెద్ద పెద్ద కట్టెలు, పిడకలు, గడ్డి, ధాన్యపు నూక వేసి ఆమ పెడతారు

దాన్ని జాగ్రత్తగా కాలుస్తారు అప్పుడు ఇటుక తయారవుతుంది. ఆమ కాల్చాలంటే కట్టెలకు, ఇతరాలను సమకూర్చుకోవడం అంత సులువేమీకాదు. కానీ, నాన్నకి కష్టమేమీ కాలేదు. గ్రామంలో రాజులు, కాపులు తలచుకుంటే సాధ్యం కానిదేముంటుంది!

నాన్నకెంత మంచి పేరుందో అప్పుడింకా అర్థమయ్యింది.

ఇల్లు కట్టడానికి వేప, నేరేడు, మామిడి చెట్లు సంవత్సరం క్రితమే కొని, వాటిని చెరువులో నానబెట్టాం. దూలాల కోసం కొన్ని తాడి చెట్లు కొట్టి ఇంటిదగ్గర పెట్టాడు. కిటికీలు, ద్వార బంధాలు, తలుపులు చేసిన వడ్రంగి పనులకు అప్పుడో కొంత అప్పుడో కొంత ఇచ్చారు.

ఇనుప ఊసలు కొని, దానికి కావలసినవన్నీ పెదసింగు నారాయణ గారు చేసిచ్చారు. నాన్న ఖాళీ దొరికితే అక్కడే ఉండేవాడు. కనుక, వాళ్ళు ఆ డబ్బులు వెంటనే అడగలేదు. ఇల్లు కట్టడానికి తాపీ మేస్త్రిలు కూడా వాయిదాల పద్ధతిలో ఇవ్వవచ్చు అని

చేసేశారు. సిమెంట్ బదులు ఒండ్రుమట్టి తోనే ఇటుకలతో గోడలు కట్టేశారు. అలా నాన్న మంచితనంతో, అందరి సహకారంతో మా పేటలో తొలి ఇటుక ఇల్లు కట్టాడు.

ఈ ఇల్లుతో పాటు మా ఇల్లు ఎదురుగా ఉన్న కొంత స్థలాన్ని కొన్నారు.

గిడ్డి మాధవిగారి తండ్రికి కుష్టువ్యాధి ఉండేది. అతని వైద్యానికి డబ్బులు ఉండేవి కాదు. నాన్న కొబ్బరి దింపులు తియ్యడం, తాటాకు కొట్టడం, రకరకాల పనులు చేయడం వల్ల బాగా డబ్బులు వచ్చేవి. వాటిని మా అమ్మ అవసరాలకు తగినంత ఖర్చు పెడుతూ మిగతా సొమ్ము జాగ్రత్తగా దాచి పెట్టేది.

ఇది గమనించిన మాధవి గారి తండ్రి తన వ్యాధి నయం చేసుకోవడానికి ఎవరూ అప్పు ఇవ్వని పరిస్థితుల్లో అమ్మానాన్నని అప్పడిగేవాడు. అలా తమ దగ్గర డబ్బు తీసుకుని తీర్చలేక ఆ స్థలాన్ని మాకు అమ్మేశాడు. భూమిని స్వాధీనం చేశాడు. కాగితం మీద రాసిచ్చాడు.

ఆ స్థానంలో ఒక పాకలాంటి ఒంటి స్తంభం ఇల్లు కట్టారు. దానిలో వంట వండుకొనే వాళ్ళం. కొన్నాళ్ళపాటు అక్కడ మా పశువుల్ని కూడా కట్టుకునే వాళ్ళం. తర్వాత మా ఇంటికి వెనుకనే ఉన్న తాత గారింటికి ఆనుకొని పశువుల పాక వేశారు.

మా ఇంటి ఎదురుగా ఉన్న తాటాకు ఇంటికి ముందు మాకోసం ప్రత్యేకంగా ఒక నుయ్యి తవ్వించారు. అక్కడైతే మా ఇంటికి ఎదురుగా ఉన్న ఇంటికి ఈశాన్యం వైపు అవుతుంది. ఆ ఇంట్లోనే వండుకొని, క్రమేపీ అక్కడ కూడా అప్పుడప్పుడు పడుకొనే వాళ్ళం.

ఆ తాటాకు ఇంట్లోకి వెళ్ళాలన్నా, రావాలన్నా ఒకటే దారి. నడుం అంత ఎత్తు లోనికి వెళ్ళి రావడానికి వీలుగా ద్వారాన్ని ఏర్పాటు చేశారు. మేమంతా బయటకు వెళ్ళినప్పుడు ఒక తడకతో దాన్ని తలుపులా మూసేవారు.

దానిలోనుండి హడావిడిగా బయటకొచ్చినా, లోనికి వెళ్ళినా వెదురు గెడలు గుచ్చుకొనే ప్రమాదం ఉంది. నేనొకసారి అలాగే గబగబా బయటకొచ్చేస్తుంటే అక్కడ ఉన్న గెడ నా కుడికంటి పైన గుచ్చుకుంది. చాలా లోతుగానే గుచ్చుకుంది. వెంటనే రక్తం కడిగేసి, పసుపు పెట్టి కట్టేశారు. తర్వాత గుంటకల్వర ఆకు రసం పిండి కట్టుకట్టేవారు.

నేటికీ నాకుడి కన్నుకి కొద్దిగా ఎడమవైపు ఆ మచ్చ అలాగే ఉండిపోయింది. తర్వాత ఆ పాకలాంటి ఇల్లు పోయింది. దాని స్థానంలో పెద్ద అన్నయ్య సిమెంట్ తో డాబా ఇల్లు కట్టాడు. నాకు తగిలిన మచ్చకి ఏ ఆయింట్మెంటు పూసినా అది ఆనాటి సంఘటనకు సజీవ సాక్షినంటూ చెరిగిపోలేదు. ఈ సందర్భంగానే ఒక విషయం ప్రస్తావించాలి.

ఆ భూమిని మాకు రాసిచ్చేశాక, మాధవి గారి కుటుంబం మాపై ఇంచుమించు ప్రతిరోజూ ఏదొక వంకపెట్టి తిడుతుండే వారు. ఎంత డబ్బు ఇచ్చి ఆ భూమిని స్వాధీనం చేసుకున్నా, దాన్ని చట్టపరంగా ఆ భూమి మాది అని నిరూపించుకోవడానికి రిజిస్ట్రేషన్ చేయించుకోవాలి. కాగితం ఉందికదా... మనుషుల మీద ఆమాత్రం నమ్మకం లేకపోతే

ఎలా? ఇది సరిపోతుందని మాధవి గారి తండ్రి చెప్పాడట. అలాగే కానివ్వండని మా నాన్న అంగీకరించారు.

అమ్మ మాత్రం దాన్ని రిజిస్ట్రేషన్ చేయించుకోవాల్సిందేనని పట్టుపట్టింది.

చాలా సంవత్సరాల పాటు రిజిస్ట్రేషన్ చేయకుండా తాత్సారం చేశారు. కానీ, అమ్మ పట్టుపట్టింది. పెద్దమనుషుల చేత చెప్పించింది. ఆ రకంగా దాన్ని మా పేరుమీదు రిజిస్ట్రేషన్ చేశారు. ఆ భూమిలోనే చాలా సంవత్సరాల తర్వాత పెద్దన్నయ్య ఇల్లు కట్టుకున్నాడు.

★★★

మేము ఇల్లు కట్టుకున్న ఆ యేడాదో తర్వాత యేడాదో మా ఊరికి కరెంటు (విద్యుత్) కూడా వచ్చింది. మేము కూడా ఇంటికి కరెంటు పెట్టించుకున్నాం. మా పేటలోకి విద్యుత్ స్తంభాలు వేయించి, ఇంటికి విద్యుత్ పెట్టించుకోవడానికి ఎంత కష్టపడాల్సి వచ్చిందో. అలా ఒక మంచి ఇంటిలో చదువుకోవడానికి అవకాశం కలిగిందని సంతోషపడ్డాం.

పబ్లిక్ పరీక్షల సమయంలో హాస్టల్ లేదు. దేని వల్లనో మూసేశారు. దాంతో ఇంటినుండే పరీక్షలకు వెళ్ళేవాణ్ణి. ఆ యేడాదే మా ఇల్లు కట్టుకున్నాం. ఇటుకతో ఇల్లు కట్టుకున్నాం.

ఆ ఇంటిలోనే నేను, మా ఫ్రెండ్స్ సుబ్రహ్మణ్యశాస్త్రి, నేను, ఇంకా కొంతమంది రాత్రి పూట కూడా చదువుకునేవాళ్ళం. అప్పటికి వాళ్ళకి అంత పెద్ద ఇల్లు లేదు. కరెంటు లేదు. కాబట్టి మా ఇంటికొచ్చే చదువుకొనేవారు.

ఫలానా ప్రశ్న చాలా ఇంపార్టెంట్ అనుకొనేవాళ్ళం. ఇంచుమించు 90 శాతం అవే ప్రశ్నలు పరీక్షల్లో వచ్చేవి. మా స్కూల్లో పబ్లిక్ పరీక్షలు కట్టుదిట్టంగా జరిగేవి. మా స్కూల్ మాస్టర్లంతా ఎంతో స్ట్రిక్ట్ గా ఇన్విజిలేషన్ చేసేవారు. నేను కూడా బాగానే రాశానని నాకు నమ్మకం.

అన్ని సబ్జెక్టులలో మంచి మార్కులు వచ్చాయి. లెక్కలు మాత్రం రెండు మార్కులు తక్కువగా వచ్చాయి. అంటే 33 మార్కులు వచ్చాయి. నాలాగే చాలామందికి ఒకటి, రెండు మార్కులు తక్కువ వచ్చి ఫెయిల్ అయ్యారని, వాళ్ళు రీకౌంటింగ్, రీ వాల్యూషన్ కి ఫీజు కట్టారని, తర్వాత మార్కులు పెరిగి పాసయ్యారు. వాళ్ళే తర్వాత చెప్పారు.

నాకు అలా రీ కౌంటింగ్, రీ వాల్యూషన్ చేయించుకోవచ్చని తెలియదు. ఫెయిల్ అయ్యిందంటే మళ్ళీ సెప్టెంబర్, అక్టోబర్ లలో సప్లిమెంటరీ రాయాల్సిందే.

అదే నాకు తెలుసు. మా పెద్దన్నయ్య పదవతరగతి ఫస్ట్ క్లాస్ లో పాసై, వాల్తేరులో స్టెనోగ్రఫీ కోర్సు చదువుకుంటున్నాడు. కానీ, మా గురించేమీ పట్టించుకునేవాడు కాదు.

నిజానికి ఈ విషయాలన్నీ మా పెద్దన్నయ్యకు తెలుసో, తెలియదో నాకు తెలియదు. తెలియక పోయినా ఇతరులు వాళ్ళ పిల్లల గురించి, వాళ్ళ తమ్ముళ్ల గురించి తెలుసుకొని, ఎలాగోలా సహాయం చేసేవారు. మా అన్నయ్య మాత్రం మా చదువుకి సంబంధించిన విషయాలేమీ పట్టించుకోలేదు.

చివరికి స్కూల్లో చేరేటప్పుడు కేస్ట్ సర్టిఫికెట్ చేయించుకోవడానికి కూడా నేను, మా తమ్ముడు రవికుమార్ ... ఇద్దరమే తిరిగేవాళ్ళం.

మా కుల ధ్రువీకరణ పత్రం జారీలో స్పెషల్ ఏమిటో...

కేస్ట్ సర్టిఫికెట్ తెచ్చుకోవాలంటే మండల స్థాయిలో ఇచ్చేవారు కాదు. మాకు అంటే జాంబవులకు క్యాస్ట్ సర్టిఫికెట్ రెవెన్యూ డివిజన్ ఆఫీసు వాళ్ళే ఫైనల్ చేసి ఇవ్వాలట. వివిధ స్థాయిల్లో సంతకాలయ్యాక ఆర్డీవో ఆఫీసుకి వెళ్ళమని చెప్పేవారు. అలా కేస్ట్ సర్టిఫికెట్ లేక ఎంతోమంది చదువుకోవడానికి వెళ్ళేవారు కాదు.

అమ్మా, నాన్నలకు కూడా ఈ విషయాలేమీ తెలియవు. చెప్తే జాగ్రత్తగా ఆ సర్టిఫికెట్స్ అన్నీ ఎంతో అవసరమైతే మనమే తెచ్చుకోవాలనీ, కోప్పడకుండా వాళ్ళిచ్చినప్పుడే తెచ్చుకోవాలనీ చెప్పేవారు.

నాకైతే ఆ కేస్ట్ సర్టిఫికెట్ లేకుండా కూడా చాలామందిని చేర్చుకుంటున్నారు కదా... వాళ్ళలా మేమెందుకు చేరకూడదని ప్రశ్నించేవాణ్ణి.

స్కూల్లో ఏవేవో చెప్పేవారు.

ఒకటి రెండు రోజులు కూలిపనికి వెళ్తే ఆ ఫీజు వచ్చేస్తుంది. మేము కూడా కట్టేస్తామంటే ఒప్పుకునేవారు కాదు. జీవితాంతం మీకే స్కాలర్ షిప్పు రాకుండా ఆగిపోతుందనేవారు. ఆ కేస్ట్ సర్టిఫికెట్ తెచ్చుకోవాలంటే కరణం, మునసబు, రెవెన్యూ ఇన్స్పెక్టర్, తహసీల్దారులు సంతకం చేసిన తర్వాత ఆర్డీవో సంతకం చేసి సర్టిఫికెట్ జారీ చేసేవారు.

మాకు అప్పుడు మొదట్లో తాలూక స్థాయిలో తహసీల్దారు మాత్రమే ఉండేవారు. తర్వాత వాటిని విభజించి మండలాలు చేసి, మరింత సౌకర్యవంతంగా ఉండడానికి మండల రెవెన్యూ అధికార కార్యాలయాల్ని మండల కేంద్రాల్లో ఉండేలా మార్పులు చేశారు.

మా క్యాస్ట్ సర్టిఫికెట్ మాకు రావడానికి నెలలు పట్టేది. దానికోసం తిరగడం వల్ల క్లాసులకు వెళ్ళడానికి అవకాశం ఉండేదికాదు. పైగా ఈ అన్నిచోట్లా రకరకాలుగా వాళ్ళకి మా స్థాయిలో మేము సమర్పణలు చేసుకోవాలి. చివరికి ఆర్డీవో కార్యాలయంలో స్టాంప్ వేసిన క్లర్కుకి కూడా తృణమో, ఫణమో ఇవ్వాల్సిందే.

ఈ సర్టిఫికెట్ ప్రతి యేడాదీ చేయించుకోవాలి. ఇదొక నరకంలా అనిపించేది. ఇన్ని బాధలు పడినా పదవ తరగతిలో ఉత్తీర్ణత సాధించలేకపోయానని మానసికంగా చాలా క్రుంగిపోయాను. పైకి గంభీరంగా కనిపించినా, లోన మనసంతా గాయమైపోయి చాన్నాళ్ళ వరకు అన్నం సహించేది కాదు.

నేను ఫెయిల్ అయ్యానని తెలిసి, ఒకప్పుడు పొగిడిన నోళ్లతోనే తిడుతుండేవారు. ఆ మాటలు విన్న మా అమ్మా, నాన్నా కూడా నన్ను మళ్ళీ తిట్టేవారు. వాళ్ళు కూడా బాధపడేవారు. మా కర్మ కొద్దీ ఇలా అయ్యిందని వాళ్ళకేవేవో చెప్పేవారు. ఇలాంటప్పుడు అక్కడ నుండి దూరంగా వెళ్ళిపోవాలనిపించేది. అక్కడ నుండే కాదు ఎవ్వరికీ కనిపించనంత దూరం వెళ్ళిపోవాలనిపించేది.

ఇంట్లోనుండి పారిపోయి ఎక్కడికి వెళ్లాలి? ఎక్కడికి వెళ్ళినా రెండు ప్రశ్నలు ఎదురవుతాయి.ఎందుకు పారిపోయి వచ్చావు? నీదేకులం? మొదటిది చెప్పడం కంటే రెండవది చెప్పిన వెంటనే వాళ్ళ చీదరింపులు, వాళ్ళ అసహ్యాలు నాలో తీవ్రమైన వేదనను కలిగిస్తాయి. కనీసం సానుభూతికి కూడా నోచుకోని వాళ్ళలా శూన్యం వైపు చూస్తూ మిగిలిపోతారు. అలాంటి మాటలు అనేక సార్లు ఎదురయ్యేవి. అలాంటప్పుడు నేను పడే బాధ వర్ణనాతీతం. అందుకనే నేను ఒకసారి ఆంధ్రపత్రికలో మా సమస్యలన్నీ వివరించి, అరుంధతీయులు, జాంబవులను ఎస్టీల్లో చేర్చమంటూ ఒక ఉత్తరం కూడా రాశాను.

హాస్టల్లో చేరడం వలన నాకు అనేక క్రొత్త క్రొత్త విషయాలు తెలిసాయి. చదువులో మరింత పోటీతత్వం పెరిగింది. జీవితంలో ఒక క్రమ పద్ధతిలో నడుచుకోవడం అలవడింది. మనకు ఎటువంటి స్నేహితులతో ఉండాలో తెలిసింది. ముఖ్యంగా సమాజంలో జరుగుతున్న అనేక విషయాలు, వాటి కార్య కారణాలను అప్పుడప్పుడే గుర్తించటం మొదలయ్యింది.

సమయానికి తినడం, సమయానికి ఆడుకోవడం, సమయానికి పడుకోవడం వలన శారీరకమైనటువంటి ఎదుగుదలలో కూడా మార్పు కనిపించసాగింది. ఇంట్లో కూడా ఆ మార్పుని గుర్తించారు. వారానికి లేదా రెండు వారాలకు ఒకసారి ఇంటికి వెళ్ళేవాడిని. అప్పుడు మా ఇంటి దగ్గర ఉన్న మా మిత్రుల్లో అంబటి సుబ్రహ్మణ్య శాస్త్రి, గిడ్డి చంటిబాబు... నాకు బాగా ఇష్టమైన స్నేహితులు. వీళ్ళతో కలిసి ఎంతసేపైనా అలాగే మాట్లాడుకునేవాళ్ళం. ఎంతసేపైనా అలాగే ఆడుకునేవాళ్ళం. అంతేకాకుండా మా ఊరులో జరిగే డాక్టర్ బి.ఆర్. అంబేద్కర్ జయంతి, వర్ధంతుల సమయంలో ఆ సమావేశాల్లో చురుగ్గా పాల్గొంటూ, సభల్లో ఎలా మాట్లాడాలో కూడా తెలుసుకునేవాడిని.

ఆ సమావేశాల్లో పాల్గొన్నప్పుడు బాగా మాట్లాడావని మా పెద్దన్నయ్య మెచ్చుకుంటూనే అలాంటి చోట్ల మరింత చురుగ్గా భాగస్వామ్యం కావడం మంచిది కాదని చెప్పేవాడు. ఆ సమయంలో మనల్ని మెచ్చుకున్న వాళ్లంతా మన శ్రేయోభిలాషులే అనుకోవద్దని కూడా హెచ్చరించేవాడు. అయినా గాని అంబేద్కర్ జీవితం గురించి తెలుసుకుంటున్నప్పుడు నా జీవితాన్నేదో నేను తెలుసుకున్నట్లు అనిపించేది.

మా ఊరిలో పెత్తందారులు నన్ను ఏమనుకుంటారనే దానికంటే నాకు తెలిసిన విషయాలు ఆ సమావేశాల్లో మాట్లాడేయాలనిపించేది. ఆ తర్వాత కొంతమంది మా నాన్న దగ్గర మీ వెంకటేశ్వరరావు 'చాలా పెద్దోడు అయిపోయాడే...చాలా పెద్దపెద్ద విషయాలే చెప్తున్నాడు' అని వెటకారంగా మాట్లాడిన సందర్భాల్ని కూడా తర్వాత తెలుసుకున్నాను.

ఏం మాట్లాడానని ఆలోచిస్తే చాతుర్వర్ణ వ్యవస్థ గురించి, ఆస్తి అంతా కొంతమంది దగ్గరే కేంద్రీకృతం కావడానికి లేదా ఆస్తులు సంపాదించడానికి గల కారణాలని, దళితులు అభివృద్ధిలోకి రావాలంటే పాటించాల్సినవీ, పాటించకూడనివీ నాకు తెలిసిన వాటిని చెప్పి ఉంటాను. నాకు కూడా లీలగా ఆ మాటలు గుర్తొస్తున్నాయి.

మా పెద్దన్నయ్య నన్ను ఆ సమావేశాల్లో మరీ చురుగ్గా ఉండకూడదని ఎందుకు చెప్పేవాడో నెమ్మది నెమ్మదిగా నాకూ అర్థం కాసాగింది.

'దినపత్రిక చదవాలంటే మూటలు మోయాలి'

నేను స్కూలుకి వెళ్ళడం, ఆతుకూరి లక్ష్మణరావు మాస్టారు మాటలు ఇచ్చిన స్ఫూర్తితో గ్రంథాలయానికి వెళ్ళడం, పత్రికలు చదవడం, ఆ పత్రికల్లో స్థానిక సమస్యల గురించి వచ్చే లేఖలు చదివి నేను కూడా కొన్ని సమస్యలు రాసేవాణ్ణి. రోడ్లు బాగోలేదని, వాటిని మరమ్మతులు చేయించాలని రాసేవాణ్ణి. పోస్ట్ ఆఫీస్ ద్వారా సమయానికి అందాల్సిన ఉత్తరాలు, టెలిగ్రామ్స్ అందడం లేదని కొంత మసాలా కలిపి కూడా రాసేవాణ్ణి.

ఒకసారి అలా రాసిన ఉత్తరానికి మా పోస్ట్ మ్యాన్ స్పందించి నన్ను అడిగాడు. "మీ టెలిగ్రామ్ గానీ, ఉత్తరాలు గానీ ఎప్పుడన్నా ఆలస్యమయ్యాయా? ఎప్పుడో చెప్ప"మని నిలదీశాడు.

నేను తడబడ్డాను. కానీ మాకు ఈరోజు ఇవ్వాల్సిన ఉత్తరాలు రెండు మూడు రోజులు తర్వాత ఇచ్చిన సందర్భాల్ని గుర్తుచేశాను. టెలిగ్రామ్ విషయంలో మాకే కాదు, కొంత మందికి అలా అందడం లేదని తెలిసి రాశానని సమాధానం చెప్పాను.

"మీరు రాసే రాతల వల్ల నన్ను ఈ ఊరు నుండి ఇంకో ఊరుకి బదిలీ చేశారు. వచ్చే పోస్ట్ మ్యాన్ పట్ల అయినా కాస్త జాగ్రత్తగా ఉండండి" అంటూ బాధపడ్డాడు.

ఆ రోజుల్లో *ఆంధ్రజ్యోతి* దినపత్రికలో స్థానిక సమస్యలు ప్రచురించడమే కాకుండా, ఆ సమస్యను సంబంధిత అధికారి దృష్టికి తీసుకొని వెళ్ళి, తగిన పరిష్కారాన్ని కూడా పత్రికా యాజమాన్యం కృషి చేసేది. అంతే కాదు, ఆ ఉత్తరంతో పాటే దాని సమాధానాన్ని కూడా ప్రచురించే వారు. ఆ ఉత్తరం రాసిన వారికి ఆ ఉత్తరం ప్రచురితమైన నాటి దినపత్రికను కూడా పోస్ట్ ద్వారా పంపేవారు.

అలా సమస్యలు పరిష్కారం అవ్వడంతో వయోవృద్ధులకు పెన్షన్ ఆపేస్తే ఆ వివరాలతో ఉత్తరాలు రాసేవాణ్ణి. ఆ తర్వాత వాళ్ళ దగ్గరికి వచ్చి, లైఫ్ సర్టిఫికెట్ తీసుకొని, మళ్ళీ పెన్షన్ పునరుద్ధరించే వారు.

దీనితో పాటు ఎడిటోరియల్ పేజీల్లో ఉత్తరాలు ప్రచురించేవారు. అక్కడ స్థానిక సమస్యలు కాకుండా, దేశదేశాల వార్తలపై వ్యాఖ్యానాలు, అభిప్రాయాల రూపంలో ఉత్తరాలు ప్రచురించేవారు. నేను కూడా కాశ్మీర్ సమస్య, ఉగ్రవాదం ఇలా కొన్ని దేశ

సమస్యలతో పాటు, అంతర్జాతీయ సమస్యల మీద కూడా నాకు తెలిసిన విషయాలు రాస్తుండేవాణ్ణి.

నిజంగా అవన్నీ ఎంతో లోతైన విషయాలు. నా పేరు పత్రికలో చూసుకోవాలి. కాబట్టి నా అభిప్రాయాలు రాసేవాణ్ణి. కానీ, ఇలా రాయాలంటే ఆ పత్రికలను బాగా చదవాలి. దాని కోసమైనా పత్రికను అంతటినీ చదివేవాణ్ణి.

హాస్టల్ నుండి మా ఊరు వస్తే పేపర్ చదవడం కుదిరేది కాదు. వెళితే చెయ్యేరు పంచాయితీకి వెళ్ళాలి. అక్కడకి వెళ్ళకపోతే మా ఊరులో రెండు చోట్ల పేపర్ చదువుకొనే అవకాశం ఉండేది.

కోలా రామారావు కాపుగారు ప్రతిరోజూ పేపర్ వేయించుకొనేవారు. ఆయన ఒక పెద్ద రైస్ మిల్లు కట్టించారు. అది మా ఇంటి నుండి చూస్తే కనిపిస్తుంది. పేపర్ ఎప్పుడు వేస్తాడో, ఆ పేపర్ వేసే వ్యక్తి రావడాన్ని బట్టి మాకు తెలిసిపోయేది.

ఆ రోజుల్లో సూపర్ స్టార్ కృష్ణ గారి పుట్టినరోజు ఎక్కువ పేపర్స్ అనుబంధంగా ఇచ్చేవారు. వాటి కోసం ప్రతి యేడాదీ మే 31 వ తేదీ కోసం ఎదురు చూసేవాళ్ళం. ఆ పత్రికను ఆ రోజు కావాలని వారం రోజుల ముందే మా ఫ్రెండ్స్ అంతా బుక్ చేసుకొనే వాళ్ళం. వాటితో మా పుస్తకాలకు సరిపడా అట్టలు వేసుకొనేవాళ్ళం.

అలా నాకు పేపర్ వేసే అతను బాగా పరిచయం అయ్యాడు. అతను వచ్చే సమయం కూడా తెలిసిపోయేది. మా ఊరులో ఉన్నప్పుడల్లా ఆ పేపర్ వేసే ఆయన వచ్చే సమయానికి నేను కోలా రామారావు కాపు గారి మిల్లు దగ్గరకు వెళ్ళిపోయేవాణ్ణి. నన్ను అక్కడ ఆ పేపర్ వేసే వ్యక్తి బాగా గుర్తు పట్టేవాడు.

ఒక్కోరోజు ఆ రామారావు కాపుగారు గారు రావడం ఆలస్యమయ్యేది. నేనే దాన్ని తీసుకొని చదివేసేవాణ్ణి. ఒక్కోసారి నేను చదువుతుంటే ఆయన వచ్చేవారు. ఆయన రావడాన్ని గమనించి లేచి గబగబా ఆ పేపర్ ఆయనకు ఇచ్చేసేవాణ్ణి.

అలా ఒకరోజు పేపర్ ఇచ్చేస్తుంటే నాతో ఇలా అన్నారు. *"నువ్వు ఇక్కడ పేపర్ చదువుకోవాలంటే మిల్లులో ధాన్యం బస్తాలు పైకి వెయ్యడం లో మా జీతగాడికి సాయం చెయ్యాలి. అలా చేస్తే నువ్వు కూడా నేను చదివేసిన తర్వాత పేపర్ చదువుకోవచ్చు"* అన్నారు.

అంతవరకు భయం, భయంగా పేపర్ చదువుకోవాల్సి వచ్చేది. ఇంకా భయం లేకుండా చదువుకొనే మార్గం దొరికిందనుకున్నాను. ఆయన చెప్పినట్లే మిల్లులో ధాన్యం బస్తాలు మోసేవాణ్ణి. ధాన్యం బస్తాలు పైకి పెట్టుకొని వెళ్ళి గళ్ళాలో వెయ్యాలి.

అది పెద్దగళ్ళా. నాలుగైదు బస్తాలు వేస్తే గాని నిండేదికాదు. పెద్ద బస్తాని మొయ్యలేక, దాన్ని రెండు, మూడు సార్లు చిన్న సంచిలో వేసుకొని పైకి పట్టుకొని వెళ్ళి ఆ గళ్ళాలో వేసేవాణ్ణి.

ఆ గళ్ళా దగ్గరికి వెళ్ళాలంటే పైకి చెక్కతో ఏర్పాటు చేసిన మెట్లు ఉండేవి. వాటిమీద ఏమాత్రం పొరపాటున కాలు జారినా క్రింద పడిపోతాం. క్రింద అంటే నేలమీద కాదు. మిల్లులో ధాన్యం మెషిన్ లోకి పంపే రేకులు మీద పడిపోతాం.

అది జరుగుకుంటూ మిషన్లో పడేలా చేస్తుంది. అందువల్ల అక్కడ పడితే చాలా ప్రమాదకరమైన పరిస్థితి. అవన్నీ గమనిస్తూ జాగ్రత్తగా ధాన్యం వేసేవాణ్ణి.

ఒక్కోసారి ధాన్యం బియ్యంగా ఆడేసిన తర్వాత ఎవరి బియ్యం వాళ్ళకి పట్టుకొని వెళ్ళడానికి వీలుగా ఆ మూటలను బండి మీద వేయమనేవారు.

అలాగే వేసేవాడిని. నాకు ఆ మిల్లులో ధాన్యం నుండి బియ్యం ఎలా విడిపోయేలా చేస్తున్నారని తెలుసుకోవాలనే కుతూహలం ఉండేది. దాన్ని నేను ప్రత్యక్షంగా చూడగలుగుతున్నాను అనిపించేది. అది కూడా కొత్త విషయాలు తెలుసుకోవడానికి ఒక సదవకాశమే అనుకున్నాను.

ధాన్యం నుండి నూక ఒక పెద్ద గొట్టం ద్వారా బయటకు వచ్చేది. అది అక్కడ నిండి పోతే, గొట్టం నుండి ఊక బయటికి పోదు. అప్పుడు మిల్లు నడవడంలో కొంత ఇబ్బందులు వస్తాయి. కాబట్టి, ఆ గొట్టం దగ్గర ఊకను అక్కడ అడ్డం లేకుండా ప్రక్కకు తోసెయ్యాలి. దాన్ని కూడా చెయ్యమని చెప్పేవారు.

నాకు అంత పెద్ద ఎత్తున్న గుట్టపైకి ఎక్కి క్రిందికి జారుతూ ఆడుకోవాలనే కోరిక ఆ విధంగా తీరుతుందనిపించింది. నేనెప్పుడు కావాలంటే అప్పుడు నాతోపాటు మా ఫ్రెండ్స్ తో వచ్చి ఎలాంటి భయం లేకుండా ఆ ఊక పైకి ఎక్కి క్రిందికి దూకుతూ ఆడేవాళ్ళం.

మిల్లులో బియ్యం ఒకవైపు, మరొకవైపు తౌడు, ఇంకొకవైపు ఊక ఎలా వెళ్తుందో ప్రత్యక్షంగా చూసే అవకాశం వచ్చిందనుకున్నాను.

ఎవ్వరినీ మిల్లు చూడ్డానికి లోనికి వెళ్ళనిచ్చేవారు కాదు. కానీ, యజమాని రామారావు కాపుగారే నన్ను కొన్ని పనులు చెయ్యమనడం వల్ల నేను ఎప్పుడైనా లోనికి వెళ్ళి

వచ్చేవాడిని. అక్కడ వచ్చే తౌడు మెత్తగా ఉండేది. దాన్ని నోట్లో వేసుకుంటే కొంచెం తియ్యగా ఉండేది. నేను కొంత సరదాగా తినేవాడిని.

ఇలా పనులన్నీ చేస్తూ ఆ మిల్లులో పేపర్ చదివేవాడిని. ఆ మిల్లు యజమానే చదువుకోమని చెప్పడంతో ఆయన రావడం కంటే కూడా ముందు నేనే పత్రిక చదివేసేస్తున్నాననిపించేది.

ఒకసారి మా తమ్ముడిని తీసుకొచ్చి మిల్లు చూపించాను. అక్కడ ఉన్న తౌడు రుచి గురించి చెప్పాను. వాడు తినకపోగా, ఆ విషయాన్ని వాడు ఇంట్లో చెప్పాడు. అలా తినొద్దనీ, ఆరోగ్యానికి మంచిదికాదనీ మా హిట్లర్ పెద్దన్నయ్య గారు ఆదేశించేవారు. నేనేమో మళ్ళీ ఇంటికెళ్ళి మళ్ళీ వస్తే పేపర్ ఉంటుందో లేదో. అందుకని అక్కడ ధాన్యం మూటలు మోసిన తర్వాత ఆకలికి తట్టుకోలేక అక్కడున్న ఆ మెత్తని తౌడుని తినేసేవాణ్ణి.

దినపత్రిక ఇలా రామారావు కాపు గారితో పాటు, కిరాణాకొట్టు నడిపే వరదా నాగేశ్వరరావు గార్కి కూడా వచ్చేది. నేను ఇంట్లో కావాల్సిన సరుకులు కొనడానికి వెళ్ళినప్పుడు గమనించాను. అక్కడ కూడా అప్పుడప్పుడు వెళ్ళి పేపర్ చదివేవాణ్ణి. ఆ కొట్టు యజమాని కూడా కిరాణా సామానులు సాయం చేసి, చదువుకోమన్నారు. నేను అలాగే డైలీ పేపర్ చదువుకొనేవాడిని. ఆనాటికి మా ఊరిలో దినపత్రిక చదువుకోవడానికి నేను అనుసరించిన, నాకు తెలిసిన పద్ధతి ఇది.

కొత్త వెలుగుల్ని చూపించిన పరీక్షలు

ప్రకృతి ఎప్పుడెలా ఉంటుందో
ఎవరు మాత్రం ఏం చెప్పగలరు?
మన ఖగోళశాస్త్రజ్ఞులు
మన జ్యోతిష్యులు
ఏవో లెక్కలతో ఏవోవే చెప్తుంటారు
వాళ్ళు చెప్పేవీ జరుగుతుంటాయి
వాళ్ళు చెప్పనివీ జరుగుతుంటాయి
వాటికీ మళ్ళీ ఏవేవో అనుబంధాల్నీ అందిస్తుంటారు
అయినా... అన్నీ ముందే తెలిసిపోతే
అంత థ్రిల్లేముంటుంది
అప్పుడు దేవుడికి విలువేముంటుంది!
అదొక తత్త్వం
అది విప్పిచెప్పడం అంతసులభమా?

వర్తమానం గతాన్ని గుర్తుచేస్తుంది
గతం వర్తమానాన్ని హెచ్చరిస్తుంది
వర్తమానం గతాన్నీ
గతం వర్తమానాన్నీ
ఒకదాన్నొకటి నిత్యం ప్రశ్నించుకుంటాయేమో!

బెబ్బులి పులులేవో మనమీదకు దూకుతున్నట్లు
పదోతరగతి పబ్లిక్ పరీక్షలొస్తున్నాయి
చేసిన పనికి సమయానికి డబ్బులివ్వరు
అయినా అమ్మా, నాన్నా కూలికెళ్తునే ఉంటారు.
వాళ్ళు పనిచేయించుకునేటప్పుడు
కూలి డబ్బులీ్న పిండి వసూలు చేసుకోవాలి
శ్రామికులకది సాధ్యమయ్యే పనేనా!
ఆ కష్టాలన్నీ కళ్ళారా చూశాను
అనుభవపూర్వకంగా తెలుసుకున్నాను
నేను కట్టాల్సిన
పదోతరగతి పబ్లిక్ పరీక్ష ఫీజుల కోసం!

పిల్లోడికి ఫీజు కట్టాలన్నారు
పదిసార్లు మరీ మరీ తిప్పించుకున్నారు
ఫలానా తారీఖు లోగా ఫీజు కట్టాలన్నారు
అదేంటో గానీ
ఆ తారీఖు అయిన తర్వాతనే చేతికొచ్చాయని మన చేతికిస్తారు
ఫీజు కట్టేద్దామని బయలు దేరాను
ఆకాశం నల్లబడింది
చిరుగాలులన్నీ
హోరుగాలులయ్యాయి
నాలుగైదురోజులపాటు
నల్లమబ్బులన్నీ కన్నీళ్ళ ధారాపాతమయినట్లయ్యింది.
ప్రకృతి మీద కోపమొచ్చింది

ప్రకృతికీ కోపమొచ్చింది
ఈ కోపతాపాలెవరిక్కావాలి
కోడలి కన్నీళ్ళు వంటింటికే తెలుసు
'పేదవాడి కోపం పెదవికేచేటు'
వర్షంలో తడిస్తే ఎంతబాగుంటుందో
ఏడ్చినా
నవ్వినా
వచ్చే కన్నీళ్ళన్నీ వర్షంలోనే కలిసిపోయాయి
వర్షంలో తడిస్తే ఎంతబాగుంటుంది
కన్నీటి చారికల్ని కూడా కడగనక్కర్లేదు!

స్కూల్ ఎడ్యుకేషన్‌లో సంస్కరణలు
టెన్త్‌లో న్యూసిలబస్
జనరల్ మేథ్స్, కాంపోజిట్ మేథ్స్ కలగలిపేయాలి
విడివిడిగావద్దు
అందరికీ అన్నీ నేర్పెయ్యాలి
వచ్చినా రాకపోయినా వచ్చినట్లు నేర్చుకోవాలి

టీచర్స్‌కి ఓరియెంటేషన్ క్లాసులు
స్టూడెంట్స్‌కి ఓవరేక్షన్ క్లాసులు
నూతన విద్యా విధాన నియమావళి
కడుపునిండా తిని తెచ్చారు
క్రొత్త విధానం
జీర్ణించుకున్నారో
అజీర్ణంతో వాంతి చేసుకున్నారో
టీచర్స్ ముఖాల్లో
క్రొత్త సినిమా దృశ్యాలేవో కనిపించేవి
క్రొత్తకథల్లో అద్భుతాలు ఆసక్తిగానే అనిపించేవి
అర్థం చేసుకున్న వాళ్ళెంతమందో
అయోమయంగా తలలూపి నోళ్ళెంతమందో
టీచర్స్‌కీ
స్టూడెంట్స్‌కీ

పెద్దతేడాల్లేవిప్పుడు!
తెల్లవారితే క్లాసులో
తెల్లమొహాలు మెరిసిపోతున్నాయి
తెలిసిన వాళ్ళు
తెలియనివాళ్ళు తెగ మురిసిపోతున్నారు

రోజుకో నియమావళి బయటకొస్తుంది
ఏ స్కూల్ టీచర్ ఏ స్కూల్లో ఇన్విజిలేటర్ గా వెళ్ళాలో
ఏ స్కూల్ విద్యార్థి ఏ స్కూల్లో ఎగ్జామ్ రాయాలో
ఎవరికెవరికీ తెలీదు చివరిదాకా!

పదోతరగతి పబ్లిక్ పరీక్షలై పోయాయి
పదోతరగతి ఫలితాలూ వచ్చేశాయి
ప్రయోగాల్ని హర్షించిన వాళ్ళున్నారు
ఫలితాల్ని కన్నీళ్ళతో వర్షించిన వాళ్ళున్నారు
వర్షించిన వాళ్ళలో
నేనూ తడిసిపోయాను
తడిసిన హృదయపు నేలలో
కోత కొచ్చిన పంటంతా మునిగిపోయింది
క్రొత్తప్రపంచానికో మరో బీజం నాటకతప్పదు!

పొద్దు నడినెత్తుకొచ్చినా శీతాకాలంలో చాలా సేపటి దాకా మబ్బులు దట్టంగానే ఉంటాయి. పదోతరగతి పబ్లిక్ పరీక్షల తర్వాత ఆ మబ్బుల్లాగే అనిపించింది నాజీవితం కూడా! జీవితంలోని చీకటి వెలుగుల్లోని దృశ్యాదృశ్యాల్లోని గమ్మత్తుల్ని దర్శించగలిగాను.

"అబ్బాయి (మా నాన్న)గారి పిల్లలు చదువుకుంటారు. చదువుకుంటున్నామనే గర్వం లేకుండా పొలం పనీ చేసుకుంటారు. వాళ్ళను చూసి నేర్చుకోండిరా" అన్న నోళ్ళే *"రెండు పడవల మీద కాళ్ళు పెడితే ఒడ్డుకు చేరడమెలా ఉన్నా, మధ్యలోనే మునిగిపోయే ప్రమాదం ఉంది. ఇప్పుడు అదే జరిగింది"* అనడం కూడా విన్నాను.

రెండు మార్కులే నా జీవితాన్నిలా నట్టేట్లో ముంచేస్తాయనుకోలేదు. ఆ రెండు మార్కులతో జీవితమే ఇంత తలక్రిందులవుతాయని బాధపడని రోజుల్లేవు. లెక్కల్ని విస్మరిస్తే జీవితంలోనూ లెక్క తప్పిపోతుందనీ ఆలోచించని రోజులేదు.

నా ఈడు పిల్లలంతా కాలేజీకి వెళ్తున్నారు.

నేనేమో పొలంలో పనులు చేస్తున్నాను.

అంతకుముందు కూడా పొలం పని చేసేవాణ్ణి.

ఆ పనిలో అలసటగానీ, అసహనం గానీ ఉండేదికాదు. కానీ, ఇప్పుడేంటో పొలంలో పనిచేస్తూ వాళ్ళు అలా కాలేజీకి వెళ్ళడం చూస్తుంటే సిగ్గుతో చచ్చిపోవాలనిపించేది.

నా కన్నీళ్ళను నేనే దిగమ్రింగుకుంటూ వాళ్ళతో నవ్వుతూ మాట్లాడిన సందర్భాలెన్నో. అయినా చేసేదేముంది.

నాలో నేను కృంగి పోకూడదనుకున్నాను. అందరితో పనిచేస్తున్నా ఒంటరిగా ఉన్నట్లనిపించేది. రకరకాల ఆలోచనలు ముసురుకొచ్చేవి. బుర్ర వేడెక్కిపోయేది. నాతో చదువుకున్న వాళ్ళని ఎవరైనా పొగుడుతుంటే నన్నేదో అవమానిస్తున్నట్లనిపించేది. నేను చెప్తే నేర్చుకునే వాళ్ళు కూడా ఫస్ట్ క్లాస్ లో పాసయ్యారు. నేను మాత్రం ఫెయిలయ్యాను.

కొన్నిసార్లు విజయం సాధించడమే ప్రధానంగా మారిపోతుంది.

దాన్నెలా సాధించామనేదెవరూ పట్టించుకోరు.

ఫలితాల్ని బట్టే మనల్ని అంచనా కట్టే విశ్లేషణలు మొదలవుతాయి.

యుద్ధం మొదలైంది...!

మన అస్తిత్వాన్ని మన చుట్టూ ఉన్న వాతావరణమే నిర్ణయిస్తుంది. తొలిదశలో ఇంచుమించు ఇంట్లో అమ్మా, నాన్నలే తమ పిల్లలందరికీ ఆదర్శంగా మారతారు. వాళ్ళేమి చేస్తే వాటినే పిల్లలు కూడా అనుకరిస్తారు. వాటినే పిల్లలు అనుసరిస్తారు. వాటినే పిల్లలు ఆచరిస్తారు.

చిన్నప్పుడే తల్లిదండ్రుల్ని కోల్పోయిన వాళ్ళైతే వాళ్ళు పెరిగిన వాతావరణం... వాళ్ళని తీవ్రంగా ప్రభావితం చేస్తుంది.

నేను కూడా మా అమ్మా, మా నాన్నల ప్రభావానికే గురయ్యాను. నా కోపం, నా సంతోషం...ఏదైనా వాళ్ళనుండి వచ్చిందేనని నన్ను నేను తెలుసుకొంటున్నప్పుడు నాకు అర్థమవుతుంది. నాలోకి నేను తొంగి చూసుకున్నప్పుడు నేను చూడగలుగుతున్నాను.

ఆ ఆకాశం సన్యాసి చిట్టిబాబు గారనే మహానుభావుడు మాకు పొలం చేసుకోమని శిస్తుకిచ్చారు. దాన్నే మేమంతా నమ్ముకున్నాం. దాని చుట్టూనే మా కుటుంబమంతా తిరుగుతుండేది. దాన్ని అనుకొనే ఒక బడి కూడా ఉంది.

నేను మా పొలాన్ని చూస్తున్నట్లే, ఆ బడినీ చూసేవాణ్ణి.
ఆ బడిలో కిలకిలలాడే పిల్లల్నీ చూసేవాణ్ణి.
వాళ్ళ స్వచ్ఛమైన నవ్వుల్నీ చూసేవాణ్ణి.
వాళ్ళలా నేను కూడా ఉండాలనుకునేవాణ్ణి.
అదే నాకు అక్షరాన్ని రుచి చూపించింది.
అమ్మా, నాన్న నిరంతరం పడే కష్టమే
నాకు అనేక పనుల్ని నేర్పింది.

అన్నయ్యలు, తమ్ముడు, చెల్లి, తాత, మామ్మ (నాయనమ్మ), అత్తలు, మేనమామలు ... ఇంతమంది కలిసిమెలిసి ఒకరికొకరు జీవించడం సమాజంలో కలిసిమెలిసి జీవించడాన్ని నేర్పింది.

నాకు పేదరికం సర్దుబాటుని నేర్పితే, నా కుల, మతాలు మనుషుల మధ్య అంతరాల్ని, మనస్తత్వాల్ని అవగాహన చేసుకోవడం నేర్పాయి.

కుల, మతాలతో మనుషుల్ని చూసే ఎక్కువ తక్కువలన్నీ నాలో అణుకువను, ఆలోచనను, ఆత్మగౌరవాన్ని నేర్పాయి.

కేవలం కొన్ని కులాలు, కొన్ని మత కారణాల వల్లనే మనుషులంతా విడిపోతున్నారనిగానీ, కలిసి మెలిసి జీవిస్తున్నారని గానీ ఒక నిర్ణయానికి రాగలమా?

ఇది నా బాల్యం నన్ను అడుగుతున్న ప్రశ్న.

నాకు ఎదురైన అనేక జీవితానుభవాల సారం నుండి వచ్చిన అనుమానం. రకరకాల మానసక్షేత్రాల దర్శనం. కులం మనిషిని ఏకం చేసినట్లు పైకి కనిపిస్తున్నా అది కనిపించకుండా మనుషుల్ని విడదీస్తుంది. కులం, మతం విష బీజాలతో ప్రతి మనిషినీ విడదీస్తుంది. కులం నుండి మతాన్ని, మతం నుండి కులాన్నీ విడదీసి చూడ్డం అసాధ్యం.

హిందువులు ఏర్పరిచిన మతంలో కులం అంతర్భాగమే. అది మరో మతంగా విడిపోయినప్పటికీ అక్కడ కూడా కులమే ప్రభావితం చేసే శక్తిగా పనిచేస్తుంది. ఇతర మతాలు...ముఖ్యంగా క్రైస్తవం, ఇస్లాంలలో కూడా ఈ మధ్య కులం భావన కనిపిస్తుంది. అది భారతదేశంలో మాత్రమే. ఇతర దేశాల్లో వర్గాలు మాత్రమే ఉంటాయి. కుల విభజన ప్రభావం భారతదేశంలో హిందూమతం నుండి వచ్చిందే.

భారతదేశంలో హిందూ మత మూల భావాలున్న వేదాలు, ఉపనిషత్తులు, పురాణేతిహాసాల ప్రభావం లేని మతమేదైనా ఉంటే, ఆ మతంపై హిందూమత ప్రభావం పనిచేయని కులం లేని మతాన్ని చూడ్డం అసాధ్యం. వీటిని జయించి మనిషిగా నిలబడాలంటే హిందూ సమాజం నుండి వచ్చిన కొన్ని ***కులాలవారికి నిత్యం యుద్ధం చేయడం లాంటిదే.***

అది ప్రత్యక్షంగా కనిపించకుండా జరిగే యుద్ధం.
రక్తం కారని యుద్ధం.
ఆయుధాలు లేని యుద్ధం.
మాటలతో, చేతలతో మానసికంగా చంపేసేయుద్ధం.
ఆర్థికంగా నలిపేసేయుద్ధం.
ఆధిపత్యాన్ని చెలాయించేయుద్ధం.
మనిషిగా బ్రతకడం కోసం యుద్ధం.
ఆత్మగౌరవంతో నిలబడాలంటే నిత్యం యుద్ధం.
తప్పదు.
జీవితం ఒక యుద్ధక్షేత్రం.
యుద్ధంలో విజేతలుగానో పరాజితలుగానో తేలేవరకూ
ఆ క్షేత్రాన్ని మనం విడిచిపోలేం.
భారతదేశంలో కులం చేసే యుద్ధం
మనకు తెలియకుండానే సింహంపై కూర్చొని, దానితో చేసే యుద్ధంలాంటిదే.

★★★

బాల్యం ఒక చెలమ లాంటిది.
నీళ్లు ఎన్నో లేవనిపిస్తుంది.
ఆ నీళ్లు తోడేయగానే మరలా నీళ్లు ఊరిపోతాయి.
జ్ఞాపకాలూ, ఆ బాల్య జీవితమూ అంతే.
ఇంకేముందని అనిపిస్తుంది.
గతంలోకి వెళ్ళగానే మళ్ళీ దొంతరదొంతరలుగా,
అలలు అలలుగా,
పొరలు పొరలుగా కనిపించే జీవితంలా బయటకొస్తుంది.

బాల్యం ఒక సముద్రం లాంటిది
దాని లోతు , దాని తీరం కనుక్కోలేం .
బాల్యం నాటి చిలిపి చేష్టలు కష్ట దుఃఖాలుఅలాంటివే.
తుది మొదలు అదేనని చెప్పలేం.

బాల్యం ఒక ఆకాశంలాంటిది.
దాని ఎత్తూ, దాని వెడల్పూ ఇదేనని చెప్పలేం.
బాల్యం నాటి అనుభూతుల తీవ్రతనూ,
పెనవేసుకున్న అనుబంధాల్నీ
ఇవేనని చెప్పలేం.
బాల్యం ఏముందనిపిస్తూనే,
ఎంత మహోన్నతమైనదో
కనిపించీ కనిపించని ఒక దోబూచులాట లాంటిది.

బాల్యాన్ని ఎన్నింటితోనైనా పోల్చగలం. బాల్యాన్ని ఎన్ని రకాలుగానైనా ఉత్ప్రేక్షించగలం. ప్రతి ఒక్కరి బాల్యం కొత్త మెరుపులు కురిపిస్తూ నిత్యం నవ్యంగా కనిపించే పాతవే అయినా కొత్తగా కనపడే నక్షత్రాల లెక్కింపు లాంటిది.

(ఆచార్యదార్ల ఆత్మకథ 'నెమలికన్నులు' తొలిభాగం 'బాల్యం' సమాప్తం)

★★★

"ఆత్మకథ రాస్తున్నానంటే నవ్విన వాళ్ళూఉన్నారు"

ఆత్మకథలపై ఆచార్య దార్ల ప్రత్యేక ఇంటర్వ్యూ

ఆచార్య దార్ల వెంకటేశ్వరరావు తన ఆత్మకథ 'నెమలి కన్నులు' 25 భాగాలు పూర్తి చేసిన సందర్భంగా భూమిపుత్ర దినపత్రిక జరిపిన ప్రత్యేక ఇంటర్వ్యూ విశేషాలు.

ప్రశ్న: నమస్కారం. మీరు ఆత్మకథ 25 భాగాలు పూర్తి చేసిన సందర్భంగా శుభాకాంక్షలు. ఈ ఆత్మకథ రాస్తున్నప్పుడు దాన్ని మరలా భూమిపుత్ర దినపత్రికలో చదువుతున్నప్పుడు మీరు పొందిన అనుభవాలు మాతో పంచుకోగలరా?

ముందుగా మీకు నా హృదయపూర్వక కృతజ్ఞతలు. ముందుగా మీకే ఎందుకు చెప్తున్నానంటే, నేను నా ఆత్మకథను 25 భాగాలు పూర్తి చేయడానికి ప్రధాన కారకులు మీరు. దీన్ని వారం వారం ప్రచురించడానికి మీరు తీసుకున్న ప్రత్యేక శ్రద్ధ నాకు తెలుసు. ప్రతి వారం రావాలని, ఏ వారంలోను దాన్ని మిస్ చేయకుండా వేద్దామని ఆత్రుతతో నాకు మీరు రెండు రోజులు ముందు నుండే వచ్చేవారం భాగం పంపించండి అని అడిగేవారు.

ఒక్కోసారి మంగళవారం రాత్రి 9 గంటల వరకు కూడా పంపించలేకపోయినా, మీరు నాకోసం నిరీక్షించి, నా ఆత్మకథను రాయించి, బుధవారం ఉదయమే అందరూ చదువుకొనేలా ప్రచురించేవారు. అయినా, నేను కొన్ని పనుల ఒత్తిడితో సతమతమవ్వడం వల్ల ఒకటి, రెండు వారాల పాటు రాయలేకపోయాను.

ఇలా, నా బాల్యానికి సంబంధించిన 25 భాగాలు ఆత్మకథగా రాయగలిగానంటే అది మీ ప్రోత్సాహమే. అందుకనే ముందుగా మీకు నా హృదయపూర్వకమైన ధన్యవాదాలు తెలియజేస్తున్నాను.

నా జీవితంలో చాలా అనుభవాలు ఉన్నాయి. రచనకు సంబంధించిన అనుభవాలతో పాటు, మనం అనుకున్న జీవితాన్ని రచనగా తీర్చిదిద్దే క్రమంలో ఎదుర్కొనే సంఘర్షణలు కూడా ఉన్నాయి. అయినా ఎప్పటికప్పుడు రాయడం వలన దీన్నొక ఛాలెంజ్ గా తీసుకోవాల్సి వచ్చింది.

ఆత్మకథను చదువుతున్నటువంటి వాళ్ళు కొంతమంది 'దీన్ని ముందే రాసి ఉంటారు కదా. నాకు దాన్ని పంపించండి. పుస్తకంగా వస్తే దాన్ని పంపించండి' అని కూడా

అడిగేవారు. వాళ్ళు ఏ భాగాన్ని ఆ భాగమే అప్పటికప్పుడు రాస్తున్నానంటే నమ్మనట్లుగా మొహం పెట్టేవారు.

ప్రశ్న: మీ ఆత్మకథ పత్రికలో సీరియల్ గా వచ్చి, మళ్ళీ పుస్తకంగా అందిస్తున్నారు కదా. ఒకసారి పత్రికలో చదివేసిన వారు మళ్ళీ పుస్తకంగా చదువుకోవాల్సిన అవసరం ఏమిటి?

పత్రికలో చదివినవారు మళ్ళీ పుస్తకంగా చదువుకోవడం ద్వారా పొందే అనుభూతి భిన్నంగా ఉంటుంది. ఒక్కో ముద్దా రుచి చూసినా, సరిపడా తినలేని వారు కావలసినంతా ఒక కంచంలో ఒకేసారి తినడం లాంటిది పత్రికల్లో వచ్చిన భాగాలన్నీ ఒకే పుస్తకంగా చదువుకోవడం.

నా ఆత్మకథ కేవలం అన్ని భాగాల్నీ ఒకేచోట చదువుకోవడం కోసమే పుస్తకంగా తీసుకొని రావడంలేదు. పత్రికకు కొన్ని పరిమితులు ఉంటాయి. పాఠకుల అభిప్రాయాలు, వాళ్ళు కోరుకునే అంశాలు పత్రికల్లో అందిస్తారు. కాబట్టి, నా ఆత్మకథలో కొన్ని ఘట్టాల్ని, కొన్ని జీవిత పరిణామాల్నీ కథనం చేశాను. పుస్తకంలో ఆ కథనాలతో పాటు ఒక సమన్వయాన్నీ, విశ్లేషణాత్మకంగా ఉంటూనే, సమగ్రతనీ కలిగిస్తూ, మరికొంత సమాచారాన్ని అందిస్తున్నాను.

ఇది కేవలం పత్రిక చదివిన వారికి తెలుసుకునే అవకాశం ఉండదు కదా... అందుకు పుస్తకరూపంలో వచ్చిన ఆత్మకథను చదవాలి. పుస్తకంలో అయితే, దాన్ని ఏకబిగిగా సంపూర్ణంగా చదివిన అనుభూతి పొందగలుగుతారు. పత్రికలో ఒక భాగం చదివి మరలా మరో భాగం కోసం ఎదురు చూడాలి. ఆ భావతీవ్రత కంటే పుస్తకంలో చదివే భావతీవ్రతకు తేడా ఉంటుంది.

ప్రశ్న: ఆత్మకథలు ఎందుకు చదవాలి ? మీ ఆత్మకథను ఇతరులు ఎందుకు చదవాలి?

సాధారణంగానే ప్రతి ఒక్కరికీ తన జీవితం తనకు తెలుసనుకుంటారు. కానీ, ఇతరుల సంతోషానికి గాని, దుఃఖానికి గాని కారణమైనటువంటి ఆ వ్యక్తిగతమైన, ఆ అంతరంగికమైన విషయాలను తెలుసుకోవాలని చాలామంది ఉత్సాహపడుతుంటారు. కొంతమందికి ఇష్టం ఉండకపోవచ్చు. అలా తెలుసుకునేటప్పుడు కొన్ని మంచి విషయాలు, తనకు నచ్చిన విషయాలు వాళ్లకి స్ఫూర్తినిస్తాయి. కొన్ని విషయాలు చదివిన తర్వాత, ఆ వైఫల్యాలకు కారణభూతమైన ఆ లోపాలనిపించే విషయాలు జీవితంలో తనకి ఉండకూడదని , వీటన్నింటినీ తన జీవితానికి కొన్ని పాఠాల్ని నేర్పుతాయి.

ఆ విషయాలు ప్రత్యక్షంగా విన్నప్పుడు గానీ, ఎవరైనా చెబుతున్నప్పుడు గానీ విన్నా వినకపోయినా ఆ విషయాలకు సాహితీ పరిమళంతో రాస్తే , వాటిని చదివేటప్పుడు సాహిత్యానికి ఉన్న పరమ ప్రయోజనమైన మానసిక పరివర్తన కలుగుతుంది. అందుకని ఆత్మకథను, కథలను చదవాలి. నా జీవితంలో కూడా అటువంటి విషయాలు ఉన్నాయి. అవి

ఎంతో వైవిధ్యంతో కూడినవని నాకు తెలుసు. కాబట్టి నా ఆత్మకథను కూడా చదవాలనుకుంటారని భావిస్తున్నాను.

ప్రశ్న: మీకు మీ ఆత్మకథ రాయాలనే ఆలోచనకు ముఖ్యమైన కారణం ఏమిటి?

నేను విశ్వవిద్యాలయంలో నిత్యం పాఠాలు చెప్పే ఒక అధ్యాపకుడిని. సాహిత్యంలో అనేక ప్రక్రియలు గురించి చదువుతూ ఉంటాను. అది నా వృత్తీ, ప్రవృత్తికూడా. వాటిని మా విద్యార్థులకు బోధిస్తుంటాను. ఆయా ప్రక్రియల గురించి వివిధ సదస్సుల్లో కూడా వింటుంటాం. మా ఆలోచనలను ఆ సదస్సుల్లో పంచుకుంటూ ఉంటాం. ఈ క్రమంలోనే పర్సనల్ నేరేటివ్స్ పై మా యూనివర్సిటీలో ఒక సదస్సు జరిగింది. వాళ్ల ప్రసంగాలు విన్నాను. చాలా మంది బాగా చదువుకోలేని వాళ్ళు కూడా తమ జీవితానుభవాలను చెబుతుంటే అవి నా హృదయం విదారకంగా తోచాయి. వాటిని వాళ్ళలో చాలామంది అక్షర రూపంలో పెట్టలేదు. ఆ అనుభవాల్ని ఎవరైనా యథాతథంగా అక్షర రూపంలో పెడితే ఆ పర్సనల్ నెరేటివ్స్ ఎంతోమంది జీవితాలకు కొత్త పాఠాలు నేర్పుతాయనిపించింది. ఆ సదస్సు ప్రేరణతోనే నేను నా అనుభవాలను రాశాను. అయితే, వాటిని జ్ఞాపకాలుగానో అనుభవాలుగానో కాకుండా ఒక ఆత్మకథ రూపంలో చెప్పాను. ఒక కథన క్రమాన్ని ఎన్నుకొని రచన చేయటం ఉత్తమమని సాహిత్యవేత్తలందరూ ఎరిగిన సత్యమే కదా.

ప్రశ్న: పర్సనల్ నెరేటివ్స్ కి ఆత్మకథకు మధ్య గల భేదసాదృశ్యాలను ఎలా అర్థం చేసుకోవాలి?

ఎవరి జీవితానుభవాలను వాళ్ళు కథనాత్మక శైలిలో రాయగలిగితే అవి ఆత్మకథలు అవుతాయి. ఆత్మకథలకు ఒక క్రమ పరిణామం ఉంటుంది. కొంతమంది తేదీలను పేర్కొంటూ, తమ జీవిత సంఘటనలను వివరించే క్రమంలో వాటి క్రమపరిణామాలను, వాటి పూర్వాపరాలను విశ్లేషణాత్మకంగా రాస్తుంటారు.

ఆత్మకథ అనేది కేవలం ఒక వ్యక్తికి సంబంధించిన జీవితానుభవాల కాల పరిణామాన్ని, మంచి చెడులను, సంఘర్షణలను వాస్తవికంగా చెప్పడం మాత్రమే కాదు, ఆ వ్యక్తి తనతో కలిసి మెలిసి తిరిగిన వారి వ్యక్తిత్వాలను తనదైన దృష్టితో పరిశీలిస్తూ, ఆనాటి సమాజ స్థితిగతులను చెప్పకనే చెప్తున్నట్లు వివరించాలి. తన కుటుంబ సభ్యులను, తన స్నేహితులను, తన శత్రువులను, తనతో కలిసిన వారందరి వ్యక్తిత్వాలను తాను కేంద్రంగా చూసిన పార్శ్వాల్ని అంచనా వేయడానికి ఆత్మకథ దోహదపడాలి.

తాను చెబుతున్న వాటిలో సత్యాలే ఉన్నాయో, అసత్యాలే ఉన్నాయో ఆ నిజానిజాలను తర్వాత కాలంలో పరిశీలించడానికి అంతర్భూతంగా కొన్ని సాక్ష్యాలను పెట్టగలగాలి. తన అనుభవాలను అనుభూతులను చెబుతూనే ఇతరుల మనోభావాలు దెబ్బతినకుండా కూడా జాగ్రత్త పడాలి. కొన్ని విషయాలను చెప్పేటప్పుడు వాళ్ళ పేర్లు, కులమతాల ప్రస్తావన కూడా అవసరమైనంత మేరకు పరిహరించడం మంచిది. కానీ వాళ్ళు

ఎవరో పాఠకులు తెలుసుకోవాలని మాత్రం సూచించగలగాలి. ఇవన్నీ తనకు తానే రాసుకుంటే దాన్ని ఆత్మకథ అంటారు.

పర్సనల్ నేరేటివ్ లో ఒక క్రమపరిణామం ఉండాలనేమీ లేదు. తన జీవితంలోని కొన్ని అనుభవాలను తనకు తెలిసిన పద్ధతిలో తాను చెప్పుకుంటూ పోతూ ఉంటారు. దీనిలో కూడా శైలీ పరంగా చూస్తే కథలాగే సాగినా జీవితానుభవమే ముఖ్యం. పర్సనల్ నేరేటివ్ లో తన జీవితానుభవాలను చెబుతుంటే ఆ అనుభవాలను వాళ్లే చెబుతున్నట్లుగా ఇతరులు రాయవచ్చు. కొన్నిసార్లు తామే రాయవచ్చు కూడా!

తనకు మాత్రమే ప్రత్యేకమైన కొన్ని తేదీలు, కొన్ని సంఘటనలు ముఖ్యమైన కేంద్రంగా పర్సనల్ నెరేటివ్ కొనసాగుతుంటే ప్రధానంగా ఆ ఎమోషన్ పాఠకులను ఆకర్షించేలా ఉంటుంది. సత్యాలు అంటే వాస్తవాలు, ఆ చరిత్ర, ఆ వివరణల కంటే కూడా జీవితానుభవాలే ప్రధానమవవుతాయి. అందువల్ల ఆత్మకథల్లో పర్సనల్ నేరేటివ్ ఒక భాగం అవుతుంది. కానీ, ప్రతీ పర్సనల్ నెరేటివ్ ఒక ఆత్మ కథ కాదు.

ప్రశ్న: ఆత్మకథకి జీవిత చరిత్రకీ మధ్య గల ముఖ్యమైన భేదం ఏమిటి?

ఆత్మకథ తన జీవితానుభవాలను ఒక కథలా చెప్తారు. అది పద్యంలో గాని, గద్యంలో గాని అంటే వచనంలో కూడా చెప్పవచ్చు. జీవిత చరిత్ర కూడా అంతే. ఎలాగైనా రాయవచ్చు. ఒకరి జీవిత చరిత్రను మరొకరు వివిధ ఆధారాలను సేకరించి రాస్తుంటారు. అంతేకాకుండా, జీవిత చరిత్రను ఆ మనిషి మరణానంతరం లేదా ఆ వ్యక్తి మహోన్నతమైన స్థితిలోకి వెళ్ళినప్పుడు గాని మరొకరు రాస్తారు.

కొంతమంది వాస్తవంగా మహోన్నతమైన స్థితికి చేరుకోవడం కంటే ఒక రకమైన పేరు ప్రఖ్యాతులతో మారుమ్రోగుతూ ఉంటారు. అది మంచి వల్లనే కాకపోవచ్చు, చెడువల్ల కూడా కావచ్చు. అటువంటి వారి జీవితాన్ని కూడా చరిత్రగా రాస్తుంటారు.

జీవిత చరిత్ర పరిశోధనతో ముడిపడి ఉంటుంది. ఆత్మకథ జీవితానుభవాల సంఘర్షణగా, ఆత్మసాక్షి ప్రమాణంతో కొనసాగుతుంది. పర్సనల్ నెరేటివ్స్ లో జీవితానుభవాన్ని మాత్రమే వివరిస్తారు. వీటి వల్ల ఎదుటి వారిలో సమస్పందనలు కలుగుతాయి. వాటికి తగిన జీవిత సన్నివేశాలను ఎలా తన జీవితాన్ని సన్నద్ధం చేసుకోవాలో తెలుస్తాయి.

ప్రశ్న: మీరు కూడా జీవితంలోని కొన్ని అంశాలను మాత్రమే చెప్పారు కదా. అటువంటి అప్పుడు దీన్ని ఆత్మకథగా ఎలా భావించాలి?

నేను నా జీవితంలోని కొన్ని భాగాలను చెప్పిన మాట నిజమే. ప్రతి భాగానికి ఒక క్రమ పరిణామంతో కొనసాగింది అనేది నా ఆత్మకథ చదివిన ప్రతి ఒక్కరికీ తెలుస్తుంది. పర్సనల్ నెరేటివ్ అంటే 'స్వీయానుభవ కథనం' లో కేవలం ఒక ఎమోషన్ కు కేంద్రమయ్యే అంశం మాత్రమే ఉంటుంది. మన జీవితంలో ఎమోషన్ కి గురికాని అంశాలు కూడా

అనేకం ఉంటాయి. వాటిని చెప్పకపోతే మన జీవిత క్రమ పరిణామాన్నీ చెప్పలేం. స్వీయానుభవ కథనం జీవితంలోని సంఘటనలు ముక్కలు ముక్కలుగా కనిపిస్తూ దాని క్రమ పరిణామం తెలియదు. సాధారణంగా జీవితంలో ఒక ఎమోషన్ కి గురయ్యే సంఘటనలు జరిగినప్పుడు దాని ఫలితాలు ఎలా ఉంటాయో అనేది కూడా ముఖ్యం. వాటిని ఎదుర్కోవడంలో జయాపజయాలు ఎదురు కావచ్చు. వాటిని వాస్తవంగా చెప్పటం ఆత్మకథలో మాత్రమే సాధ్యం. నేను ఇంతవరకు రాసిన 25 భాగాలలో నా జీవితంలో బాల్యానికి సంబంధించిన జీవితానుభవాలు, వాటి మధ్య కార్యకారణ సంబంధాలను ఆ క్రమ వికాసాన్ని చెప్పాననే భావిస్తున్నాను.

ప్రశ్న: ఈ ఆత్మకథ వస్తున్న నేపథ్యంలో మీకు ఎదురైన అనుభవాలు, చేసిన వ్యాఖ్యలు ఎలా ఉన్నాయి?

సాధారణంగా పెద్ద వయసులో ఉన్నవాళ్లు తమ ఆత్మ కథలు రాస్తుంటారు. నాకు ఇంకా 50 సంవత్సరాలు పూర్తి కాలేదు. నేను ఆత్మకథ రాస్తున్నానంటే కొంతమంది నవ్విన వాళ్ళు ఉన్నారు. వాళ్ల వాళ్ల ప్రైవేట్ టాక్స్ లో వెటకారం చేసిన వాళ్లు కూడా ఉన్నారు. *'నువ్వే రాస్తుంటే నేను ఎందుకు రాయకూడదు?'* అని కలం పట్టిన వాళ్లు ఉన్నారు. వాళ్ళే నాకు స్వయంగా చెప్పారు.

"ఆత్మకథ అని మొదలుపెట్టి రాస్తున్నావ్. కాబట్టి, నువ్వు నిజాలు రాస్తే ముందు, ముందు నీ జీవితంలో నువ్వు చాలా సమస్యలు ఎదుర్కొంటావు. జాగ్రత్త" అని హెచ్చరించిన వాళ్ళు కూడా ఉన్నారు.

కొంతమందైతే "దీన్ని రెగ్యులర్ గా చదవడమే కాదు, మా విద్యార్థినీ విద్యార్థులను చదివించి దీనిపై వాళ్ళ అభిప్రాయాలను కూడా తెలుసుకుంటున్నా"మని చెప్పారు. కొంతమంది విద్యార్థులైతే వాయిస్ మెసేజ్ ద్వారా రచన తాము చదివిన తర్వాత పొందిన అనుభవాలను, అభిప్రాయాలను నాకు కూడా పంపించారు.

ప్రశ్న: మాకు అందిన స్పందనలను బట్టి మీరు హిందూ ఆచారాలకి ఎక్కువ ప్రాధాన్యాన్ని ఇచ్చారని అంటున్నారు. మీరేమంటారు?

ఆత్మకథకు జీవం సత్యాన్ని ఆవిష్కరించడమే. నేను దాన్ని మనసా, వాచా, కర్మణా నా జీవితాన్ని గురించి ఈ ఆత్మకథలో వ్యక్తీకరిస్తున్నాను. నాకు ఊహ తెలిసినప్పటి నుండి నన్ను ఆదరించిన వాళ్ళు ఏ కులస్థులైనా వాళ్ల గురించి నేను మర్చిపోకుండా రాయడం నా కనీస ధర్మంగా నేను భావిస్తున్నాను. కృతజ్ఞతకు మించిన కానుకలేవీ వారు కోరలేరు కదా!

మా కుటుంబం మొదటి నుండీ హిందూ ఆచార, వ్యవహారాలతోనే పెరిగింది. కాలక్రమంలో కొన్ని మార్పులు వచ్చాయి. అవి జీవితంలో ఎదురైన వివిధ సంఘటనల వల్ల,

దాని ఫలితంగా ఏర్పడిన అవగాహన. ఇవన్నీ మా కుటుంబంలో కొంతమంది క్రిస్టియానిటీ వైపు వెళ్లడానికి దోహదం చేశాయి. ఇవన్నీ ఒక్క రోజులో జరిగినవి కాదు.

మనల్ని ఎవరైతే దూరంగా పెడతారో, మన పట్ల ఎవరైతే వివక్షను ప్రదర్శిస్తారో వాళ్ళకీ, వాళ్ళ ఆలోచనలకీ, వాళ్ళ ఆచార, సంప్రదాయాలకీ మనం దూరంగానే ఉంటాం. అలాంటి వివక్ష లేకపోగా వాళ్ళు మనల్ని బాగా ఆదరించినప్పుడు, కేవలం ఏవో కొన్ని చిన్న చిన్న కారణాల వల్లా, పుట్టుకతో వచ్చిన గుర్తింపుల వల్లా వాళ్ళందరినీ దూరం చేసుకోవాల్సిన పనిలేదని నా అభిప్రాయం.

నేను ఒక హిందువుతో ఉన్నప్పుడు హిందువుగా, ఒక క్రిస్టియన్ తో ఉన్నప్పుడు ఒక క్రిస్టియన్ గా, ఒక ముస్లింతో ఉన్నప్పుడు ఒక ముస్లింగా... అలా ఆచార సంప్రదాయాలు నా వ్యక్తిగతమైన స్వేచ్ఛకు, నా విశ్వాసానికి భంగం కలిగించనంతవరకు, నా ఆత్మ గౌరవాన్ని కాపాడిన జంతువులకు వాళ్ళందరితోను సహృదయ వాతావరణాన్నే కలిగి ఉంటాను. వాళ్ళ జీవన విధానాన్నీ గౌరవిస్తాను. ఆ మత ఆచారాలను, విశ్వాసాలను, సంప్రదాయాలను నేను ఆచరిస్తానా? లేదా? అనేదానికంటే, వాళ్లకున్న హక్కుని, వాళ్ళకున్న విశ్వాసాన్ని, వాళ్ళకున్న స్వేచ్ఛను అగౌరవ పరిచి వారి మంచితనానికి భంగం కలిగించడానికి నేను కూడా ఇష్టపడను.

ప్రశ్న: మరి మిగతా భాగాలను రాయడం మొదలు పెడతారా? దానికి సంబంధించిన మీ ఆలోచనలు?

మీరు నాతో ఇన్ని భాగాలను రాయించారు. వాటిని మీ పత్రికలోనే వారం వారం ప్రచురించారు. ఈ ఊపులోనే మిగతా భాగాలను కూడా రాస్తే బాగుంటుంది అనుకుంటున్నాను. కానీ, వాటిని ఇప్పుడే ప్రచురించాలనుకోవడం లేదు.

ఈలోగా, ఈ రచనానుభవంతో కొన్ని కథలను, అవసరమైతే నవలను కూడా రాయాలనే ఆలోచనలో ఉన్నాను. ఆత్మకథ రాస్తున్న క్రమంలో నాకు కొన్ని రచనానుభవాలు ఎదురయ్యాయి. కొన్ని సత్యాలను ఆత్మకథలో ఆవిష్కరించేటప్పుడు మానసికంగా సంఘర్షణకు గురవుతాం. సత్యావిష్కరణ చేస్తూనే, ఎవర్నీ నొప్పించని పద్ధతిలో విషయాన్ని తెలియజేయడానికి ఎంతో నైపుణ్యం కావాలి. నేను ఆ నైపుణ్యాన్ని ఇంకా సాధించాలని తెలిసి వచ్చింది. అంతవరకు వాటిని సృజనాత్మక ప్రక్రియలైన కథలు, నవలల్లో చెప్పుకునే అవకాశం ఉందని కూడా అర్థమైంది.

ప్రశ్న: సాధారణంగా సృజనాత్మక సాహిత్యంలో కవిత్వం, కథ, నవల, నాటకం... ఇలాంటి సాహిత్య ప్రక్రియల్లో రచయిత తన జీవితాన్ని లేదా తన జీవితాన్నే ప్రతిఫలిస్తున్నాడనుకునే అవకాశం ఉందా?

ఈ ప్రశ్నకు సమాధానం చెప్పడం చాలా కష్టం. చాలామంది తమ జీవితానుభవాల నుండే కవిత్వం గాని, కథ గాని, నవల గాని రాస్తుంటారు.

ఉత్తమపురుషలో రాసేటప్పుడు నెరేటర్ ''నేను'' గా మారిపోతాడు. ఆ నేను అంతా ఆ కవి లేదా రచయిత స్వీయానుభవంగానే మనం భావించడానికి వీల్లేదు. అలాగని అందులో కొంతైనా వాస్తవం లేకపోలేదనీ మనం గుర్తించాలి. ఒక సామూహిక అనుభవాన్ని, ఒక వైయక్తిక అనుభవంగా, తనకు అనిపించిన సత్యావిష్కరణగా మనకి అందిస్తూ ఉంటాడు. ఆ రచనల్లోని వైయక్తిక ''నేను'' ని గుర్తించడానికి ఆ కవులు/రచయితలు వివిధ సందర్భాలలో ఇచ్చిన ఇంటర్వ్యూలు, రాసుకున్న ఆత్మకథలు, సభలు,సమావేశాల్లో వారి ప్రసంగాలు, వాళ్ళు రాసుకున్న డైరీలు, ఉత్తరాలు, వాళ్లు వివిధ వ్యక్తులతో మాట్లాడుకునే ప్రైవేటు సంభాషణలు... వాళ్ళ దృక్పథాలు...ఇలా- కొన్నింటిని బట్టి గుర్తించడానికి వీలవుతుంది.

అందుకే సాహిత్యం సమాజ ప్రతిఫలమే కాదు, తాను చూసిన వాస్తవాల ప్రతిబింబం...తనకు కలిగిన అవగాహన కూడా!

ప్రశ్న: ఇక చివరి ప్రశ్న సర్, రాబోయే మీ ఆత్మకథ రెండవ భాగంలో మమ్మల్ని ఆకట్టుకునే అంశాలు ఏమైనా వెల్లడించే అవకాశం ఉందా?

సాధారణంగా ఆత్మకథ మన తెలుగులో తన జీవిత చరమాకంలో రాస్తుంటారు. నా అభిప్రాయం ప్రకారం ప్రతి 30 ఏళ్లకోసారి మన ఆత్మకథను రాయాలి. ఒక్కొక్క భాగంలోను ఒక్కొక్క పార్శ్వం కనిపిస్తుంది. అలాగే, నా ఆత్మకథ రెండవ భాగంలో యౌవనం నాటి సహజమైన అనుభవాలు, ఆ ఉడుకు రక్తం తెచ్చే ఆవేశాలు, వాటివల్ల వచ్చేటువంటి సంఘర్షణలు రకరకాలైన పరిణామాలన్నీ ప్రతిఫలించేలా రాయాలనుకుంటున్నాను.

నాకు అక్కడినుండే సామాజిక అవగాహన మొదలైందనుకోవచ్చు. నాకు అక్కడి నుండే నా నిజమైన జీవిత సంఘర్షణ ప్రారంభమైందనుకోవచ్చు. అక్కడి నుండే నేనొక మనిషినై నన్ను నేను తెలుసుకున్నానని అనుకోవచ్చు. అక్కడ నుండే మనిషి ఆత్మగౌరవంతో తలెత్తుకుని బ్రతకడంలో ఎదుర్కోవాల్సినవెన్నో ఉన్నాయని తెలుసుకున్నాను. ఇవన్నీ నా ఆత్మకథ రెండవ భాగంలో బహిర్గతమవుతాయి.

మీకు మరోసారి ప్రత్యేక కృతజ్ఞతలు.

(భూమిపుత్ర దినపత్రిక, సంపుటి:04, సంచిక:295, 29.1.2023 సౌజన్యంతో)

★★★

ఆచార్య దార్ల వెంకటేశ్వరరావు పరిచయం

ఆంధ్రప్రదేశ్ లోని ఒక గ్రామీణ ప్రాంతం చెయ్యేరు అగ్రహారం. అది సమైక్యాంధ్ర ప్రదేశ్ లో తూర్పు గోదావరి జిల్లాలో ఉంది. ప్రస్తుతం అది డా.బి.ఆర్.అంబేద్కర్ కోనసీమ జిల్లాలో ఉంది. తల్లిదండ్రులు శ్రీమతి పెదనాగమ్మ, శ్రీ లంకయ్య గార్లకు మూడవ బిడ్డడు. డిగ్రీ (బి.ఏ.స్పెషల్ తెలుగు) వరకు కోనసీమలోనే చదివారు. ఎం.ఏ.తెలుగు హైదరాబాద్ సెంట్రల్ యూనివర్సిటీ లో చేరి, అక్కడే ఎం.ఫిల్, పిహెచ్.డి.,పూర్తిచేశారు. తన డాక్టరేట్ కూడా చేస్తుండగానే అంటే 2001 నాటికే ప్రభుత్వ జూనియర్ కళాశాల, ఎయిడెడ్ డిగ్రీ కళాశాలల్లో ఏకకాలంలో తెలుగు లెక్చరర్ గా ఉద్యోగాలు సాధించారు.

అప్పటికే యూనివర్సిటీ గ్రాంట్స్ కమీషన్ వారి జూనియర్ రీసెర్చ్ ఫెలోషిప్ తో పాటు అసిస్టెంట్ ప్రొఫెసర్ కు కావలసిన నెట్, స్లెట్ ప్రత్యేక పరీక్షలలో ఉత్తీర్ణులైయ్యారు. 2003లో డాక్టరేట్ సాధించి, యూనివర్సిటీ ఆఫ్ హైదరాబాద్ లోనే 2004లో అసిస్టెంట్ ప్రొఫెసర్ గా చేరారు. ప్రస్తుతం అదే యూనివర్సిటీ లో ప్రొఫెసర్ గా ఉంటూ తెలుగు శాఖకు అధ్యక్షులు గా వ్యవహరిస్తున్నారు.

భారతదేశ వ్యాప్తంగా ఉన్న అనేక విశ్వవిద్యాలయాల్లో తెలుగు శాఖ లో బోర్డ్ ఆఫ్ స్టడీస్ మెంబర్ గా ఉన్నారు. వీరు సుమారు 24 పుస్తకాలు రాశారు. డా.బి.ఆర్. అంబేద్కర్ జాతీయ పురస్కారం, గుర్రం జాషువా పురస్కారం, పొట్టిశ్రీరాములు తెలుగు విశ్వవిద్యాలయం వారు సాహిత్య విమర్శకు ఇచ్చే కీర్తి పురస్కారంతో పాటు అనేక పురస్కారాలు అందుకున్నారు. తన పర్యవేక్షణలోని పరిశోధకులు సుమారు 15 మంది డాక్టరేట్ డిగ్రీలు, సుమారు 20 మంది ఎం.ఫిల్ డిగ్రీలను పొందారు. ఎం.ఏ. విద్యార్థులు సుమారు 98 మంది తన పర్యవేక్షణలో డిసెర్టేషన్ ని సమర్పించారు. ఎం.ఏ.స్థాయిలోనే విద్యార్థులకు విద్యార్థి సదస్సులు నిర్వహించి, వారి చేత పరిశోధన వ్యాసాలు రాయించి, ఆ సదస్సు సంచికలను తీసుకొచ్చారు.

దళిత సాహిత్యం, సృజనాత్మక సాహిత్యం, డయాస్పోరా సాహిత్యం మొదలైన క్రొత్త కోర్సులను యూనివర్సిటి ఆఫ్ హైదరాబాదు తెలుగుశాఖ, ఎం.ఏ.తెలుగు స్థాయిలో ప్రవేశపెట్టారు. వీరి రచనలు వివిధ విశ్వవిద్యాలయాల్లో పాఠ్యాంశాలుగా ఉన్నాయి. పరిశోధన విధానాన్ని ఎం.ఏ.స్థాయిలోనే అందరు విద్యార్థులు చదివేలా పాఠ్యప్రణాళికలో

మార్పులు తీసుకొచ్చారు. సాహిత్య విమర్శ, భారతీయ సాహిత్య సౌందర్యశాస్త్రం, తులనాత్మక కళాతత్త్వశాస్త్రాలను బోధిస్తున్నారు.

యుజిసి కేర్ జర్నల్స్ తో సహా అనేక మాసపత్రికలకు సంపాదకుడుగాను, సలహాదారుగాను, సంపాదక మండలిలో సభ్యులుగాను ఉన్నారు. డా.బి.ఆర్. అంబేద్కర్ సార్వత్రిక విశ్వవిద్యాలయం, యూనివర్సిటీ ఆఫ్ హైదరాబాద్ మొదలైన వివిధ విశ్వ విద్యాలయాలకు పాఠ్యాంశాలను రూపొందించారు. సుమారు రెండు వందలకు పైగానే పుస్తకాల కు ముందు మాటలు రాశారు. వీరి కవితలు, వ్యాసాలు ఆంగ్లం, హిందీ భాషల్లోకి అనువాదమయ్యాయి. విశ్వ విద్యాలయ స్థాయిలో సమకాలీన సాహిత్యాన్ని ఎప్పటికప్పుడు సమీక్షిస్తూ విద్యార్థులకు పరిశోధన పట్ల జిజ్ఞాస కలిగించాలనీ-పెంచాలనీ ప్రయత్నిస్తున్న ఆచార్యులలో ఆచార్య దార్ల వెంకటేశ్వరరావుగారు ఒకరు.

KASTURI VIJAYAM

📞 00-91 95150 54998
KASTURIVIJAYAM@GMAIL.COM

SUPPORTS

- PUBLISH YOUR BOOK AS YOUR OWN PUBLISHER.

- PAPERBACK & E-BOOK SELF-PUBLISHING

- SUPPORT PRINT ON-DEMAND.

- YOUR PRINTED BOOKS AVAILABLE AROUND THE WORLD.

- EASY TO MANAGE YOUR BOOK'S LOGISTICS AND TRACK YOUR REPORTING.

www.ingramcontent.com/pod-product-compliance
Lightning Source LLC
LaVergne TN
LVHW032009070526
838202LV00059B/6362
* 9 7 8 8 1 9 5 7 8 4 0 8 0 *